खेळ साडेतीन टक्क्यांचा

लक्ष्मण माने

मेहता पब्लिशिंग हाऊस

Please contact us at **Mehta Publishing House Pvt. Ltd.**
✆ +91 020-24476924 / 24460313 / Mob. No. 9545000513
Email : production@mehtapublishinghouse.com
Website : www.mehtapublishinghouse.com

◆ *या पुस्तकातील लेखकाची मते, घटना, वर्णने ही त्या लेखकाची असून त्याच्याशी प्रकाशक सहमत असतीलच असे नाही.*

KHEL SADETIN TAKKYANCHA by LAXMAN MANE
खेळ साडेतीन टक्क्यांचा : लक्ष्मण माने / लेखसंग्रह

author@mehtapublishinghouse.com

संस्थापक : सुनील अनिल मेहता

प्रकाशक : मेहता पब्लिशिंग हाऊस प्रा. लि.
१९४१, सदाशिव पेठ, माडीवाले कॉलनी, पुणे ४११०३०

मुद्रक : ट्रिनिटी अ‍ॅकॅडमी फॉर कॉर्पोरेट ट्रेनिंग लिमिटेड

मुखपृष्ठ : सतीश भावसार

प्रकाशनकाल : पहिली आवृत्ती : १६ एप्रिल, २००५ / मेहता पब्लिशिंग हाऊस प्रा. लि. यांची दुसरी आवृत्ती : डिसेंबर, २०२२

किंमत : ₹ ३००

P Book ISBN 9789395477307
E Book ISBN 9789395477314
E Books available on : amazonkindle Apple Books Google Play Books

---

ज्यांनी आंधळ्याला दृष्टी दिली,
बहिऱ्याला कान दिले आणि
मुक्याला वाचा दिली त्या माझ्या
'मूकनायकास' - डॉ. बाबासाहेब आंबेडकर
यांच्या वंदनीय स्मृतीस अर्पण

मनोगत

भटक्या-विमुक्त जमाती संघटनेची स्थापना १९८३ साली झाली. या संघटनेच्या स्थापना अधिवेशनाच्या निमित्ताने स्मरणिका काढत असताना भटक्या-विमुक्तांच्या चळवळीचे एखादे मुखपत्र असावे असे माझ्या मनाने घेतले. अडचणी तर प्रचंड होत्या! सगळ्यात मोठी अडचण होती ती हा अंक विकत घेऊन वाचेल कोण? सबंध राज्यामध्ये वाचतील असे पाचपन्नास कार्यकर्तेसुद्धा नाहीत. भटक्या-विमुक्तांच्या चळवळीत आणि भटक्या-विमुक्त समाजात अपवादाने लोक शिकलेले; त्यामुळे असा अंक चालवणे धाडसाचेच होते. परंतु मराठीमध्ये माझ्यावर प्रेम करणारा फार मोठा वाचकवर्ग आहे, याची जाणीव मला 'उपरा'च्या प्रतिक्रिया ज्या वेगाने व्यक्त झाल्या त्यावरून आली होती. परिवर्तनाच्या चळवळीत काम करणारे कार्यकर्ते आणि पुरोगामी वाचक यांच्या बळावर हा अंक १९८४ साली मासिक स्वरूपात सुरू झाला. 'बंद दरवाजा' या नावाने दै. सकाळमध्ये सदर चालवत असल्याने त्याच नावाने मासिक चालवण्याचा निर्णय केला.

या 'बंद दरवाजा' नावासंबंधी 'साप्ताहिक सकाळ'चे संपादक सदा डुंबरे, देशाचे थोर नेते कै. यशवंतराव चव्हाण आणि मी अशा एका खासगी बैठकीत 'सकाळ'मधील सदराला हे नाव सुचवले गेले. त्यानंतर थोड्या दिवसांतच चव्हाणसाहेबांचे निधन झाले. त्यामुळे अत्यंत प्रतिकूल परिस्थितीमध्ये हा अंक मासिक स्वरूपात मी दहा वर्षे चालवला. जवळपास फुकटच अंक पाठवत होतो. असे म्हटले तरी वावगे होणार नाही. पुरोगामी चळवळीतले ज्येष्ठ विचारवंत, मराठी नाट्यसृष्टीतले ज्येष्ठ अभिनेते डॉ. श्रीराम लागू यांनी, अशा पन्नास लोकांची वर्गणी एकरकमी दिली आणि फुकट अंक पाठवून द्या असे सांगितले. कै. अण्णासाहेब शिंदे यांनी, नगर जिल्ह्यातल्या त्यांच्या सहकारी संस्था, त्या चालवणारे मित्र या सगळ्यांना 'बंद दरवाजा'ला जाहिराती देण्याबद्दल सूचना केल्या. त्यावेळचे जिल्हा परिषदेचे अध्यक्ष व आताचे आमदार यशवंतराव गडाख यांच्यामार्फत नगर जिल्ह्यातल्या साखर कारखान्यांच्या जाहिराती मला

मिळू लागल्या. पश्चिम महाराष्ट्रातील कोल्हापूर, सातारा, पुणे येथील यशवंतराव चव्हाणसाहेबांना मानणाऱ्या सहकारी संस्थांनी त्या काळात मला खूप मदत केली. जवळपास दहा वर्षे, माझ्या कुटुंबाचा उदरनिर्वाहाचा प्रश्न या 'बंद दरवाजा' मासिकाच्या उत्पन्नातून मी चालवला. मध्येच, एकदा आदरणीय एन. डी. पाटील यांनी रयत शिक्षण संस्थेच्या सर्व शाळांना 'बंद दरवाजा' अंक सुरू करण्यासंबंधी सुचवले व अंक एकदम तीन-चार हजार जाऊ लागला. वर्गणी भरून लोक वाचताहेत असे एक वर्षभराचे चित्र राहिले. पुढे, काही शाळांनी अंक चालू ठेवले, काहींनी बंद केले.

'बंद दरवाजा' अडचणीत येतोय असे दिसले तेव्हा माझ्या अनेक मित्रांनी मदत केली. माझे जवळचे स्नेही आणि देशाचे सध्याचे कृषी मंत्री मा. ना. शरदराव पवार आणि माझे दुसरे स्नेही कै. अरुण मेहता यांनी अडचणीतून मार्ग काढण्यासाठी मला फार मोलाची मदत केली. शरदराव आणि अरुणभाई यांनी 'बंद दरवाजा'ला वर्षभर पुरेल एवढा कागद देणगीरूपात दिला होता. या सगळ्यांची नोंद यासाठी करतोय, की व्यवस्थेचा बंद दरवाजा ठोठावताना या ज्येष्ठ मंडळींचे आशीर्वाद माझ्या पाठीशी होते. त्यामुळे भटक्या-विमुक्तांचे काम कार्यकर्ता म्हणून गेली पंचवीस-तीस वर्षे मी पूर्णवेळ करू शकलो. घर चालवावे कसे, या विवंचनेतून माझ्या या सगळ्या सहकाऱ्यांनी माझी फार काळजी घेतली. या सर्वांचे ऋण न फिटणारे आहे.

शाहू, फुले, आंबेडकरांच्या विचारांची पक्की बांधिलकी पत्करून मी सारी हयात काम करत आलो आहे. आयुष्यात आलेली प्रत्येक संधी मी हा विचार पुढे कसा जाईल, स्वातंत्र्य-समता-विश्वबंधुत्व यांचे अधिष्ठान असलेला समताधिष्ठित समाज निर्माण कसा होईल. यासाठीच हा अंक मी चालवत होतो. हा अंक १९९५ सालापर्यंत मासिक स्वरूपात चालला. मी १९९० ते १९९६ याकाळात विधान परिषदेत सदस्य होतो. राज्यामध्ये पुरोगामी पक्षाचे सरकार आले होते. महाराष्ट्रासारख्या पुरोगामी राज्यात जातिवाद्यांचे सरकार येईल असे स्वप्नातही वाटले नव्हते. दिल्लीत प्रतिगामी सरकारे येऊ शकतात, परंतु महाराष्ट्रासारख्या पुरोगामी राज्यातसुद्धा प्रसारमाध्यमे आपल्या जातीचे अंतिम ममत्व लक्षात घेऊन, खऱ्या-खोट्याचा मुलाहिजा न ठेवता चेकाळल्यासारखी चवताळून, भुतासारखी आगडोंब लावत फिरत होती. त्यांना जळी, स्थळी, काष्ठी, पाषाणी महाराष्ट्रातले पुरोगामी नेते दिसत होते. डाव्या पक्षांना या काळामध्ये प्रचंड उपहासाला आणि उपेक्षेला तोंड द्यावे लागले होते. सर्व वर्तमानपत्रे एका सुरात रडताना दिसत होती. 'जय भवानी, जय शिवाजी' हा प्रतिगाम्यांचा नारा होता. त्याला आमची बहुजन समाजातील पिढी बळी पडत होती.

त्यामुळे, या प्रतिगामी मनुवादी सरकारच्या विरुद्ध लढण्यासाठी १९९५ साली मी 'बंद दरवाजा'चे साप्ताहिक केले. माझा जीव चिलटासारखा आहे हे मला माहीत होते, तरीही मी या प्रतिगामी प्रवृत्तींच्याविरुद्ध लढाई आरंभली होती. साडेतीन टक्क्यांची मानसिकता काय असते आणि हे मूठभर लोक साडेशहाण्णव टक्के लोकांना आजच्या आधुनिक काळातही कसे नाडू शकतात हे मी माझ्या 'बंद दरवाजा'तून लिहू लागलो. आमच्या समाजात लिहिणारेही कुणी नाही. त्यामुळे काही वेळा अख्खा अंक मी एकटाकी लिहून काढला आहे. दाऊद इब्राहिम, पप्पू कलानी, टाडा, मुंबईचे बॉम्बस्फोट, बाबरी मशिदीचे उद्ध्वस्तीकरण या सगळ्यातून जी एक उधाणलेली अवस्था आली होती आणि माजाला आलेली म्हैस चौखूर पळावी, तसे हे आभाळाला लाथा मारत होते आणि बाकीचे सारे निपचित पडले होते. यांची व्यवस्थेतली सारी पिलावळ शिपायापासून - मंत्रालयापर्यंत आणि गल्लीबोळातल्या टुकार पेपरापासून राष्ट्रीय वर्तमानपत्रापर्यंत साऱ्यांनाच उन्माद आला होता. पण लोकशाहीतल्या गेनबाची मेख दर पाच वर्षांनी पाचर मारते. उधळलेल्या म्हशीच्या गळ्यात लोढणे बांधतात आणि मग ढोपरे फुटायला लागली म्हणजे या म्हशीचा स्पीड कमी होतो. या उधळलेल्या म्हशीला लोढणे बांधण्याचे काम मी बंद दरवाजातून करत होतो आणि माझे वाचक ठामपणे, निर्धाराने या अंकाच्या पाठीशी उभे होते. सांस्कृतिक आणीबाणी काय असते, सांस्कृतिक सेन्सॉरशिप काय असते हे या कालखंडात आम्ही अनुभवत होतो. ज्यांच्या कनवटीला ज्ञानभांडाराच्या किल्ल्या अडकावलेल्या होत्या, त्यांच्या हातात सत्ता मिळाल्यावर त्यांनी पुन्हा एकदा मनुवादी व्यवस्था मागच्या दाराने आणण्याचा प्रयत्न केला. बहुजनांमध्ये फूट पाडली आणि कौटिल्य म्हणाला तसे साम, दाम, दंड, भेद या सर्व नीतींचा वापर करून त्यांनी पाच वर्षे दिल्लीतले आणि साडेचार वर्षे महाराष्ट्रातील सत्ता बळकावली. इंडिया किती शायनिंग करत होता हे हल्ली त्यांना कळत असेल.

माझा संघर्ष कोणा एका जातीच्या बरोबर कधीच नव्हता आणि नाही. माझी लढाई प्रतिगामी प्रवृत्तीविरुद्ध, ब्राह्मणी प्रवृत्तीच्या विरुद्ध, ब्राह्मणी-धर्माच्या विरुद्ध आहे. ही मनुवादी ब्राह्मणी प्रवृत्ती हीच या साडेशहाण्णव टक्के लोकांची शोषक आहे असे माझे ठाम मत आहे. माझी लढाई तशी प्रत्येकच जातीतल्या ब्राह्मणांशी आहे. जातीने असलेले ब्राह्मण आणि नवशिक्षितांमधून, नवश्रीमंतांमधून तयार झालेले ब्राह्मण या दोघांची स्वार्थांध युती म्हणजे या प्रतिगामी पक्षांचा विजय होता असे मी मानतो.

माझी सर्वच पुस्तके 'ग्रंथाली' या वाचक चळवळीला मी दिली आहेत. दिनकर गांगल ते, प्र. ना. परांजपे, अरुण साधू, कुमार केतकर, शेखर साठे,

शारदा साठे असे कितीतरी परिवर्तनाच्या चळवळीतील माझे मित्र ही प्रकाशन संस्था चालवतात. ‘उपरा’ला आता पंचवीस वर्षे होत आहेत. त्यामुळे माझ्या स्फुट लेखांचे संग्रह ‘ग्रंथाली’ प्रसिद्ध करत आहे. त्यातला हा पहिला संग्रह प्रसिद्ध होतो आहे. याचा मला मनापासून आनंद आहे. नव्या तरुण पिढीला या ग्रंथातील लेखांचा निश्चित उपयोग होईल आणि हे तरुण लोक बुद्धीच्या कसोटीवर तपासून प्रतिगामी पक्ष व प्रवृत्ती यांपासून सजग होतील तर हा सगळा खटाटोप कारणी लागला असे मी समजेन.

– लक्ष्मण माने

अनुक्रमणिका

साडेतीन टक्क्यांची संस्कृती

'मॅजेस्टिक गप्पा'मध्ये बोलत असताना, एका श्रोत्याच्या प्रश्नाला उत्तर देताना मी म्हणालो, 'आजचे मराठी साहित्य साडेतीन टक्क्यांचे साहित्य आहे, आणि आजची संस्कृतीही साडेतीन टक्क्यांची आहे. या साहित्यात खऱ्या अर्थाने समाजाचे दर्शन होत नाही.' माझे हे विधान खळबळ करून गेले. त्याची नोंद बऱ्याच मंडळींनी घेतली. वाचक मित्रांनी बऱ्यावाईट प्रतिक्रिया कळवल्या. काही साप्ताहिकांनी त्याचा विपरीत अर्थ लावून धारेवर धरले, तर काहींचे तळ ढवळून निघाले, काहींचे गैरसमज झाले, काहींना त्यात मी 'पुढारी' झाल्याचे वाटले, काहींना मी जातीयवादी वाटलो आणि काहींना' हा देश माझा नाही' या माझ्या विधानाने मी देशद्रोही असल्याचा साक्षात्कार झाला!

तेव्हा, या विषयासंबंधीची माझी मते वाचकांपर्यंत पोचवावी म्हणून या लेखाचा प्रपंच करत आहे.

मला प्रथम हे सांगितले पाहिजे, की ही साडेतीन टक्क्यांची भानगड मी आणली कोठून? मला जातीयवादी म्हणणाऱ्यांबद्दल मी बोलू इच्छित नाही, कारण ज्याचे जळते त्याला कळते. चोराच्या मनात चांदणे. आपण काय करणार? मला 'साडेतीन टक्के' यात कोणतीही एक जात, एक जमात असे म्हणायचे नाही. एकूण समाजामध्ये, साहित्य आणि संस्कृतीचे ज्ञान असलेला लेखन-वाचन यांच्याशी संबंधित असलेला समाज किती? ज्यांच्या पोटातले पाणी

हलत नाही, ते संस्कृतीचा पाळणा हलवतात. असे किती? आणि एकूणच सत्ता, संपत्ती, प्रतिष्ठा यांच्याशी संबंधित माणसे किती? मग ती शहाण्णव कुळीची असोत, द्राक्षवाली मंडळी असोत, की ब्राह्मण असोत, की कुणबी असोत. साहित्याशी, संस्कृतीशी ज्यांचा म्हणून संबंध येतो ते या देशात जेमतेम साडेतीन टक्के आहेत; मग त्यांचा धर्म, पंथ कोणता का असेना.

मी कोणी प्रस्थापित प्रतिभावंत साहित्यिक नाही. माझा साहित्याचा संबंध हा 'उपरा'च्या निमित्ताने आला (संस्कृतीशी अजून आलेला नाही. तेही बरेच आहे). मी मूळचा एक कार्यकर्ता, समता चळवळीतला एक सैनिक आणि मराठी साहित्याचा एक रसिक वाचक. फारतर चोखंदळ वाचक, एक कार्यकर्ता-लेखक अशी माझी भूमिका आहे. माझ्या 'उपरा' या पुस्तकाला साहित्य म्हणायचे की नाही, ते कलावादी की जीवनवादी, ते अमुक की तमुक या वादात मला पडायचे नाही, पण ते माझ्या जगण्याचे जितेजागते चित्र आहे, एवढेच मला पुरेसे आहे.

एका अतिशय उपेक्षित, सर्वार्थाने गांजलेल्या, पिडलेल्या आणि जनावरांच्या पातळीवर जगणाऱ्या समाजातला माणूस म्हणून, एक कार्यकर्ता म्हणून, लेखक म्हणून मला काय वाटते ते मी बोलले पाहिजे. ते बोलताना कुणाचा अधिक्षेप करावा, कुणाच्या हेतूविषयी संशय घ्यावा, कुणाला दुगाण्या झाडाव्यात, कुणाला गोंजारावे ही माझी भूमिका नाही. तेव्हा एखाद्याला राग आला तर त्याचा त्यानेच शोध घ्यावा; पण एक माणूस म्हणून आपल्या काळजाला कोणत्या इंगळ्या डसताहेत हे मला सांगितलेच पाहिजे. आजचे मराठी साहित्य आणि संस्कृती कोणत्या वर्गातून येते ते पहिल्यांदा पाहावे लागेल. याचे साधे उत्तर असे आहे, की जे जे शिक्षणाने पुढारलेले आहेत; ज्यांचा सत्ता, संपत्ती आणि प्रतिष्ठा यांच्याशी संबंध आहे, असाच वर्ग साहित्यनिर्मिती, संस्कृतीची निर्मिती करत असताना दिसतो आणि आपला वाचकही याच वर्गात केंद्रित झालेला आहे. त्यातही आणखी एक कटू सत्य हे, की तो वाचकही पुन्हा पुण्या-मुंबईसारख्या महाराष्ट्रातील सांस्कृतिक बेटातच आहे. उर्वरित महाराष्ट्रात तो नाही असे नाही, पण तो तुलनेने कमी आहे. याची स्वाभाविक छाया आजच्या एकूण मराठी साहित्य आणि संस्कृती व्यवहारावर पडलेली आहे. लेखक ज्या वर्गातून येतो त्या वर्गाचे जीवन, भावभावना, त्या वर्गाची सुखदुःखे तो चित्रित करत असतो. तो संस्कृतीच्या कोणत्या टप्प्यावर आहे तो टप्पाच त्याची स्वाभाविक मर्यादा होते आणि त्या मर्यादेचे ओझे त्याला वाहावे लागते.

त्यात भारतातल्या जातिव्यवस्थेच्या कठोर वास्तवाने इथला समाज बंदिस्त करून टाकलाय. अगदी प्रत्येक माणसात जातींच्या भिंती उभ्या आहेत. एकाने दुसऱ्याला दिसणार नाही अशी कडेकोट बंदिस्त अवस्था करून ठेवली आहे.

त्याचा परिणाम असा झाला आहे, की आपल्याला देशोदेशीच्या राजकारणाचा, त्यांच्या परराष्ट्रीय धोरणांचा, त्यांच्या अंतस्थ प्रवाहांचा, कलहाचा तपशील समजू शकतो. त्याची चर्चा आपली विद्वान मंडळी करत असतात. पण या देशात आपल्याच आसपास पसरलेली ही माणसे कशी राहतात, त्यांचे रीतिरिवाज, चालीरीती, सुखदुःख, विवाह, स्त्री-पुरुष संबंध आणि नैतिक कल्पना, भाषा यांबद्दल स्वतःला संस्कृतिरक्षक, सुसंस्कृत म्हणवून घेणाऱ्या समाजाला आणि विचारवंतांना माहिती असते का? तर याचे उत्तर नाही असे आहे. नाहीतर बाई गहाण ठेवता येते, विकता येते, भाड्याने घेता येते. बाई गरोदर असतानाच तिच्या पोटातली भाजी विकत घेता येते, असे म्हटल्यावर 'मुळासकट हादरलो' अशी प्रतिक्रिया आली असती का?

आपणच आपल्या कोशात गुलाम राहायचे आणि आमची संस्कृती, आमचे साहित्य श्रेष्ठ दर्जाचे आहे म्हणून मुसळाने बडवायचे याला काय अर्थ आहे? आणि तशी ती संस्कृती आणि साहित्य महान असेल काय? आणि असेल तरी त्याचा इथल्या किती लोकांशी संबंध आहे? की बलक्या गातो ते गाणे, शेतमजूरबाई म्हणते ते गाणे, जात्यावरचे गाणे, भारूड-गोंधळ-चित्रकथी सांगतो ती गाणी-गोष्टी, भोत्या गातो ते - आराधी गातो ते गाणे, डोंबाऱ्याच्या पोरीचा दोरीवरचा नाच, त्यांच्या कमानदार उड्या, ती निर्मिती नाही? त्यात साहित्य, कला नाही असे म्हणायचे का? त्यांची नोंद साहित्य, संस्कृती, कला म्हणून का होत नाही? त्या चोऱ्याच का होतात? ते हीन का ठरवले जाते? त्याची नोंद महान साहित्यिक मंडळी का घेऊ शकत नाहीत? आपली सृजनाची महान ताकद अशी लुळी-पांगळी का पडावी? आपल्याच देशातला माणूस आपल्याला अपरिचित 'उपरा' का वाटावा? या प्रश्नांची उत्तरे मिळत नाहीत. आणि मग असे वाटते, ज्या देशातली सर्वसामान्य जनता मुकी-बहिरी असते, त्या देशातली संस्कृती, साहित्य, कला कोणत्या पातळीवरची असेल? एक आई रस्त्याच्या कडेला बाळंत होणार आणि दुसरी आई वातानुकूलित बंगल्यात मुलाला जन्म देणार; माझ्यासारखी हजारो माणसे उकिरड्यावरच्या उष्ट्या पत्रावळ्या चाटणार आणि काही मूठभर माणसे कॉकटेल पार्ट्या झोडणार. कोणत्या देशाच्या, कोणत्या माणसांच्या संस्कृतीबद्दल आपण बोलत असतो? कोणाच्या साहित्य-कलांबद्दल आपण बोलत असतो? तो देश आणि ते साहित्य, ती संस्कृती आणि कला ही मूठभरांच्या फाजील लाडांची मिरास नाही काय? आणि ही मूठभर मंडळी भरल्या पोटाने आपल्याच जगण्या-भोगण्याचे चित्रण करत राहणार. त्यात इतरांना गौरव वाटावा असे काय आहे? त्यात त्यांचा अभिमान बाळगावा असे काय आहे? करमणुकीसाठी लिहिणारे, वाचणारे, कथाकथन करणारे,

ऐकणारे-ऐकवणारे आहेत आणि गरिबीची रसभरित वर्णन करणारेही आहेत.पण हे सारे कशासाठी? वेळ जात नाही यासाठी करमणूक म्हणून की कलास्वाद घेण्यासाठी म्हणून आणि कोण हे करत असतात? अन्नासाठी टाचा घासत भीक मागणाऱ्याला हे सारेच कसे तुपात तळल्यासारखे नाही काय?

ज्यांच्या पोटात कधी आगडोंब उसळणार नाही; ज्यांनी उपासमार, उपेक्षा, अवहेलना, दु:खाचे भरलेले क्षण कधी पाहिले नाहीत; जे स्वत:च्या सांस्कृतिक कोशांच्या मर्यादा सोडून बाहेर येऊ इच्छित नाहीत असे लोक किती? साडेतीन टक्केच ना? बाकीचा सारा भारत हा वंचितांचा, बहिष्कृतांचा भारत आहे ना?

ज्यांनी स्वत:च्या रंजनासाठी, हितसंबंध जोपासण्यासाठी लिहिले त्यांचा गौरव का करावा? जे साहित्य इथल्या तळागाळातल्या माणसाचे चित्रण करत नाही, त्यांच्या भावभावनांची नोंद घेत नाही, ते साहित्य आणि ती संस्कृती आपल्या काय उपयोगाची? लिहायचे त्यांनीच, वाचायचे त्यांनीच, चर्चा करायची त्यांनीच आणि नीतिमत्तेने संस्कृतीचे डोसही पाजायचे त्यांनीच!

त्यांनी म्हणायचे गोरा रंग छान, बाकीच्यांनी म्हणायचे गोरा रंग महान. त्यांनी म्हणायचे आम्ही बोलतो ती भाषाच छान, आम्ही म्हणायचे; हो तुमचीच भाषा छान. तुम्ही शब्दप्रभू, आम्ही गावंढळ, आमची भाषा कमीतली. त्यांनी म्हणायचे; अमुक कपडे चांगले, अमुक रंग चांगला, अमुक ग्रंथ चांगला. आम्ही ठोकायचे तत्परतेने सलाम. हो हो तुम्ही म्हणता तर ते कसे खोटे असेल बरे? तुम्ही प्रज्ञावंत, विचारवंत, प्रतिभावंत, कलावंत, वगैरे वगैरे. या देशात, निदान महाराष्ट्रात तरी गोऱ्या बायकांचे प्रमाण शेकडा किती असेल? चार-दोन टक्केसुद्धा नाही. बाकी सारी माणसे आम्ही काळी, माझी आई, बहीण, बायको, मुलगी काळी, पण रंग कोणता चांगला म्हटले की पोपटासारखे आमचे उत्तर तयार - 'गोरा'. का? तर ते म्हणतात म्हणून. वास चांगला कोणता? मोगऱ्याचा, गुलाबाचा. का? तर ते म्हणतात म्हणून. अरे, सुकट बोंबील तळतात त्याचा वास कुणी घेतलाय का? धोतऱ्याचे फूल, तरवडाचे फूल कधी पाहिली आहेत का? आणि आंबट-गोड गाभुळलेल्या लिंबोळीची चव तरी कुणी पाहिली आहे का? पण आम्ही आमच्या सगळ्या मूल्यसंकल्पनांची आहुती द्यायची. आपणच आपली बदनामी करायची. याला गुलामी नाही तर काय म्हणतात? म्हणून आजची संस्कृती संस्कृतीच्या भाटांना कितीही चांगली दिसली तरी ती विकृती आहे. कारण फार मोठा समाज तिने गुलाम करून टाकलाय. तेव्हा गुलामीचे तत्त्वज्ञान सांगणारी संस्कृती आणि साहित्य सोन्याच्या सुरीसारखे आहे, सुरी कुणी उरी खुपसून घेत नाही.

या संस्कृतीचा प्रभाव किती खोल असावा? माझी आई रस्त्याकडेला

राहणारी बाई, घाणीत राहणारी बाई. तिला अंघोळीची चैन परवडत नाही आणि मग ती घाणीचे तत्त्वज्ञान करते. घाणीत राहायचे तर घाणीवाणी व्हावे. हे एकटी माझी आई म्हणत नाही तर हे तत्त्वज्ञान वंचितांच्या, बहिष्कृतांच्या भारताचे आहे. कुणी घातले हे तिच्या डोक्यात? कोणत्या परिस्थितीने तिला घाणीत लोटले. त्या परिस्थितीला कुणी संस्कृती म्हणत असतील तर आम्ही तिला काय म्हणावे?

फार मोठा समाज गतानुगतिकता, अज्ञान, रूढी, परंपरा, धर्म या साऱ्या बेड्यांनी करकचून बांधलेला आहे. तो सुटाबुटातल्या माणसांना आपला आदर्श समजत असतो. त्यांच्या मूल्यसंकल्पना, धर्मसंकल्पना आदर्श समजत असतो. आणि संस्कृतीचा हा अभिनिवेश, जातीची अस्मिता आणि साहित्य-संस्कृतीची अधोगती थांबवू शकणार नाही. गंमत म्हणजे इतरांसाठी दरवाजे बंद करून घेणारी मंडळी आपलाच दरवाजा बंद करून घेत असतात हेही समजून घेतले पाहिजे. तेव्हा गुलामांनी गुलामीविरुद्धच जंग घोषित करायचे असते आणि त्याची सुरुवात कैक शतकांपासून झाली असली तरी दलित साहित्याने ते जंग पुन्हा घोषित केले आहे. संस्कृतीच्या गोंडस पिंजऱ्यात अडकलेल्यांनीही त्यांच्या गुलामीतून बाहेर पडण्यासाठी जंग उभारले पाहिजे. पण हितसंबंधांवर उभा असलेला गुलामांचा समाज असे काही करू शकेल काय? शंका आहे. उलट, गुलामीचे तत्त्वज्ञान होताना दिसते. विषमतेला, विकृतीलाच तो कवचकुंडले म्हणत मिरवत असतो.

ज्यांना हे सगळे असेच चालू ठेवायचे आहे, आमची गुलामी अबाधित राखायची आहे, स्वतःच्या हितसंबंधांनाच देश, धर्म आणि देव मानून गोंजारण्यात रस आहे, त्यांच्याबद्दल मला काही म्हणायचे नाही. पण ज्यांचा म्हणून माणसांवर विश्वास आहे, त्यांच्या कर्तृत्वावर विश्वास आहे आणि अशी माणसेच देश चालवतात; त्यांच्या घामाच्या धाराच देश उभारत असतात आणि त्यांच्या क्षणाचा क्षोभही प्रचंड उलथापालथी करत असतो असे मानतात; त्यांना मला सांगायचे आहे, की इथला तळागाळातला माणूस हा केंद्रबिंदू. त्याचे जगणे, त्याचे भोगणे, त्याच्या जीवनाची झालेली कोंडी ही जर तुटणार नसेल तर साहित्य निर्माण झाले काय आणि ते गर्भातच मेले काय, मला त्याच्याशी देणे-घेणे नाही.

माझी बांधिलकी इथल्या परिवर्तनाला आहे; त्याची गाणी गाण्यात मला रस आहे, कारण शब्द हेच चळवळीचे हत्यार आहे. शब्दांचे सामर्थ्य मोठे आहे. शब्द तीरासारखा काळीज कापत गेला पाहिजे. कारण शब्दांनीच माणूस समजावून घेता येतो. शब्दांनीच समूह जागे होतात आणि शब्दांनीच माणूस अज्ञानाच्या अंधारातून बाहेर काढता येतो, कारण दुर्बळांचे बळ शब्दच असतात.

कुणी म्हणतील हा प्रचार झाला. हे बाजारू आहे. हिणकस आहे. त्यांना खुशाल तसे म्हणू म्हणू द्यावे. आपण आपले बिनधास्त माणसांची गाणी गावीत. 'वाईट' या सदरात घातले जाते ते ते आपले आहे आणि चांगले-वाईट ठरवण्याची घाऊक ठेकेदारी आपण का मानायची? कारण चश्मे वेगवेगळे असतात आणि सहेतुक घातलेले चश्मे तर विकृत असतात.

तेव्हा ज्या शब्दप्रभू प्रतिभावंतांनी इथल्या साडेशहाण्णव टक्के लोकांच्या जगण्याची दाद घेतलेली नाही, त्यांना आपण त्यांच्या हेतूविषयी शंका न घेता एवढे सांगू, की बाबांनो, तुम्ही चांगली माणसे आहात. पण टांग्याच्या घोड्यासारखे नाकाम्होरे चाललात. त्यात तुमची चूक नाही. चूक आहे ती संस्कृतीची. तिने तुम्हाला आमच्यापासून तोडून टाकलेय. तुम्ही आम्हाला जेव्हा समजून घ्याल तेव्हा तुम्हीही आमचीच गाणी गाल. गरज आहे ती गंभीरपणे माणसाचा शोध घेण्याची. तो जेवढा गंभीरपणे घ्याल तेवढे मराठी साहित्य आणि संस्कृती खरी शंभर टक्क्यांची संस्कृती आणि साहित्य होईल. ते गावात जाईल, गावकुसाबाहेर जाईल. सघन होईल, पण तेव्हाच जेव्हा तुम्ही स्वत:ला 'गोंजारणे' थांबवाल. परिवर्तनाच्या प्रेरणा फुलवाल तेव्हाच मराठी भाषेला वैभव प्राप्त होईल. नाहीतर आज मी एक चुकार कार्यकर्ता म्हणतो आहे, की आजचे साहित्य आणि संस्कृती साडेतीन टक्क्यांची आहे. बाकीचे सारे गप्प आहेत. ते बोलत नाहीत म्हणून. मात्र ते जर बोलायला लागले तर कानाला पोलादी पडदे असले तरी ते फाटतील. कारण जाग्या झालेल्या माणसाचा आवाज दाबून टाकता येत नसतो. तो कीर्तीची गाणी गाऊ लागतो. प्रा. यशवंत मनोहर म्हणतात,

अंगणामध्ये दिवस उभा, शिवेवरती क्रांती
मेंदू कापून फेकला तरी, दुर्लभ आता शांती
टाळविटाळ तोडफोड, गल्लीबोळ उधाण उधाण
या बाजूने उठाव होईल, पेटत येईल रान रान!

❖

आपले साहित्य साडेतीन टक्क्यांचे आणि संस्कृतीही साडेतीन टक्क्यांची. या क्षेत्रात फक्त मूठभर लोकांचेच वर्चस्व आहे किंवा मिरासदारी आहे, या अर्थाने मी तसे म्हणतो. बहुसंख्य माणसे यांच्यापासून खूप लांब आहेत. इतकी की ती याचा उपभोगही घेऊ शकत नाहीत आणि लोकसंख्या पाहिली तर साडेतीन टक्केसुद्धा जास्तच आहेत. नानासाहेब गोरे तर मला म्हणाले, की तू आकडे वाढवलेले आहेस. एक ते दीड टक्का माणसेसुद्धा खरेतर या सगळ्या क्षेत्रांशी संबंधित नाहीत.

आपले मराठी साहित्य तर एकसुरी आणि एकाच जातीचे बहुतांश आहे. पुष्कळसे ब्राह्मणांचेच. दलित साहित्य, ग्रामीण साहित्य हा अगदी अलीकडचा प्रवाह. त्याच्या पूर्वीची परिस्थिती अशी होती, की ब्राह्मणेतर कोणी या क्षेत्रात असला तर अपवादाने. या साहित्याशी आमचा काय संबंध? या साहित्यात संपूर्ण समाजाचे काय चित्र पडलेले आहे? यात इथल्या बहुसंख्य जाती-जमातींचे चित्रण आलेले नाही. तोचतोपणा आहे, त्यामुळे त्याचा वाचक मर्यादित, पुस्तक विकत घेणारा वर्गही मर्यादित असे सबंध दुष्टचक्र चालू आहे. त्याच्या पलीकडे ते जाऊच शकत नाही. बंगालीमध्ये हा प्रश्न सुटलेला आहे. तिथला ब्राह्मण हा लिबरल आहे. तेथे लिहिणाऱ्यांमध्ये ब्राह्मण आणि ब्राह्मणेतर असा भेद नसतो. रवींद्रनाथांच्या सगळ्या कादंबऱ्या जर तुम्ही वाचल्यात तर तुमच्या लक्षात येईल की त्यात गाव

चांगलं काय हे तुम्ही ठरवायचं नाही!

आणि ब्राह्मण यांचे अतूट असे नाते आहे. शरद्चंद्रांची कादंबरी वाचताना किंवा ताराचंद बंद्योपाध्यायांची गणदेवता वाचताना हा लेखक ब्राह्मण आहे हे एका अक्षरानेसुद्धा म्हणजे वाच्यार्थाने जाणवत नाही, ध्वन्यार्थाने नाही किंवा अगदी पलीकडच्या अर्थानेही लक्षात येत नाही. आता, कर्नाटकमधले शिवराम कारंथ हे कोणत्या जातीचे आहेत हे मी बघणार नाही. ते सांगतात, ते जर माझे असेल तर ते कोणत्या जातीचे हा संबंध नाही. मराठीमध्ये असे झाले नाही याचे कारण मराठीतला ब्राह्मण हा अधिक कर्मठ आहे. नुसताच कर्मठ नाही तर अतिशय परंपराप्रिय आहे. त्यामुळे मराठी साहित्य पुढे जात नाही. मराठी भाषा पुढे जात नाही. सृजनाची ताकदसुद्धा सीमित होते.

संस्कृतचे पाहा ना! संस्कृत शिकणारा जेव्हा सत्तेवर होता, तेव्हा त्यांना संस्कृतबद्दल प्रेम होते. व्यवहार होता, पण नंतर ही मंडळी जाऊन इस्लाम आला तेव्हा यांना फारसीचे वेड होते. शिवाजीच्याही कारकिर्दीत फारसीचे एवढे फॅड दिसते, का बरे? फारसी ही त्या काळामध्ये सत्ताधाऱ्यांची भाषा होती, आणि या माणसांची सारखी धडपड चाललेली, की ती भाषा आपल्याला यावी. म्हणजे सत्ता, संपत्ती, प्रतिष्ठा सगळे आपल्याला मिळेल, जेव्हा ब्रिटिश सत्तेवर आले तेव्हा इतर कोणालाही संधी नव्हती, तेव्हा या ब्राह्मणांनी इंग्रजी शिकायला सुरुवात केली. त्यांचे जे 'नॉर्म्स' आहेत ते सगळे यांनी स्वीकारून टाकले. याचा अर्थ काय? इंग्रज आले, त्यांच्या चालीरीती, भाषा, रिवाज हे सगळे प्रमाण झाले.

म्हणजे एका बाजूला मूल्यांच्या जोडीला सत्ताधाऱ्यांची सत्ता असते. संस्कृतीचे प्रेम याच कारणासाठी. त्यानंतर अरबी शिकावी लागली. उर्दू, पर्शियन शिकावी लागली. इंग्रज सत्तेवर आल्यावर त्यांची इंग्रजी भाषा आपण डोक्यावर घेऊन बसलो आहोत. म्हणून आजची मराठी भाषा ही प्रमाण-मराठी भाषा होऊच शकत नाही, आमचे मराठी प्रमाण-मराठी नाही. कारण ती भाषा बोलणारी माणसे अतिशय कमी आहेत. म्हणजे ही मराठी भाषा परत शोषणाचे साधन होता कामा नये. मग प्रतिष्ठा कोणाला मिळाली पाहिजे? आपल्याकडे मराठी प्रमाण कोणती हे ठरलेले आहे. संस्कृतमधून आली ती प्रमाण मराठी आणि जिचे ओरिजिन संस्कृतमध्ये नाही ती प्राकृत प्रमाण नाही; जी खरेतर, हजारो माणसे बोलत असतात! याचा अर्थ असा, की उद्या एखादा प्रमाण - मराठीऐवजी जर ग्रामीण मराठीतून शिकवायला लागला तर त्यांची पोरे शेवटून पन्नासात येतील, पहिल्या पन्नासात नाही! पहिल्या पन्नासात येणारी सगळी पोरे मागासलेल्या बहुजन समाजातली, ग्रामीण समाजातली, खेड्यापाड्यातली असतील.

मराठी साहित्यात अपवादात्मक एक-दोन स्त्रिया सोडल्या तर कुणी साधारणत:

चांगले लिहिले आहे असे मला वाटत नाही. मराठी स्त्रिया अनेकदा करमणुकीसाठी लिहितात. वेळ जात नाही म्हणून लिहितात. त्याच्यातून प्रतिष्ठा मिळावी म्हणून लिहितात. बहिणाबाई एखादीच! आणि तीसुद्धा सोपानदेव नसते तर कधीच मातीआड गेली असती. आपले कवितेवरचे प्रेम हे अगदी खोटे आहे. आज अशा शेकडो बहिणाबाई मरताहेत ना! आज जरी खेडेगावात गेलात आणि एखाद्या बाईशी बोललात, तिची गाणी समजावून घेतलीत तर तुम्हाला कितीतरी बहिणाबाई भेटतील! परवा व्यंकटेश माडगूळकरही बोलले, की आकाशवाणीकडे लोकसाहित्याची जी स्क्रिप्ट आहेत ती एकाही विद्यापीठाने अजून मागितलेली नाहीत. एवढे धन वाया चाललेले आहे.

आता उद्या मराठा समाजातील एखादा जर ताकदीने लिहायला लागला, त्या समाजाचे चित्रण व्हायला लागले, तर तो समाजही ते वाचू लागेल. त्या ते समाजात एक टक्कासुद्धा साक्षर लोक नाहीत, पण लोक पुस्तके घेतात आणि एकजण वाचतो, नि दहाजण ऐकतात. आता, शेतमजुरांच्या प्रश्नावर जर एवढ्या ताकदीने लिहिले गेले तर ते विकत घेऊन वाचतील ना! त्यांना वाचता येत नसेल तर दोन रुपये देऊन एखाद्या माणसाला ते वाचायला ठेवतील.

तेव्हा चांगले काय हे तुम्ही ठरवायचे नाही. ते त्यांना ठरवू द्या आणि चांगले कसे असावे हेही त्यांनाच ठरवू द्या. असे असेल तर समीक्षकाचे कामच काय मुळी? तर साहित्य हे काय आहे, त्याचा कलात्मक बाज कसा आहे; म्हणजे अंधारातून निघालेल्या वाचकाला रस्ता दाखवण्याचे. पण हे त्याचे काम त्याला प्रकाश दिसला तरच होईल ना! तो स्वतःच जर बोंबलायला, अंधारात चाचपडत असला तर तो कसला रस्ता दाखवणार? आज मराठीमध्ये समीक्षा अंधारात आहे. समीक्षकांनी टीका करू नये असे माझे म्हणणे नाही. दलित साहित्याची सुद्धा समीक्षा झाली पाहिजे. पण दलित साहित्याची खरी समीक्षा होईल कधी?

तुम्हाला काही गंमती सांगतो, माहितीच नसते काही. आता 'खर्डा' हा शब्द! महाराष्ट्रात तुम्ही कुठेही गेलात तर एखादी अशिक्षित बाईसुद्धा त्याचा अर्थ सांगू शकते, पण आमच्या समीक्षकांना 'खर्डा' हा शब्द माहीत नसतो. काही भले भले समीक्षक आहेत, आता मी नाव घेऊन सांगत नाही. परवाच्या साहित्य परिषदेच्या कार्यक्रमात एका प्रोफेसरबाईंनी आम्हाला काही शब्द समजत नाहीत असे सांगितले. मी त्यांना म्हटले, मग आम्ही काय करावे अशी तुमची अपेक्षा आहे? अमराठी शब्द तर नाही आहे ना? मराठी शब्दच आहे ना? मग त्याचा अर्थ तुम्हीच तुमचा शोधला पाहिजे. या सगळ्या प्राध्यापकांना दोनदोन, तीन-तीन हजार रुपये काय बापाची पेंड म्हणून देतात काय? नाही एखाद्या शब्दाचा अर्थ समजला तर घ्यावा, की समजावून एखाद्या अशिक्षिताकडून

माणसांच्याकडे जायचे आणि शिकायचे हे मुळी नाहीच, एक तर अहंकार एवढे मोठे आहेत की आपण इतके शिकलो आहोत यातच मुळी एक नशा असते! बरे, बाकीच्या इतक्या जणांना ही संधी नाकारलेली असते की ते या मेरिटला येऊन राहत नाहीत.

कलेचे, साहित्याचे जे निकष आहेत, त्याबद्दल चर्चा वगैरे तुम्ही करा. परंतु मुख्यतः त्या कलाकृतीबद्दल प्रेम असले पाहिजे, जिव्हाळा असला पाहिजे, समजावून घेतले पाहिजे, जे समजले नाही ते विचारायचे. पण आमच्या प्रेरणांच्या बद्दलच संशय घेऊन जर टीका केलीत तर कसे चालेल?

कलेसाठी कला, जीवनासाठी कला, कलेसाठी जीवन, जीवनाकरता जीवन, असे अगदी फालतू वाद त्यांनी घातले. याच्यापलीकडे साहित्य जावे, हा प्रयत्न नेटाने करावा लागतो. एखाद्या तरी प्रस्थापिताने तो करावा.

मी जे म्हणतो त्यातला दरेक मुद्दा तुम्हाला मान्य असलाच पाहिजे असा माझा आग्रह नाही. पण मी जे म्हणतो त्याबद्दल तुम्हाला जर संशयच असला, 'इंटेग्रिटी'च जर चॅलेंज केलीत, तर मात्र आम्ही ऐकून घेणार नाही. तुम्ही जिथे ऐकून घेत नाही, तिथे आम्ही का म्हणून घ्यावे? संवादच नसेल तर मग काय? एकदा जर तुम्ही म्हणालात, की दलित साहित्य साहित्यच नाही, तर मग प्रश्न मिटला. पण तुम्हाला दलित साहित्य हे साहित्य आहे, त्यातली भाषा ही मराठी आहे, असे वाटत असेल मग मराठी चांगले-वाईट आपण ठरवू.

आता, मुंबईच्या साहित्य संमेलनात मी माधव मनोहरांना नाही का सांगितले! ते म्हणाले, 'दलित साहित्य खोटे आहे.' मी म्हटले, 'आपण याच्यावर चर्चा करू.'

'तुमची भाषा अतिशय वाईट आहे.'

'यावरही आपण चर्चा करू.'

पण दलित आत्मकथनेही खोटी आहेत असे जेव्हा ते म्हणाले तेव्हा मी मग म्हटले, की पायताणाने मारीन-दुसरा शब्द नाही! कशाला तुम्हाला माफ करायचे? बरे, मग तुम्ही सिद्ध करून दाखवताय का, काय खोटे आहे ते? दाखवा, मी माझ्या हाताने पुस्तक जाळायला तयार आहे. पण भंपकपणा नाही करायचा!

पन्नास उदाहरणार्थ-इथे सदाशिव पेठेत मध्यवस्तीत मला कुठे घर मिळेल का पुण्यात? आमच्या साताऱ्याला 'यादोगोपाळ'त घर मिळेल का? इतरांपेक्षा पाच रुपये भाड्याचे जास्त देऊन? मी पैज मारून ठेवली मित्रांजवळ. भाडे तयार ठेवून मला खोली द्या म्हणून मागायला गेलो : 'आज द्या माझ्या ताब्यामध्ये' आणि तेवढ्यात जर माझी जात समजली तर त्या पेठेमध्ये मला जागा मिळणार! शहरात आली आणि माणसे बदलली असे नाही. ती अणुयुगात गेली किंवा पार

मरून स्वर्गात गेली तरी त्यांच्या वागण्यात फरक पडणार नाही.

आपण बसमध्ये एकाच सीटवर बसलो तरीदेखील मनाने कधीच मोकळे नसतो. एकमेकांचे शेजारी असतो, एवढेच. संवाद नसतो, संवाद केला की पहिले आपण नाव विचारतो. नाव काय म्हटले की पट्कन आपल्याला त्याचे आडनाव समजतेच की! मग त्यावरून जात समजते. नाही समजली तर मग घर कुठे आहे त्याची चौकशी सुरू होते. प्रत्येक जातीला गल्ल्या दिल्या आहेत. त्याचा बरोबर फायदा होतो. मी जर असे सांगितले की गावात मध्यवस्तीत अमुक आळीत राहतो, तर माझी जात लगेच एका मिनिटात सांगता येते. त्याउलट मी सांगितले की गावाच्या बाहेर तिकडे पलीकडच्या बाजूला, तर 'महार' हेसुद्धा सांगायची गरज भासत नाही. मी महार आहे हे इतके समजून जाते पलीकडच्या माणसाला की बोलण्याच्या विषयापासून वागण्याच्या पद्धतीपर्यंत सगळेच बदलत जाते.

खरेतर, हा मुद्दाच नाही. मुद्दा असा आहे, की तुम्ही तरी या मराठीमध्ये असे कोणते खरे सांगून राहिलाय? हे सगळे तर जादूच्या कांड्या घेऊन स्वर्गाला जायला निघाले, आणि माणसांना गाढव बनवायला!

आता आणि असे म्हणायला लागले, की तुमची भाषा आम्हाला समजत नाही. तुमची भाषा ही भाषाच नाही. पाण्यामधला 'ण' आणि 'न' यांत थोडा फरक झाला की गदारोळ करतात. पण या लोकांना 'बलुतं'चा उच्चार नीट करता येत नाही. 'बलुत' असा करतात. 'उपरा' म्हणता येत नाही. 'उपऱ्या' म्हणतात. हे सगळे खरेतर मराठीचे खुनी आहेत. अगदी सामान्य माणसाजवळ जे मराठी राहिले आहे, तेसुद्धा यांच्याजवळ नाही. त्यांचे मराठी भ्रष्ट आहे. आता मीसुद्धा शिकल्यामुळे मला असे वाटते, की माझे 'ओरिजनल' मराठी वेगळे होते आणि आताचे मराठी खूप वेगळे आहे. हा असा जो सबंध मध्यमवर्ग जवळ येतो त्याचा परिणाम होतो भाषेवर. त्यामुळे मग हिंदी येते, इंग्रजी येते, आपले वाचन वाढले की या सगळ्या गोष्टी येत राहतात. मराठीचे खरे प्रेम तर त्या अडाणी माणसांनी जोपासलेले आहे आणि सगळे व्यवहार तर भाषेतूनच होतात ना! आता 'ॲलर्जी'ला प्रमाण-मराठीत 'ॲलर्जी' हाच शब्द आहे. दुसरा शब्द नाही. मी सांगितले, की प्रमाण-मराठीत नसला तरी प्राकृतमध्ये 'वावडं' हा शब्द आहे ना! मला या गोष्टीचं 'वावडं' आहे. म्हणजे मला ती गोष्ट अजिबात चालणार नाही. पण 'वावडं' हा इतका सोपा शब्द यांच्या डोक्यात घुसणार नाही किंवा त्या शब्दाला प्रतिष्ठाही मिळणार नाही. प्रतिष्ठा 'ॲलर्जी'ला मिळेल. म्हणजे बघण्याच्या दृष्टिकोनात फरक पडतो. रांडेच्या म्हटले की शिवी वाटते आणि शिंच्या म्हटले की काय ती शिवी नाही वाटत? ठेवलेल्या बाईचा हाच

अर्थ. मग इकडचे शब्द चांगले, इकडचे वाईट. ज्ञानेश्वरांना मारून नाही का टाकले? त्यांनी प्रस्थापितांच्या विरुद्ध आवाज काढला, विरुद्ध मूल्यसंकल्पना मांडल्या, विद्रोह केला. संस्कृतमध्ये जखडलेले ज्ञान त्यांनी मराठीत म्हणजे प्राकृतात आणले. आता ज्ञानेश्वर विद्रोही होते असे जर मी म्हटले तर लोक हसतील. काय तुम्ही बोलता? ते तर देव्हाऱ्यात बसले आहेत. पण ज्ञानेश्वरांनी त्यावेळच्या प्रस्थापितांच्या विरुद्ध धक्का दिलेला होता. ज्ञानेश्वरांना इतक्या लहानपणी तुम्ही मारलेत, हा एक प्रकारे त्यांचा खून आहे. ज्या माणसाला ही गीता सांगायची, ती त्याच्या भाषेत मला लिहावी लागेल. हा बंडखोरपणा करणाऱ्या ज्ञानेश्वराला सुद्धा जिथे आम्ही 'समाधिस्थ' करून टाकतो आणि वर शुचिर्भूत करून देव्हाऱ्यात ठेवतो, त्याचा अर्थच आम्ही शुद्ध दांभिक आहोत. सावित्रीबाई फुले, महात्मा फुले यांनी मांडलेले विचार यांना मान्य आहेत का? नाही. महात्मा गांधींनी मांडलेला? नाही. मीसुद्धा 'महात्मा गांधी की जय' तुमच्यापुढे दोन पावले चालून म्हणतो. फक्त सत्ता, संपत्ती आणि प्रतिष्ठा यांतला हिस्सा तुम्ही मागू नका.

दरेक गोष्टींचं 'ओरिजिन' आपल्या बापजाद्यांच्या इस्टेटीमध्ये शोधणारा हा समाज आहे. पण यालाही मर्यादा आहेच. दरेक गोष्ट जर तुम्ही मागे शोधायला लागलात, तर कशी काय मिळणार?

आपण आपल्या संस्कृतीसाठी इतके ढोल बडवत असतो, पण त्या संस्कृतीचे मोठेपण काय हे कोणाला माहीत आहे? लक्षावधी माणसे जनावरांसारखी वागतात. जनावरांच्या पातळीवर जगतात. केवळ बोलतात एवढ्या अर्थाने ती माणसे आहेत. त्या माणसांची एखादी संस्कृती असते हा एक विनोदच आहे! माणसामाणसांचे संबंध कोणत्या स्वरूपाचे आहेत, कोणत्या मूल्यसंकल्पनांवर उभे आहेत, याच्यावर आपण संस्कृतीचे मूल्यमापन करतो - ही संस्कृती विषम आहे, की समतेच्या पायावर उभी असणारी आहे? 'स्त्री'ची अवस्था या संस्कृतीत कशी आहे, यावरूनही संस्कृतीचा विचार करता येतो. माणसामाणसातले संबंध आणि माणूस व निसर्ग यांच्यामधले संबंध हे कोणत्या स्वरूपाचे आहेत? याच्यावरूनही संस्कृतीचे मूल्यमापन करता येते.

आपल्या इथे माणसामाणसांचे संबंध किती विकृत आहेत! फुटपाथवर राहणारा माणूस हा इथल्या समाजव्यवस्थेचा एक घटक आहे. झोपडपट्टीत राहणारा मनुष्य हाही याच समाजाचा एक घटक आहे, पण त्यांची दुःखे, इथे ज्यांच्याजवळ काही आहे अशांना भिडतच नाहीत! त्यांची जीवनावस्था कशी आहे, ते जगतात कसे हे मुळी इथल्या प्रतिभावंत म्हणवून घेणाऱ्या लोकांना किंवा विद्वानांनाही माहीत नसते. महाराष्ट्रात आता इतकी ढीगभर विद्यापीठे

आहेत, पण एकाही विद्यापीठात भटक्या जमातीवर झालेली डॉक्टरेट ऐकिवात नाही. म्हणजे आदिवासींचे संशोधन ब्रिटिशांनी जेवढे केले तेवढेच राहिले, आमची गेल्या तीस-पस्तीस वर्षांत काय 'कॉन्ट्रिब्यूशन' असे विचारले तर आमची आम्हालाच लाज वाटायला लागते. म्हणजे माणसामाणसांमधले संबंध इतके विषम आहेत, जातीच्या आणि धर्माच्या इतक्या भक्कम भिंती मध्ये उभ्या आहेत, की नॅशनल स्पिरिट किंवा राष्ट्रीयत्व सगळे तोकडे दिसते. या अर्थाने ही समग्र संस्कृती, या सगळ्या माणसांची संस्कृती असूच शकत नाही. स्वत:च स्वतःच्या हातानी दरवाजे बंद करून माणसे गुलामीत राहत नसतात. कोणी हौस आहे म्हणून आपणहून गुलामीत जगत नसतात. ते नाटक नसते. म्हणून ही संस्कृती ही एका अर्थाने विकृती आहे.

स्त्रियांच्या संदर्भात विचार केला, तर स्त्री ही एका बाजूने घरातल्या पुरुषाची गुलाम तर दुसऱ्या बाजूने व्यापक समाजाची गुलाम असते. म्हणजे दोन्ही बाजूंनी तिच्यावर एकाच वेळी दडपशाही चालू असते. म्हणजे स्त्रियांच्या आणि शूद्रांच्या बाबतीत ही विषमता इतकी टोकाची आहे, की ही सगळी संस्कृती ही गुलामांची संस्कृती वाटते.

भाषेचेही तसेच. ज्या काळी सत्ताधारी पक्षाची भाषा संस्कृत होती तेव्हा सत्ताधारी पुरुषांनी संस्कृतमध्ये बोलायचे आणि त्यांच्या बायकांनी मात्र प्राकृतमध्ये. म्हणजे पाहा, की सत्ताधारी आपल्या 'टर्म्स' किती 'डिक्टेट' करतो! आपल्या बायकोवर करतो आणि इतर सगळ्याच गुलाम समजल्या गेलेल्या लोकांवरही करतो. नाहीतर मग संस्कृतीत बायकांना का मज्जाव झाला? एकतर त्यांना काय सत्ताधाऱ्यांच्या मनात बायका आपल्यापुढे जातील अशी भीती असली पाहिजे. किंवा असे असेल, बायका त्यांच्या कुठे होत्या? लढायला आलेले सैन्य कधी आपल्या बायका बरोबर घेऊन येत नाही. त्यांनी इथल्या लोकांच्या बायका घेतल्या नि प्रजोत्पादन केले. सगळ्या बायका दुसऱ्याच्या घेतल्या, दिले? काहीही दिलेले नाही. अगदी ब्राह्मण वर्गातील बाई घ्या. तिला स्त्रीधनाच्या पलीकडे कोणताही अधिकार, हक्क मिळालेला नाही. तिला देवाची पूजा करण्याचा अधिकार नाही. वेदांप्रमाणे मंत्रोच्चार करण्याचासुद्धा अधिकार नाही. आज आपण मुलींना आणि मुलांना सारखे शिक्षण देतो. मग त्या काळात असे का वाटले नसेल? तर याचा अर्थच असा, की या स्त्रिया यांच्या नव्हत्या. आर्यांनी येताना आपल्या स्त्रिया आणलेल्या नव्हत्या. त्यांच्याजवळ असणारी स्त्री शत्रुपक्षाची हे त्यांना ठाऊक होते, म्हणून कोणत्याही काळात ब्राह्मण बाईवरसुद्धा या ब्राह्मणांनी कधी विश्वास टाकला नाही आणि पुढे मग त्या परंपराच बनत गेल्या. म्हणजे बघा, बाकीच्यांना त्यांनी कोणत्या मापाने मोजले आहे ते! संस्कृतीचे दुसरेही

एक अंग आहे ते साहित्य-कलांचे. ज्याला आपण 'एक्सलन्स' म्हणतो असे काय या संस्कृतीने निर्माण केले आहे? संगीत चांगले आहे, की चित्रकला चांगली आहे, की शिल्पकला चांगली आहे? म्हणजे सृजनात्मक बाजूनेसुद्धा आपण संस्कृतीचा विचार करू लागतो.

गाणे तुम्हाला चांगले वाटून करायचे काय? पण केवळ तुम्ही ते चांगले म्हणता, म्हणून आम्हीही ते चांगले म्हटले पाहिजे, याला काही अर्थ नाही. शेतकरी बेभान होऊन तासन्तास ढोल वाजवत असतात. देहभान विसरून नाचत असतात. आता, कोणते गायन चांगले, कोणते वादन चांगले हे कसे ठरवायचे? गंधर्वांचे गाणे चांगले म्हणायचे की झोपडपट्टीमध्ये तासन्तास चाललेला ढोल चांगला म्हणायचा?

बालगंधर्वांचे गाणे ऐकणारी माणसे किती थोडी आहेत! त्यांना त्या गाण्याशी फारसे देणेघेणे नाही, गाणे ऐकायला प्रतिष्ठा आहे आणि निवांत वेळ आहे म्हणून हे गाणे ऐकायला जातात. तिथे खऱ्या अर्थाने संगीताचा उपयोग नाही. स्वत:चे रंजन करण्याकरता गाण्याचा उपयोग केला जात असेल, तिथे प्रक्रिया ही वेगळी आहे. गाणे कसे चांगले ठरवायचे? भाषा कोणती चांगली ठरवायची? ती चांगली ठरवण्याचे कोणते 'नॉर्म्स' आहेत; म्हणून कधी कधी वाटते, की तुमचे कितीही चांगले असले ना तरी ते आमच्या उपयोगाचे नाही. म्हणजे अगदी इतिहासकाळापासून आतापर्यंत! कोटिंग फक्त बदलून घेतले!

आपल्याकडे काय आहे की याला आजार झाला तर हा इंजेक्शन घेण्यासाठी अमेरिकेला जाणार आणि यांच्या गोळ्या खाऊन इथे हजारो माणसे मरणार! हे रक्षण काही संस्कृतीचे कोणी करत नाही. राष्ट्र उभे करायचे आहे वगैरे सगळ्या थापा असतात. आता, इतकी वर्षं आम्ही त्या ऐकत आलो. इथले प्रस्थापित म्हणवून घेणारे जे लोक आहेत ते या देशाचे पहिल्या नंबरचे शत्रू आहेत. ज्यांना राष्ट्राचेच खरे प्रेम आहे ती माणसे राष्ट्र उभे करण्याचाच विचार करतात. पण यांच्या मनात राष्ट्राबद्दल मुळात प्रेम नाही. त्यांनी लाठ्या-बोथाठ्या फिरवल्या काय किंवा आपण सारे एक आहोत आणि हिंदू सारे एक आहेत म्हटले काय, काही बिघडत नाही ना! नाहीतर मग यांनी आंबेडकरांच्या हिंदू कोड बिलाला काय म्हणून विरोध केला? त्याला विरोध केला, कारण त्यांनी स्त्रियांना हक्क दिले. आंबेडकरांना वाटत होते, की या देशाचा हजारो वर्षांचा इतिहास उपलब्ध आहे. पण शूद्रांच्या हातामध्ये सत्ता नव्हती आणि शूद्रांच्या हातांमध्ये पहिली सत्ता आलेली आहे, तर या मंत्रिपदाचा उपयोग पहिल्यांदा या देशात महाशूद्र असलेल्या स्त्रियांसाठी झाला पाहिजे. मी बायकांना सारखे सांगतो, खुळ्यासारखे करू नका. तुमचा नेता या देशामध्ये आंबेडकर आहे. या देशामध्ये कोणीही

मनुष्य स्त्रियांच्या बाजूने उभा राहिलेला नाही. साऱ्या पुरुषांनी स्त्रियांची बाजू नाकारलेली आहे. राज्यकर्ते आपले आई-बाप असतील, भाऊ असतील पण ते सारे शत्रुपक्षातले होते.

बाबासाहेब आंबेडकरांप्रमाणे मीही उच्चवर्णीयांना विचारतो, की हे तुम्ही काय करून राहिला आहात? तुम्हाला ठाऊक आहे, की तुम्ही इतरांना दरवाजे बंद तर केलेच, पण स्वत:ही बंदिस्त होऊन राहिलेले आहात. तुम्हाला काय समजते? तुम्हाला काहीही समजत नाही. चांगली कला समजत नाही, चांगली भाषा बोलता येत नाही. माणसांमध्ये तुम्ही मिसळत नाही. हा तुमचा सर्वांत मोठा दोष आहे. तुम्ही स्वत:ला इतके सीमित करून घेतले आहे की तुम्हाला काहीही समजत नाही. काही न समजणाऱ्या माणसाने स्वत:ला विद्वान म्हटले म्हणून तो विद्वान ठरतो असे नाही.

यांचे स्वत:चे असे काही आहे हे मानायला मी अजिबात तयार नाही. संगीतापासून शिल्पापर्यंत यांचे स्वत:चे असे काही नाही. पण भाव आणि आभास मात्र असा आहे, की ते सगळे आमचेच आहे. वेदांचेसुद्धा असेच! अनेक स्त्रियांनी वेदांत 'कॉंट्रिब्यूशन' केलेली आहे, शूद्रांनी केली आहे; पण वेद कधीही स्त्रियांचे किंवा शूद्रांचे झालेले नाहीत. यांनी स्वत: मेहनत करून काही कमावलेले नाही, पण हे ते कधीच कबूल करणार नाहीत. वेद म्हणाल तर तेही अपौरुषेय आहेत. ते कुणी 'पुरुषोत्तमा'ने निर्माण केलेले नसल्यामुळे तेही यांचे आहेत अशी खात्री नाही. राम यांचा नाही. कृष्णही यांचा नाही. बुद्ध नाही आणि महावीरही नाही. म्हणजे देवांच्या पातळीवरसुद्धा यांचा स्वत:चा देव नाही. सगळी दुसऱ्यांची उसनवारी पण अहंकार असा आहे, की या सर्वांचे बाप आम्ही आहोत.

इथले शास्त्रीय संगीत हे खरेतर शूद्रांनी निर्माण केले, ज्यांचा खरोखर निसर्गाशी अतूट असा संबंध आहे. आदिवासींचे संगीत हे सर्वाधिक चांगले संगीत. पण ते तिथे राहिले नाही. जे चांगले आहे ते सगळे वरिष्ठ संस्कृतीने बळकावून घेतले आहे. उचलून घ्यायचे, दुसऱ्याचे पोरगे आपल्या नावावर खपवायचे आणि इतरांना तुच्छ लेखायचे. या संस्कृतीचे 'ओरिजिन' काय? या संस्कृतीने सगळे चांगले दुसरीकडून उपटले आहे. संगीतात यांची काही 'कॉन्ट्रिब्यूशन' नाही. चित्रकला म्हणाल तर चित्रकला नाही. आदिवासींची पोरे इतकी सुरेख चित्रे काढतात की इथला एखादा मोठा चित्रकारसुद्धा फिका पडेल! ज्या गुलाबाबद्दल इतके काट्याने बोलले की लोकांना राग येतो, तो गुलाबसुद्धा आपला नव्हे, तो मोगलांकडून आला. हिंदूंची सगळी संस्कृती म्हणजे उसनवारी आहे. चांगले संगीत त्यांनी घेतले मोगलांकडून. त्यांनी हातात जेव्हा गुलाब धरला तेव्हा यांना

तो समजला. आज अगदी डायनिंग डेबल, टीव्ही-फ्रिजपर्यंत सगळे आहे. ही पाश्चिमात्य जगाची उसनवारी आहे. स्वत:कडे सत्ता, पैसा हातात असल्यामुळे जे दुसऱ्याचे चांगले आहे, ते सगळे यांनी बळकावले आणि मालकी प्रस्थापित झाली, की सांगत राहायचे की हे सगळे आमचे आहे!

सगळ्या 'एलाइट' क्लासमध्ये पाश्चात्त्यांचे अनुकरण सुरू आहे आणि एका बाजूला संस्कृतीचा ढिंढोरा आहे. म्हणजे एका बाजूला तुम्ही सतत दुसऱ्यांच्या मूल्यसंकल्पना घेता, इंग्रजी भाषा शिकता, स्वत:ची मुले कॉन्व्हेंटमध्ये घालता, परदेशी जाण्याची स्वप्ने बघता, तिकडचे ज्ञान-विज्ञान घेण्याचा प्रयत्न करता आणि दुसऱ्या बाजूला तुम्हीच संस्कृतीचे ढोल वाजवता! मग तुमच्या प्रामाणिकपणाबद्दल इतरांनी संशय घेतला तर तुम्हाला राग कोणत्या कारणासाठी येतो? पाश्चात्त्यांची संस्कृती सर्वश्रेष्ठ असल्यामुळे ती आम्ही स्वीकारतो आहोत असे तुम्ही म्हणता काय? बोलण्याची भाषा ही नाही. वागण्याची भाषा ही, की आम्ही त्यांचे सगळे काही स्वीकारतो मग आपले स्वत:चे काही नाही राहिले तरी चालेल. लवचीकपणा इतका आहे, की एकाच वेळी साडी नेसतील, माडी बांधतील आणि तिकडे जाण्याचा विचार करतील.

हा लवचीकपणा इथल्या गरीब माणसांत नाही. माझी आई माझे मातृत्व नाकारते, दुसऱ्या जातीतल्या मुलीशी लग्न केले म्हणून माझा धिक्कार करते : 'तुझ्यापेक्षा दगड-धोंडा झाला असता तरी बरं झालं असतं. निदान टकुऱ्यात तरी पडला नसता. तू मेलास तर आनंद होईल' असे ती बाई का म्हणते? आणि इकडे किती मोकळेपणा आहे बघा! इकडे ती स्वतः अगदी पॉश राहील, व्यवस्थित राहील आणि एका टेबलावर बसून दारू पिईल! आपले साहित्य काय, संगीत-कला काय; आता ताजमहालचे बघा. ताजमहाल हा अतिशय देखणा आणि सुंदर. सामान्य माणसाला ताजमहालाचे सौंदर्य मोहवून घेऊ की शकते, पण माझ्यासारख्या माणसाला ताजमहाल पाहिल्यानंतर असे वाटते, ही आमची दफनभूमी आहे. लक्षावधी माणसांचे शोषण करून, त्यांचे श्रम घेऊन बांधलेली ही कलाकृती! कलाकृती म्हणून कितीही उच्च दर्जाची असली तरी आमच्या दृष्टीने ती श्रेष्ठ नाही. आम्हाला त्यामागचे तोडलेले हातच दिसत राहतात. ज्याच्या पोटातले पाणी हलत नाही त्याला तो देखणा वाटतो.

म्हणजे दुसऱ्याची बायको कितीही देखणी असली तरी तिच्यावर मी माझा हक्क नाही सांगू शकत. तसेच आहे हे! तुमची संस्कृती असेल महान, मोठी, पण तिच्यात जर माझा एकही अंश नसेल तर मग ती माझी म्हणून उराशी कवटाळण्यात काय अर्थ आहे? जेव्हा सगळ्या माणसांच्या शोषणातून, इतक्यांना दुःखी ठेवून ताजमहालासारखी कलाकृती निर्माण होते तेव्हा माझ्या दृष्टीने त्याला

अर्थ नाही. आमच्या हाती सत्ता आली तर कदाचित मी तिथे गाढवे बांधायला जागाही शोधीन. तेथे बागेमध्ये गाढवे चरू द्यावीत! काय बिघडते? काय उपयोग करायचाय त्याचा? जे सुंदर आहे ते सुंदरच. ते मी नाकारल्यामुळे असुंदर होणार नाही. पण आता एक कवी म्हणतो, की चंद्र मला भाकरीसारखा दिसतो. वास्तविक, मराठीत चंद्राच्या सौंदर्याला कितीतरी उपमा दिलेल्या आहेत! प्रेयसीच्या मुखाला चंद्राची उपमा दिली आहे. पण ज्याला झोपडीतून फाटके आभाळ दिसते, तो असेच म्हणणार की मला चंद्र भाकरीसारखा दिसतो! आता चंद्र देखणा नाही, कुरूप आहे असे काही नाही. पण इथे दोन संस्कृती आहेत. एक प्रस्थापितांची आहे. तिला संरक्षण आहे. दुसरी बहिष्कृतांची. जिला 'सँक्शन' नाही आणि या दोन संस्कृती एकमेकींना 'पॅरलल' चाललेल्या आहेत! -

एक संस्कृती सत्ताधाऱ्यांची आहे ; ज्यांच्याकडे सत्ता, संपत्ती आणि प्रतिष्ठा आहे आणि एक संस्कृती येथील दलितांची आहे. त्या बायका पहाटे जात्यावर ज्वारी दळत असताना जे गाणे म्हणतात ते किंवा परवा मी लमाणांच्या तांड्यामधले एक गाणे ऐकले, त्या गाण्यामध्ये इतकी ताकद असते की अर्थ काहीही न समजतादेखील तुम्हाला ते गाणे ढसढसा रडायला लावते. बंजारा लमाणांच्या गाण्याची थीमच इतकी करुण आहे आणि त्यांच्याकडे अशी पद्धत आहे, की कोणत्याही कार्यक्रमाला रडण्याने सुरुवात होते. आपल्याकडे दरएक चांगल्या आणि वाईट कामाची सुरुवात करण्याची पद्धत ठरलेली आहे. आपण पेढे वाटून किंवा नारळ फोडून चांगल्या कामाची सुरुवात करत असतो आणि इथे समूहच्या समूह प्रत्येक गोष्ट रडण्यानेच सुरू करत असतो.

त्याची कारणे वेगवेगळी असतील, पण ती या संस्कृतीचा भाग नव्हे ना? म्हणून येथे मुळात दोन संस्कृती आहेत. आता, लमाण रडण्यानेच का सुरुवात करतात, हे तुम्हाला का माहीत नाही? माझ्या दृष्टीने हेच महत्त्वाचे आहे. मराठी साहित्यिक आणि विद्वानांच्या जगाला हे माहीत करून घेण्याची गरजच मुळात भासत नव्हती. आता एक शिवी कानावर आली की वाटते, इथे काहीतरी घोटाळा झालेला आहे. म्हणजे आता कुठे वाटायला लागलेले आहे की घोटाळा आहे. प्रचंड घोटाळा आहे, समजत नाही; आणि समजत नसल्यामुळे मग त्याकडे दुर्लक्ष होणे अगदी साहजिक आहे. माणसामाणसांचे संबंध माणुसकीच्या पातळीवर राहावेत असे मुळी इथे नाहीच आहे.

आता, विषमतेसंबंधी बघा. मी न्यू यॉर्कमध्ये गेलो असताना तिथे पाहिले, एकही भिकारी नाही. अगदी एकही भिकारी दिसला नाही. याचा अर्थ काय? आर्थिक विषमता आहे, अगदी टोकाची आहे. पण तरीसुद्धा अन्नाची भीक मागावी लागते इतकी हलाखी नाही. आपल्याकडे मात्र इतके प्रचंड दारिद्र्य आहे

आणि मग आपला जो संस्कृतीचा अहंकार असतो तो आपल्याला सारखे असे सांगत असतो, की हे आमचे आहे. त्यांना मी असं सांगतो, की ही संस्कृती मुळी आमची नाहीच आहे. जी आम्हाला बंदिस्त करून ठेवते, ती आमची संस्कृती असूच शकत नाही. परदेशात इतक्या प्रतिकूल निसर्गामध्ये सुद्धा माणूस काम करत असतो. आता, आमच्याकडच्या निसर्गाकडे पाहिले तर तुम्हाला कळेल, येथील माणसांना जगण्यासाठी निसर्गाशी टक्कर द्यावी लागत नाही. जगण्यासाठी आम्हाला टक्कर द्यावी लागत नाही, म्हणून आमच्याकडे भिकारी जास्त, भीक मागूनच जगायचे. काही धंदा करू नको. जगाच्या पाठीवर कुठेही जा, कुठल्याही जमातीचा चोरी करणे हा धंदा असू शकत नाही. आपला एकच देश असा आहे, की जेथे जमातींचा चोरी करणे हा धंदा आहे! पारध्याने चोरीशिवाय काही करायचेच नाही. कंजारभाट मंडळींनी दारू काढण्याशिवाय काही करायचे नाही, गोंधळ घालणाऱ्या मंडळींनी गोंधळाविना काही करायचे नाही. म्हणजे धंदे अशा पद्धतीत वाटले आहेत, की त्यातून केवळ विषमता निर्माण होईल. समता वगैरे काही भानगडीच नाहीत. हक्क वगैरे मागण्याची जाणीव येणार नाही. अशा पद्धतीची रचना ही निसर्गाच्या सोयीची नाही. त्यामुळे तिकडे जाऊन आल्यावर मला ही जाणीव झाली, की इतका समृद्ध निसर्ग आमचा, पण काही मूठभर लोकांची ताबेदारी असल्यामुळे हे प्रश्न इतके गुंतागुंतीचे होऊन बसले आहेत.

आपले महत्त्व कमी होईल म्हणून चातुर्वर्ण्य व्यवस्था. चार मोठे गट, पण त्यातही समाधान नाही झाले. का? त्याच्यातला एक गट जरी घेतला तरी तो आपल्यावर कुरघोडी करू शकतो. म्हणून क्षत्रिय एक राहणार नाहीत, वैश्य एक राहणार नाहीत, शूद्रही एक राहणार नाहीत. यासाठी त्यांच्यात फूट पाडली, जाती बंद केल्या आणि त्यातही गंमत अशी, की त्यांच्यामध्येसुद्धा मार्जिन मोठी नाही राहिली. म्हणजे एक जात जरी संघटित झाली तरीही आव्हान मिळते, म्हणजे ब्राह्मणांमध्येसुद्धा नुसते ब्राह्मण जर एकगठ्ठा राहिले तरी भीती आहे. यांची फोडाफोड जी आहे ती स्वार्थासाठी आहे. कशी फोडाफोड आहे? हे एकत्र राहिले, सारे ब्राह्मण एक, बाकी साऱ्यांची फाटाफूट केली तर तेही तत्त्वतः चूक. कारण एक नियम सर्वांना लागू. म्हणून इथे जशा पोटशाखा झाल्या तशा तिकडेही पोटशाखा, इतर जातींमध्येसुद्धा निर्माण झाल्या. आता कैकाडी ही भीक मागून जगणारी जमात. तिच्याही अडतीस पोटशाखा. कैकाडी म्हणून ते एकत्र येताच कामा नयेत. एकत्र आले की विचार करायला लागतील. लोकांनी विचारच करू नये म्हणून ही व्यवस्था. विचार तुम्ही करू नका. त्याचे कॉन्ट्रॅक्ट आम्ही घेतलेले आहे. तुम्ही शांत राहा, आपल्याकडे आधी या सरकारकडे नोंद असलेल्या एकेचाळीस मागास जमाती! एका कैकाडी जमातीत अडतीस पोटजाती.

आता या पोटजातीत लक्ष्मण मानेचे म्हणून असणारे दुःख जरी कॉमन असले तरी त्या पोटजातीचे म्हणून आणखी एक वेगळे दुःख आहे. आमचा दरेक मनुष्य हा एका स्वतंत्र कादंबरीचा विषय आहे. दरेक माणसाच्या वाट्याला भोगवटा काय आलेला आहे! दुःख आहे, दारिद्र्य आहे, वंचना आहे. आता हे सारे जिथे उपस्थित आहे तिथे साहित्याला कमी नाही. शब्दाचे सामर्थ्य आणि त्या सामर्थ्याने ती घटना पकडणे, एवढेच फक्त महत्त्वाचे.

तेव्हा प्रमाण कोणते मानावे याची मूल्ये ठरवावी लागतात आणि ती सत्ताधारी पक्ष ठरवणार. सत्ताधारी म्हणजे राज्यसत्ता असा फक्त अर्थ नाही; प्रस्थापित व्यवस्था. जोपर्यंत तुमच्या तालावर नाचवण्याची शक्ती तुमच्याजवळ आहे तोपर्यंत तुम्ही नाचवत राहणार. ज्यांच्याजवळ ती नाही ते ती मिळवण्याचा प्रयत्न करणार. ज्यांच्या हाती सत्ता नाही ती माणसे कदाचित शिव्या हासडून, क्वचित दगड मारून, जाळपोळ करून आपल्याला मान्य असणारी मूल्ये प्रस्थापित करणारच. आपल्याला टेन्शन इतकी आहेत! ज्या वर्गाला आज आपण अगदी सुखरूप आहोत असे वाटते, त्या समाजाने हे लक्षात ठेवले पाहिजे, की पुढची पाचपन्नास वर्षे ही या देशात अगदी धोक्याची आहेत, कदाचित असेही होईल, की हे सगळे नष्ट होऊन गेल्याशिवाय नवीन निर्माणच करता येणार नाही!

गरिबीच्या विरुद्ध लढाई केली पाहिजे हे इंदिराबाईंनी म्हणून फायदा नाही. गरीब, त्याला जी अर्धी भाकरी मिळते त्यातच इतका खूश असतो की त्याला आकांक्षाच नाही! गरिबांच्या आकांक्षाही लहान, माझ्या वडिलांची इच्छा काय? मी शाळामास्तर व्हावे. त्यांना का नाही वाटत, की आपला मुलगा डॉक्टर व्हावा? एखाद्या ब्राह्मण कुटुंबातला मुलगा जर म्हणाला की मी टॅक्सीवाला, टांगेवाला होईन तर त्याला कानफटात देईन असे सांगितले जाते. त्याची कुवत महत्त्वाची नाही, पण त्याने डॉक्टर व्हायला पाहिजे हीच त्यांची आकांक्षा असते, आणि मग ब्राह्मणांमध्ये ढीग भरून डॉक्टर निर्माण होताना दिसतात. म्हणजे ज्या काळामध्ये, ज्या धंद्यांत सर्वाधिक पैसा मिळतो, ते धंदे प्रथम स्वतः 'कॅप्चर' करायचे आणि मग रेसमध्ये हे जिंकले तर नवल काय? आपल्या सामाजिक जीवनात एवढी विषमता आहे, की शेतमजुराच्या मुलाला शाळामास्तर होण्याचे स्वप्नसुद्धा बाळगता येत नाही आणि दुसरी माणसे तर पार अणूपरमाणूच्या गोष्टी करत असतात, चंद्रावर जाण्याच्या नि त्याचा अभ्यास करण्याच्या. आतापर्यंत असे होते, की कुणी जाबच विचारत नव्हते. आता हे असेच राहील हे शक्य नाही. एक गोष्ट तुम्हाला सांगतो. एका गावात एक चर्च होते. अगदी पडक्या अवस्थेत उभे होते. केव्हाही अंगावर कोसळेल. त्या चर्चची एक समिती एके

दिवशी जमली आणि नवीन चर्च बांधायला पाहिजे, असे एकमताने मंजूर करण्यात आले. तेवढ्यात एकजण मध्येच म्हणाला, की नवीन चर्च बांधायला पाहिजे, पण हे चर्च आपल्या पुरातन, बापजाद्यांच्या संस्कृतीचे प्रतीक आहे ते जतन केले पाहिजे. सगळ्यांना हे मान्य झाले. तेवढ्यात दुसरा उठून म्हणाला, की मला यात दुरुस्ती सुचवायची आहे. नवीन चर्च बांधले पाहिजे हे बरोबर, पण नवीन चर्च होईपर्यंत हे जुने चर्च पाडता कामा नये आणि नवीन चर्च त्याच जागेवर बांधले पाहिजे.

आपले सबंध कल्चर या एका गोष्टीत आहे. नवीन चर्च बांधण्याबद्दल आमचे काहीच दुमत नाही. वर्गव्यवस्था मोडली पाहिजे, जातिव्यवस्था नाहीशी झाली पाहिजे, माणसे गुण्यागोविंदाने राहिली पाहिजेत असे सगळ्यांनाच वाटते. कोणीही या गोष्टीला विरोध करणार नाही आणि तरीही देशात दारिद्र्य भीषण रीतीने वाढत आहे. म्हणजे नवीन चर्च बांधायला जसा विरोध नाही, तसा समता प्रस्थापित व्हायलाही यांचा विरोध नाही. पण सूचना अशा करायच्या, सगळे अंगावर कोसळतेय आणि थोड्या वेळाने आपण मरणार आहोत, तरी नवीन चर्च बांधले जाता कामा नये. कोलदांडा असा घालायचा की जुन्या जागेवर बांधावे आणि जुने तर पाडता येत नाही. अशी सबंध संस्कृती आहे.

उद्या तुम्ही म्हणाल, की नवीन मूल्यांच्या आधारे आम्ही नवीन संस्कृती निर्माण करतो तर येथील शूद्र, स्त्रिया यांचा विरोध होणार नाही. उलट, ते म्हणतील, की आम्ही पुन्हा आमचे रक्त आटवायला तयार आहोत. आम्ही घाम गाळू, पण तुमची जुनी संस्कृती आम्हाला मान्य नाही. ती तोडूनच टाकायला हवी. काय हक्क आहे तुमचा? समजा, माझ्या बापाचे चित्र आहे आणि अर्थात माझ्या बापाचे असल्यामुळे त्या चित्राशी माझी ॲटॅचमेंट आहे, पण आता प्रसंग आला तर माझ्या बापाची मूर्ती मला फोडून टाकावी लागेल, कारण जुने काही नष्ट केल्याशिवाय मला नवीन असे काहीही देता येणार नाही. मूल्यात्मक संकल्पनांचा हा सगळा घोटाळा आहे. आपल्या सगळ्या मूल्यसंकल्पना विषमतेला पोषक अशा आहेत.

आपल्या राज्यघटनेमध्ये 'सेक्युलॅरिझम' मान्य केला आहे. घटनेनुसार या देशाला एकही धर्म नाही, पण पुस्तकामध्ये तसे आहे. टेक्स्टबुकांमध्ये चातुर्वर्ण्य फक्त येत नाही, बाकीचा सगळा हिंदू धर्म त्यात असतो. हे काय म्हणून इतरांनी खपवून घ्यावे? आज ते बोलत नाहीत, कारण मार बसेल. पण आता जे हिंदू आहेत ते बोलणारच नाहीत या भ्रमात राहायचे कारण नाही. घटनेप्रमाणे, मुलांवर खरेतर सतराव्या वर्षापर्यंत धर्मच लादू नये. म्हणजे आपण संस्कार करतो हासुद्धा कायद्याने गुन्हा आहे. तुम्ही त्याची मुंज एकविसाव्या वर्षानंतर

करावी. म्हणजे त्याला जर वाटले मुस्लीम व्हावे; तर एकविसाव्या वर्षानंतर त्याला काय करायचे ते करू द्या. तोपर्यंत हे संस्कार कायद्यानेसुद्धा असता कामा नयेत आणि तोपर्यंत हे नैतिकही नाही. एकतर माझ्या मुलावर मी माझा धर्म लादतो, तो माझ्या पोटी जन्माला आला म्हणून त्याला माझ्या बापाची जात लावावी लागते. ही गोष्ट गैर आहे. त्याचे कशात भले आहे हे त्याचे त्याला ठरवू दे. तुमचा धर्म ग्रेट असेल तर तो त्यात राहील, नाहीतर दुसरा धर्म श्रेष्ठ असेल तर तिकडे निघून जाईल.

ज्या ज्या काळात इथे प्रस्थापित निर्माण झाले, त्या त्या वेळेला इथल्या शूद्रांनी प्रस्थापित नाकारलेले आहे. मोगल आले आणि फुकट राज्य नाही निर्माण केले त्यांनी! कोणाची मिलिटरी इथे काम करत होती? मिलिटरीत ब्राह्मण किती होते? परकीयांना बोलावून इथे सत्ता राबवायला हरकत नाही, आमचा श्वास तरी रिकामा राहील. या पद्धतीने माणसे पुन्हा बोलणारच नाहीत याची खात्री काय? साध्या नावाच्या प्रश्नासाठी मराठवाड्यामध्ये कत्तली होतात, दंगली होतात, आणि तरीसुद्धा शासन बघ्याची भूमिका घेते, तर हे शासन ठेवायचे नाही अशी भूमिका येणारच. आज जी सत्ता आहे ती आमच्या विरोधकांच्या ताब्यात आहे. आमच्या विरोधी मूल्यसंकल्पना मानणाऱ्यांची आहे. उद्या येणारी सत्ता जर अशीच असेल आणि लोकशाहीवरचा विश्वास उडाला, शब्दांवरचा विश्वास उडाला तर मी तुम्हाला सांगतो, अराजक निर्माण होईल आणि अशा अराजकानंतर काही चांगले झाले तर होईल.

आपले मुख्य प्रश्न जे आहेत ते साहित्यिक नाहीत ते सामाजिक बांधिलकीचे आहेत. तुम्ही जर शिल्लकच राहणार नसाल तर नुसत्या कलेसाठी कला करून काही फायदा होणार नाही. कलेसाठी कला केव्हा? ज्याचे निवांतपणे पोट भरलेले आहे, ज्याला स्वप्ने बघण्यापलीकडे दुसरा कसलाही धंदा नाही त्याने करावी ही चर्चा. पण ज्याच्या पोटात हा भुकेचा जाळ आहे, तो तुमच्या चांदण्यावर जगणार आहे काय? त्याला कलावादी होण्याचे स्वातंत्र्यच नसते. जसा तो प्रस्थापिताचा भाग होऊ शकत नाही, तसा तो निखळ कलावादी होऊच शकत नाही. दलित लेखक केवळ कलावादी भूमिका घेऊच शकत नाही. इतक्या मोठ्या प्रमाणावर झालेले समाजाचे विघटन आहे. देश उभा करण्याच्या आपण घोषणा करत आहोत, पण आपल्या वागण्या-बोलण्यात एवढे अंतर आहे! हे अंतर सांधण्याचा जर आपण प्रयत्न केला, तर मी तुम्हाला सांगतो, या देशाइतका मोठा देश दुनियेत नाही. या देशाइतका समृद्ध देश दुसरा कुठलाही नाही. मी या देशावर प्रेम करायला लागलो, इतर देश पाहून आल्यानंतर! तोपर्यंत मात्र वाटायचे की या देशाइतका भिकार दुसरा देश नाही. माझा राग

असायचा तो या देशातल्या माणसांवर! निसर्गावर नाही. बाहेर जाऊन आल्यावर आता मला वाटते, इतका समृद्ध देश आहे, पण माणसे दरिद्री आहेत, दरिद्री माणसांचा हा श्रीमंत देश आहे. चार ऋतू आहेत. जमीन इतकी सुपीक की वर्षातून तीन-तीन पिके काढली तरी ती देईल. आम्ही करंटे आहोत. म्हणून माझा सर्वाधिक राग उच्चवर्णीयांवर आहे. आमच्याकडे एवढ्या शक्ती आहेत आणि त्या जर मोकळ्या केल्या तर इतक्या खळखळून वाहतील, की आपल्या सगळ्यांनाच बंगले मिळतील. लोकहो, पण तुम्ही करंटे आहात, म्हणूनच सगळे आपल्या पंज्यात घेतलेले आहे. जरा मोकळे कराल तर जसे मटकीला कोंब फुटावेत तसे कोंब येतील.

मी मागे एकदा असे म्हटले होते, की हा देशच आमचा नाही. आता, आम्ही उलटे म्हणतो, की इथे जे प्रस्थापित आहेत त्यांचा हा देश नाही. इथे दोन संस्कृती आहेत. इथली बहुजन समाजाची जी संस्कृती आहे तिचे उदात्तीकरण करण्यामध्ये आम्हाला अधिक रस आहे. कारण हा देश मुळी आमचा आहे, तुम्ही बाहेरून आलात, तुम्ही अक्कल शिकवायची नाही. तुमचे वेद इथले नाहीत, तुमची पुराणे इथली नाहीत, तुम्ही इथले नाहीत. तुम्ही खरेतर ब्रिटिशांसारखे बाहेर जायला हवे. पण तुम्हाला जर आज म्हटले, की तुम्ही चालायला लागा, तर तुम्हाला मायभूमी नाही. म्हणून हाकलून फायदा नाही. कारण तुमची आणि आमची रक्ताची नाती आहेत.

आता, आम्ही तुम्हाला एवढेच विचारतो, की तुमचा या देशाशी नेमका संबंध काय? तुमचे राष्ट्रीयत्वसुद्धा खरे आहे की खोटे? हे कशाच्या आधारावर ठरवायचे? तुम्ही राज्यघटना मानता की नाही यावर! राज्यघटना ही आपण साऱ्यांनी मिळून केलेली घटना आहे. ती आपल्या दोघांची आहे ना? तर प्रमाण काय मानायचे? आहे असेच जर वातावरण राहिले तर साहित्याचे राहू द्या, पण बोलण्याचे तरी स्वातंत्र्य आपल्याकडे राहील का हा प्रश्न आहे. याच पद्धतीचे वातावरण राहिले तर आज असे दिसते, की थोडे तरी साहित्य येते. पण अशाच प्रकारच्या तीव्र घटना जर घडत राहिल्या, तर लिहूनही काही होत नाही असे जेव्हा लक्षात येईल तेव्हा माणसे निवांतपणे झोपू देणार नाहीत ही त्यातली मोठी भीती आहे. साहित्य पाच टक्के होईल, दहा टक्के होईल याची भीती वाटत नाही. ते होईलच. कारण आता कोणी कोंबडे झाकून ठेवले म्हणून उजाडायचे काही राहत नाही. तो दिवस उगवणार आहे. त्याचा प्रकाश येणार आहे. त्याची लाट पसरणार आहे. मला भीती याची आहे, की तो कोंबडाच तर मरणार नाही ना? इथे मुळी लेखकाला लिहिण्याचे स्वातंत्र्य तरी अबाधित राहील का? याचीच भीती उत्पन्न झाली आहे.

कारण खालून येणाऱ्या माणसाला लिहून काही होते याची प्रचिती यावी लागते. नुसत्या कायद्याने काही होत नाही. साध्या गोष्टींसाठी जर तुम्ही शेकडो माणसांची आहुती मागत असाल तर त्यावर माणसाची श्रद्धा राहत नाही. तत्त्वज्ञानाने पोट भागत नाही, खरा भस्मासुर कोणता आहे? खरी भीती कोणती? साहित्याचे काय होईल? याच्याशी मला देणेघेणे नाही, साहित्य मरू दे हवे तर. साहित्य ज्या कारणासाठी माणसं लिहीत आहेत ते प्रश्न जर तसेच राहिले तर साहित्यही राहणार नाही आणि प्रस्थापितही राहणार नाहीत, कदाचित हे सगळे संपेल.

❖

जाता जात नाही ती जात...

अखेर, लोकसभा भंग पावली आणि मध्यावधी निवडणुकांचे नगारे वाजू लागले. कोणत्याही पक्षाला बहुमत नसल्यामुळे केंद्र सरकार चालवणे हे अतिशय अडचणीचे झाले होते. लोकसभा भंग पावली हे एका अर्थाने बरेच झाले. तथाकथित डावे पक्ष आणि प्रादेशिक पक्ष यांनी गेली पन्नास वर्षे काँग्रेसचा द्वेष करण्यापलीकडे काही केले नाही आणि क्रमाने, या सर्व पक्षांना उतरती कळा लागली. मार्क्सच्या दुर्दैवाने तो त्याच्या वर्गशत्रूच्या तोंडून या देशामध्ये दाखल झाला. ब्राह्मणी परंपरेमध्ये वाढलेले, ब्राह्मणी संस्कृतीमध्ये जन्माला आलेले तथाकथित डावे नेते हे तोंडाने कितीही जहाल, डावी भाषा बोलत असले तरी त्यांचे वर्तन, त्यांच्या पक्षांचे कार्यक्रम हे काही लोकांनी स्वीकारले नाहीत. सी.पी.एम., सी.पी.आय, असो; फॉरवर्ड ब्लॉक असो; संयुक्त समाजवादी प्रजासमाजवादी असोत, वाद्याचा अपवाद केला तर उरलेल्या सर्व डाव्या पक्षाचे नेते एकतर जातीने ब्राह्मण होते किंवा ते ब्राह्मण्यग्रस्त होते. ओठात एक आणि पोटात एक. तोंडात क्रांतिकारक कामगार पुढाऱ्यांची भाषा. एक लोहिया आणि वर्तनामध्ये कमालीचा लवचीकपणा, बोटचेपेपणा हे इथल्या डाव्या पक्षांचे वैशिष्ट्य आहे. कारण त्यांचे सर्व पै पाहुणे, सगेसोयरे हे राष्ट्रीय स्वयंसेवक संघापासून कोणत्याही पक्षात असतात. किंबहुना पुरोहितवर्गाने आपल्या शत्रूची भाषा अवगत करून आपल्या वर्णाच्या,

आपल्या वर्गाच्या विरोधी असलेल्या समूहाचे तत्त्वज्ञान पाठ करून अत्यंत खुबीने, बुद्धीच्या तुऱ्याने ब्राह्मणांच्या विरोधी असलेले गट आतून पोखरण्यासाठी हा दारूगोळा आपल्याच जातीतल्या पुढाऱ्यांच्या मार्फत डाव्या संघटनांमध्ये पेरला आणि कामगार संघटनांपासून डावे पक्ष, डबघाईला येऊन बुडाले.

गांधींचा खून १९४८ साली झाला. राज्यामध्ये आणि देशामध्ये ब्राह्मणांविरुद्ध दंगल झाली. महाराष्ट्रामध्ये त्याची विशेष झळ पोचली. गांधींच्या विरोधी महाराष्ट्रातली पुरोहितशाही गांधींना ठार मारण्यासाठी कट-कारस्थाने करत होती आणि त्याचवेळी गांधींच्या चळवळीतही फार मोठ्या प्रमाणात पुरोहितवर्ग होता. त्यामुळे तर प्रतिगाम्यांच्या उठावाला विलक्षण धार आली होती. गांधींच्या हत्येनंतर बहुजन समाजाने हजारो वर्षे सोसलेला जुलूम उफाळून आला, दंगली झाल्या आणि महाराष्ट्रातल्या ब्राह्मण समाजात मोठी फूट दिसून आली. ब्राह्मण समाज एकतर मोठ्या प्रमाणात डाव्या पक्षांमध्ये गेला किंवा काँग्रेसमध्ये गेला आणि या दोघांपेक्षा जे कडवे लोक होते त्यांनी राष्ट्रीय स्वयंसेवक संघाला मदत केली. ही फूट इतकी लवचीक होती, की राष्ट्रीय स्वयंसेवक संघाच्या पोलादी पडद्याआड मार्क्सवादी पक्षात कुणी असावे? कामगार संघटनांत कुणी असावे? काँग्रेस पक्षाचा नेता कुणी असावे? या सर्व गोष्टींची चर्चा राष्ट्रीय स्वयंसेवक संघाच्या गुप्त कारभारात केली जात होती. सर्व पक्षांमध्ये, सर्व क्षेत्रांमध्ये एकतरी ब्राह्मण असला पाहिजे असा जणूकाही अलिखित नियम या मंडळींनी केला आणि सर्व राजकीय पक्षांत थांबून आपल्या जातीचे हित कसे होईल याचा ही मंडळी विचार करत राहिली. यांचा देश म्हणजे यांचा स्वार्थ, स्वार्थ अडचणीत आला की देश अडचणीत आला असा ओरडा हे लोक करत असतात. त्यामुळे डाव्या पक्षाची जेव्हा चलती होती, तेव्हा सर्व डाव्या पक्षांचे पुढारी ब्राह्मण होते. काँग्रेस ही तर मुळी शेटजी-भटजींचीच पार्टी होती. त्यामुळे डाव्या पक्षांसह काँग्रेसचे नेतृत्व ब्राह्मणी राहिलेले आहे किंवा ब्राह्मणवाद जोपासणारे राहिले आहे.

पुरोहितवर्गाच्या हितसंबंधांना सुरक्षित ठेवणे हा मूळ गाभा पकडून सर्व राजकीय व्यूहरचना अत्यंत संघटित असलेली ही मंडळी करतात, कारण ती एकच जात काश्मीर ते कन्याकुमारी सर्व भारतभर आहे आणि देश पातळीवरची यांची लोकसंख्या पाच टक्के आहे. अर्थातच एवढी मोठी संख्या इतर कोणत्याही बहुजन समाजाच्या जातीची नाही. दिल्लीच्या राजकारणात जात किती महत्त्वाची असते हे पाहिल्यास आपल्या लक्षात येईल, अगदी पहिले पंतप्रधान पं. जवाहरलाल नेहरू त्याला अपवाद नाहीत. पहिल्यांदा नेहरू पंतप्रधान झाले, पटेल नाही. नेहरूंच्या मंत्रिमंडळात किती ब्राह्मण होते, नेहरूंच्या काळात किती राज्यपाल ब्राह्मण होते, नेहरूंच्या काळात सचिवालयामध्ये किती सचिव ब्राह्मण होते,

परराष्ट्र वकील किती ब्राह्मण होते, राज्याराज्यांचे किती ब्राह्मण मुख्यमंत्री होते, या सर्वांचेच खरोखर संशोधन करायला हवे. त्याचबरोबर सी.पी.आय., सी.पी.एम., फॉरवर्ड ब्लॉक. काँग्रेस, समाजवादी पक्ष या सगळ्या पक्षांचे जनरल सेक्रेटरी, खजिनदार कोण होते?

काँग्रेसने दिलेल्या पाच पंतप्रधानांमध्ये नेहरू ब्राह्मण होते, गुलजारीलाल नंदा ब्राह्मण होते, लाल बहादूर शास्त्री ब्राह्मण होते, इंदिरा गांधी ब्राह्मण होत्या, राजीव गांधी ब्राह्मण होते, राजीव गांधीनंतर नरसिंहराव ब्राह्मण होते. म्हणजे काँग्रेसने दिलेला एकही पंतप्रधान ब्राह्मणेतर नाही आणि एखाददुसरा अपवाद सोडला तर प्रत्येकाने पाच वर्षांची कारकीर्द पूर्ण केली आहे. याउलट विरोधी पक्षांनी दिलेले सात-आठ पंतप्रधान ज्यांमध्ये चरणसिंग, देविलाल, व्ही. पी. सिंग, चंद्रशेखर, देवेगौडा हे सर्व पंतप्रधान ब्राह्मणेतर असल्याने कोणाचेही सरकार पाच वर्षे टिकले नाही. ब्राह्मणेतर समाजातला पंतप्रधान दोन वर्षेसुद्धा कार्यकाल पूर्ण करू शकला नाही. हा काही अपघात आहे काय? नरसिंहराव ब्राह्मण नसते आणि शरद पवार ब्राह्मण असते तर पंतप्रधान कोण झाले असते? आणि मग गडकरी आणि तळवलकर या दोघांनी काय अग्रलेख लिहिले असते? यशवंतराव ब्राह्मण असते तर पंतप्रधान झाले असते की नसते? या सर्व प्रश्नांचे उत्तर काय आहे? एवढेच नव्हे तर पन्नास वर्षांतील विरोधी पक्षांचे नेते शोधले तर त्यामध्येसुद्धा बहुसंख्य ब्राह्मण असतील.

पन्नास वर्षांतील चाळीस-पंचेचाळीस वर्षे काँग्रेसचा पंतप्रधान आहे आणि तो ब्राह्मण आहे, हा काय अपघात आहे काय? हा अपघात नाही किंवा हा ब्राह्मणी तत्त्वज्ञानाचा विजय नाही. जे जे ज्या ज्या वेळी पॉप्युलर असते ते ते स्वीकारावे या गुरुमंत्राला आलेले हे फळ आहे. काँग्रेस पिछाडीवर केव्हा जाऊ लागली आणि भारतीय जनता पक्ष राष्ट्रीय पातळीवर केव्हा उभा राहू लागला हेही तपासणे गरजेचे आहे. असे केल्यास तथाकथित डावे, तथाकथित उजवे कोण हे ठरवता येऊ शकेल. या देशात बोलण्याच्या भाषेवरून डावे-उजवे ठरवता येणार नाही. हे फक्त जातीच्या आधाराने ठरवले जाऊ शकते. दुसरा निकषच इथे उपयोगी ठरत नाही. मत द्यायचा प्रश्न असला तरी जात, उमेदवारी द्यायची असली तरी जात, मंत्री करायचे असले तरी जात, ग्रामपंचायतीचा सरपंच करायचा असला तरी जात आणि पंतप्रधान करायचा असला तरी जात हाच निकष आहे. पक्ष डावे असो की उजवे, मध्यममार्गी असोत की क्रांतिकारक असोत, जात हाच भारतीय राजकारणातील विशेष महत्त्वाचा घटक आहे. त्याचा विचार केल्याशिवाय पुढे जाता येत नाही आणि खोटे सर्वेक्षण करून निकालही बदलता येत नाही. म्हणून डावे पक्ष हे डावे नाहीत ते उजवेच आहेत. अर्थात

याला सन्माननीय अपवाद नाहीत असे नाही, परंतु ते अपवाद आहेत. एरवी महाराष्ट्रातील शिवसेना-भाजपचे सरकार बुडत असताना आमचे कोकणातील गांधी हे सरकार वाचवायला धावले नसते. म्हणून 'जाता जात नाही ती जात' अशी जातीची रास्त व्याख्या केलेली असावी.

❖

(२६, डिसेंबर १९९७)

दलित साहित्याची सामाजिक फलश्रुती

मी लेखक नव्हतो आणि नाही; सेवा दलासारख्या चळवळीत काम करणारा मी एक सामान्य कार्यकर्ता होतो. भटक्या-विमुक्तांमधील युवक संघटनेचा कार्यकर्ता बनण्यापर्यंतचा हा प्रवास वेगळा होता, त्याला वेगळ्या प्रकारचे सामाजिक संदर्भ होते. हे जगणेभोगणे अनिल अवचटां-सारख्या कार्यकर्त्या मित्रांना गप्पांतून कळले. त्यांच्या आग्रहातून 'उपरा' शब्दबद्ध होऊन पुस्तकरूपाने सर्वांसमोर आले. ते कुण्या एका लक्ष्मण मानेचे आत्मचरित्र नव्हते, तर तो ज्या समाजातून पुढे आला, त्या समाजाचे चरित्र होते. कधीकाळी गावाबाहेर राहुटी ठोकून उतरणारा आणि पाले मोडून आठ-दहा दिवसांनंतर दुसऱ्या गावाची वाट धरणारा कैकाडी समाज एवढीच ज्याची इतरांना ओळख होती, त्या समाजातील जगणे, चालीरीती, समाज, रूढी या गोष्टी विस्तृत स्वरूपात समाजासमोर आल्या. त्यातून आपण कैकाडी समाजाला, त्यांच्यासारख्या इतर भटक्या-विमुक्तांना ओळखतच नव्हतो, ही अपराधी भावना इतर समाजात निर्माण झाली. परंपरेने चालत आलेल्या मध्यमवर्गीय जाणिवा मोडून पडल्या.

कैकाडी किंवा त्यांच्यासारख्या इतर भटक्या-विमुक्तांच्या विकासासाठी आपण काहीतरी केले पाहिजे, ही जाणीव इतर समाजामध्ये, प्रामुख्याने राज्यकर्त्यांमध्ये निर्माण झाली, हे 'उपरा'चे फार मोठे यश आहे. 'उपरा' लोकांसमोर आले नसते तर या गोष्टी घडल्या असत्या की

नाही, हा वेगळा मुद्दा असला तरी 'उपरा' आल्यामुळे भटक्या-विमुक्तांच्या सामाजिक चळवळीला धार आली, हे कोणालाही नाकारता येणार नाही.'

'उपरा' पुस्तकरूपाने पुढे येण्यापूर्वी भटक्या-विमुक्तांची स्थिती आणि 'उपरा' आल्यानंतरची स्थिती यात फार मोठा फरक पडला. खरेतर हा एका वेगळ्या संशोधनाचा विषय आहे. भटक्या-विमुक्तांच्या बदलत्या सामाजिक अवस्थेवर संशोधन केले तरच त्याची नोंद घेता येईल. 'उपरा'मुळे भटक्या-विमुक्तांच्या जीवनात घडलेल्या बदलांबाबत मी स्वत: सांगणे हा काही जणांना आत्मप्रौढीचा भाग वाटण्याची शक्यता असली तरी जे घडत आहे त्याची नोंद घेणे महत्त्वाचे आणि गरजेचेही आहे. आमच्या देशाला १९४७ साली स्वातंत्र्य मिळाले असले तरी भटक्या-विमुक्तांमध्ये १९८०सालापर्यंत आम्ही या देशाचे नागरिक आहोत, ही भावनाच नव्हती. त्यामुळे इतर मूल्ये, हक्क, कर्तव्ये यांची त्यांना जाणीवही नव्हती. मात्र १९९४ साली परिस्थिती खूप बदलली. भटक्या-विमुक्तांसाठी राखीव मतदारसंघ निर्माण झाले. ही गोष्टच झालेल्या बदलाचे नेमके स्वरूप समोर आणण्यात समर्थ आहे.

'उपरा' ची एक साहित्यकृती म्हणून मराठी साहित्याने आणि समाजाने दखल घेतल्यानंतर आपणही काही करू शकतो, ही जाणीव भटक्या-विमुक्तांमध्ये निर्माण झाली. पुस्तकामुळे हा बदल घडतो म्हटल्यावर तर त्यांना शब्दांचे सामर्थ्य आणि शिक्षणाचे महत्त्व कळले. आपण शिकले पाहिजे, शिक्षण घेतल्याशिवाय प्रगतीची दारे आपल्यासाठी खुली होणार नाहीत, ही भावना त्यांच्या मनात निर्माण झाली. भटक्या-विमुक्तांमध्ये निर्माण झालेल्या या शिक्षणप्रेमाचा उपयोग त्याच काळात सुरू असलेल्या चळवळीला पुढे नेण्यासाठी होत गेला. या चळवळीतून फुले-आंबेडकरांचे विचार भटक्या-विमुक्तांच्या पालापर्यंत जाऊन पोचले. या विचारांचे महत्त्व आणि गरज लक्षात आल्यामुळे त्यांच्यात राजकीय हक्कांची जाणीव निर्माण झाली. ही राजकीय जाणीव, तिचे स्वरूपसुद्धा विचार करण्यासारखे आहे. फुले-आंबेडकरांच्या विचारांतून नव्याने निर्माण झालेल्या या राजकीय जाणिवेत युद्धगत संघर्षाऐवजी शांततामय समन्वय होता. प्रस्थापित समाजाच्या विरुद्ध जाणारी टोकाची राजकीय भूमिका न घेता सकारात्मक भूमिका पुढे आली. समन्वय अशक्य असले तरच संघर्ष, हे तत्त्वज्ञान भटक्या-विमुक्तांच्या चळवळीने यातून स्वीकारले.

मी 'उपरा' लिहिले तेव्हा मी काहीतरी भयानक केले, असा समज होऊन आमच्या कैकाडी समाजातील जातपंचायतीने मला बहिष्कृत केले होते. एकतर, इतर समाजाला जातपंचायत ही पूर्णत: अनोळखी असलेली समांतर न्यायसंस्था प्रथमच माहीत झाली होती. या जातपंचायतीने लक्ष्मण मानेवरच हल्ला चढवल्यामुळे

समाजावर तिची किती घट्ट पकड आहे, याचीही इतरांना जाणीव झाली. पण आता परिस्थिती बदलली आहे. या जातपंचायतीने मला तर स्वीकारले आहेच, पण आपण कुचकामी झालो, म्हणून स्वत:ही निवृत्तीचा मार्ग पत्करला आहे. 'उपरा'च्या अनुषंगाने सुरू झालेली सामाजिक चळवळ इतक्या पुढे आली नसती, तर जातपंचायतीने आपली हार इतक्या लवकर मान्य केली नसती. भटक्या-विमुक्तांमध्ये वर्षानुवर्षं कार्यरत असलेल्या जातपंचायती समाजावरचा ताबा सोडायला तयार झाल्या नसत्या. भटक्या-विमुक्तांमधील जातपंचायती खालसा होताहेत, हे 'उपरा'चे फार मोठे सामाजिक यश आहे.

'उपरा'मुळे मला वैयक्तिक पातळीवर जे मिळाले आणि त्याच्या आधारे मी समाजासाठी काही करू शकलो, याची नोंद घेणेही मला आवश्यक वाटते. माझा पिंड साध्या कार्यकर्त्याचा असला, वाचक म्हणून माझी जडणघडण झाली असली, तरी मी लेखक झालो नसतो तर कार्यकर्ता म्हणून मला आज मिळणारे सामर्थ्य कधीच मिळाले नसते. लेखक म्हणून मला विविध स्वरूपाच्या स्कॉलरशिप मिळाल्या. म्हणून मी देशभर फिरू शकलो. देशभरातील भटक्या-विमुक्तांच्या अडीअडचणी, त्यांचे प्रश्न त्यांना भेटून-समजून घेऊ शकलो. भटक्या-विमुक्तांसाठी मी पन्नास लाखांची इमारत बांधू शकलो. गुजरातमधील लादीवाला नावाच्या गृहस्थाने मला शंभर पोती सिमेंट पाठवले. कर्मवीर भाऊराव पाटलानंतर शेतकऱ्यांच्या मदतीमुळे शाळा चालवणारा मी एकटा आहे. मी भटक्या-विमुक्तांसाठी पहिली शाळा १९८८ साली सुरू केली. पहिल्या वर्षी परिसरातल्या शेतकऱ्यांनी मला शंभर पोती धान्याची मदत केली. वाढत-वाढत आता, ही मदत सहाशे पोती धान्यावर येऊन पोचली. मी लेखक झालो आणि त्याबरोबरच कार्यकर्ताही राहिलो म्हणून मला हे सर्व शक्य झाले. मी 'उपरा' लिहिले नसते तर समाजवाद्यांच्या चळवळीमधला सतरंज्या उचलणारा एक सामान्य कार्यकर्ता म्हणूनच माझी ओळख राहिली असती. 'लक्ष्मण माने' या नावाला बराच अर्थ येऊन भटक्या-विमुक्तांसाठी खूप काही करण्याचे सामर्थ्य मला 'उपरा'मुळे मिळाले.

दलित साहित्यात महत्त्वाच्या ठरलेल्या 'उपरा'सारख्या पुस्तकामुळे जे जे सामाजिक बदल घडले त्यांच्या पार्श्वभूमीवर भटक्या-विमुक्तांमध्ये झालेल्या सामाजिक बदलाच्या नोंदी करताना भटक्या-विमुक्तांमध्ये निर्माण झालेल्या राजकीय जागृतीकडे दुर्लक्ष करता येत नाही. हक्कांच्या जागृतीला विसरून चालणार नाही. आज मंडल आयोगामुळे राखीव जागांचे धोरण स्वीकारावे लागले, ही एक महत्त्वाची सामाजिक घटना. पण भटक्या-विमुक्तांमध्ये राजकीय हक्कांची जाणीव नसती, तर मंडल आयोग लागू करण्याचा निर्णय राज्यकर्त्यांनी घेतला नसता. प्रत्येक जमातीमध्ये निर्माण झालेल्या जागृतीमुळे जातींची भावना जास्तच

तीव्र झाली, असा आक्षेप काही लोकांचा असला तरी 'लोहा लोहे को काटता हैं।' या आंबेडकरांच्या तत्त्वानुसार ते आवश्यक आहे. प्रत्येक जातीमध्ये जोपर्यंत आपल्या हक्कांसंबंधी जातीय भावना तीव्र होणार नाहीत, तोपर्यंत जाती-जातींमध्ये समता प्रस्थापित होऊन जातीयता नष्ट होणार नाही. भटक्या- विमुक्तांसारख्या मागास वर्गांमध्ये ही जाणीव निर्माण होते, हे सध्याच्या राज्यकर्त्यांना जाणवले म्हणूनच सत्तांतराची प्रक्रिया सुरू झाली. महाराष्ट्रापुरते उदाहरण द्यायचे झाल्यास ब्राह्मणांकडून मराठ्यांकडे सत्तांतर होताना जो सामाजिक बदल होत होता, तो आता खालच्या स्तरात नव्याने सुरू झाला आहे. आता मराठ्यांकडून बहुजनांकडे सत्तांतर होते आहे. बहुजनांना सत्तेत वाटा देणे आवश्यक आहे, असे राज्यकर्त्यांना वाटते. म्हणूनच लक्ष्मण मानेला आमदार करावे लागले. नाही तर लक्ष्मण मानेसारख्या भटक्या-विमुक्तांमधील सामान्य कार्यकर्त्याला कोण आमदार करणार?

'बलुतं' - 'उपरा'सारखे दलित साहित्य सामाजिक चळवळीच्या हातात हात घालून, एक सामाजिक गरज म्हणून पुढे आले. त्यामुळेच सामाजिक बदलाच्या प्रक्रियेत त्यांचे स्थान महत्त्वाचे राहिले. आज परिस्थिती बदललीय. 'उपरा', 'बलुतं'च्या काळात असलेली सामाजिक आव्हाने समाजाने स्वीकारली आहेत. ज्या गोष्टींसाठी खूप मोठा कालखंड लागेल असे वाटत होते, त्या गोष्टी वेगात घडल्या आहेत. ही एक प्रकारची सामाजिक क्रांती आहे. ती घडवण्यात दलित साहित्याचा मोठा सहभाग होता. कुठल्याही क्रांतीनंतर येते ते शैथिल्य दलित समाजात आले आहे. त्यामुळे चळवळ थांबली आहे. परिणामतः चळवळीपासून जन्माला आलेल्या दलित साहित्याला ओहोटी लागली आहे की काय, आजचे चित्र आहे. पण हे वास्तवचित्र नाही हेही तेवढेच खरे! सुरुवातीच्या चळवळीतून जागृत झालेला दलित समाज जे मिळते ते पदरात पाडून स्थैर्य प्राप्त करण्याच्या मागे लागला आहे. तो एकदा स्थिर झाला, म्हणजे आता आपल्याला काय हवे, कशाची कमतरता आहे, याकडे त्याचे लक्ष जाईल. ते मिळवण्यासाठी असे तो चळवळ सुरू करील आणि त्या चळवळीतून पुन्हा कसदार दलित साहित्य लिहिले जाईल. ही फार वेळ चालणारी प्रक्रिया आहे असे नाही. पण हेही खरेच आहे, बाबासाहेबांना चळवळीतून अपेक्षित असलेली सम्यक क्रांती अजून घडली नाही! कारण आपण स्वीकारलेल्या लोकशाहीपद्धतीमुळे ती टप्प्याटप्प्याने पूर्ण होतेय. या क्रांतीचा एक टप्पा पूर्ण झाला. त्याचे फायदे दलित समाज मिळवतो आहे. लवकरच दुसऱ्या टप्प्याला सुरुवात होईल. या सर्व गोष्टींबाबत मी आशावादी आहे. म्हणूनच दलित साहित्याचा ओघ आज खंडित झाला असला तरी तो संपलाय, असे मला वाटत नाही.

❖

एका नव्या पर्वाचा आरंभ

भारतीय समाजामध्ये हजारो जाती-जमाती धर्म, धार्मिक पंथ, उपपंथ असा लोकसंख्येच्या स्फोटासारखाच वरील सर्व घटकांचाही स्फोट झाला आहे. या सर्व कोलाहलात देशातल्या तळात हजारो जाती अक्षरश: दुर्लक्षित अवस्थेमध्ये पडून आहेत. त्यामुळे जगाच्या पाठीवर मानवी संस्कृतीमध्ये सर्वाधिक जुनी मानवी परंपरा असलेला हा देश अणुयुगातील अत्याधुनिक मानव आणि आदिमानव या दोन्ही टोकाच्या अवस्थेमध्ये आज उभा आहे. अन्न, वस्त्र, निवारा, आरोग्य, शिक्षण या मूलभूत गरजांपासून शेकडो योजने दूर असलेला भटक्या-विमुक्त जमातींचा समाज इसवी सनाच्या पूर्वीच्या काळात जगतो आहे. आदिवासींच्या या उपजमाती आजही मूळच्या मानवी स्वरूपात टोळी-जीवन जगत आहेत. या समाजाला मुख्य प्रवाहात आणण्यासाठी सेटलमेंट कॉलनीमधील गुन्हेगार जमातींच्या कायद्याविरुद्ध झालेली बंडे... आणि पार्लमेंटने त्यातून १९५१ साली या जमातींना मुक्त केले आणि १९६० साली जवाहरलाल नेहरूंनी या जमातींच्या भोवतालच्या सेटलमेंट वसाहतींच्या तारा तोडून त्यांची खरीखुरा मुक्तता केली. दादासाहेब मोफरे, भीमराव जाधव, कै. बोधक नगरकर, चंद्राम चव्हाण हे विमुक्त समाजातील बुजुर्ग नेते. पोपटलाल शहा, डॉ. अंत्रोळीकर, श्री. एन. जाधव, के. एम. मुन्शी, काटजू इत्यादी नेत्यांच्यामुळे विमुक्त जमाती गुन्हेगारीसारख्या कलंकित कायद्याच्या कचाट्यातून मुक्त झाल्या.

हा विमुक्तांचा लढा, सेंटलमेंटच्या तारा तुटल्या आणि एका अर्थाने संपला तो १९७२ साल उजाडेपर्यंत. दहा वर्षांचा कालखंड स्वातंत्र्याच्या उत्साही वातावरणामध्ये विरून गेला. सरकारने १९६५ साली पहिल्यांदा डी-नोटिफाइड डिप्रेस्ड क्लासेस या नावाने राज्यातल्या विमुक्तांची यादी तयार केली. त्यानंतर थोडे कमिशन नेमले गेले व भटक्या जमातींचा समावेश या यादीमध्ये करण्यात आला.

या जमातीतील कोणी १९७२ पर्यंत तसे जागृत नव्हते. स्वातंत्र्यानंतर शिकू लागलेली भटक्या-विमुक्तांची पहिली पिढी १९७० च्या दरम्यान समाजामध्ये दाखल झाली. या पहिल्या पिढीतील काही धडपड्या युवकांनी भटक्या-विमुक्त समाजाला संघटित करण्याचा प्रयत्न केला. दौलतराव भोसले, बाळकृष्ण रेणके, यल्लाप्पा वैदू, आसाराम जाधव, अनंतराव काळे, शिसोवरे, यात्तम, धोत्रे, उत्तम गोसावी, डी. के. गोसावी, प्रयांक सूर्यवंशी, जगन्नाथ लेवे, विनायक गोसावी असे कितीतरी नेते भटक्या-विमुक्त जमातींना संघटित करत होते. या जमातींच्या इतिहासातील पहिला मोर्चा दौलतराव भोसले, बाळकृष्ण रेणके, यांच्या नेतृत्वाखाली १९७३ साली निघाला आणि महाराष्ट्रातील तत्कालीन मुख्यमंत्री कै. वसंतराव नाईक यांनी या मोर्चाची दखल घेऊन दौलतराव भोसले यांना विधान परिषदेमध्ये सदस्य म्हणून नियुक्त केले. भटक्या-विमुक्त जमातींचा राजकारणातील हा प्रवेश होय. म्हणजे देश स्वातंत्र्याचा रौप्यमहोत्सव साजरा करत असताना या जमातींतील पहिला प्रतिनिधी विधिमंडळामध्ये दाखल झाला!

सत्ता ही उपेक्षितांच्या समाजामध्ये सोनेच घेऊन येते असे नाही. सत्तेबरोबर सत्ताकांक्षा आणि सत्ताकांक्षेपोटी संघर्ष अटळपणे येत असतो. याची प्रचिती १९७३ ते १९८३ अशी दहा वर्षे भटक्या-विमुक्तांनी अनुभवली आहे. ते चित्र आजही बदलले नाही. जेवढ्या जाती तेवढ्या संघटना, जेवढे पुढारी तेवढ्या संघटना असा संघटनांचा बुजबुजाट जाती-उपजातींसह चालू आहे. देश स्वातंत्र्याचा सुवर्ण महोत्सव साजरा करत असतानाही या जवळपास सात टक्के लोकसमूहाला एकही प्रतिनिधी लोकशाहीच्या माध्यमातून निवडून पाठवता येत नाही. त्यांच्यासाठी राखीव जागेकरता कोणत्याही सरकारने प्रयत्न केला नाही. या जमातींना 'घटनात्मक' संरक्षण नाही. देशाच्या नियोजनामध्ये या जमातींसाठी एक दमडाही राखून ठेवलेला नाही. याउलट, शेळीपुढे गाजरांचा पाला धरावा तसे प्रस्थापितांनी विधान परिषदेतील एक शेपूट लक्षावधी लोक असलेल्या या जमातींपुढे, तेही सरकारावर बंधनकारक नसलेले, ठेवलेले आहे. या एका जागेसाठी विमुक्त-भटक्यांच्या तुंबळ लढाया होत असताना आम्ही गेली वीस वर्षे पाहत आहोत.

कै. दौलतराव भोसले यांनी विधिमंडळामध्ये भटक्या-विमुक्तांचे अनेक प्रश्न धसास लावले. त्यांच्या शक्तीनुसार त्यांनी उत्तमप्रकारे काम केले. ते या

समाजातील पहिले आमदार होते. ते व त्यांचे सहकारी बाळकृष्ण रेणके या दोघांच्या कामाकडे पाहताना आज असे लक्षात येते, की कितीही आणि कोणाचेही मतभेद असले तरी या दुसऱ्या पिढीने विमुक्त-भटक्या जमातींच्या चळवळीला भक्कम वैचारिक पाया दिला. जाती, धर्मनिरपेक्ष समाजवादी विचारांचा पाया या पिढीनेच घातला याबद्दल कोणाचेही दुमत होण्याचे कारण नाही. पुढे त्यांच्यात मतभेद झाले.

आणखी एक चमत्कार १९८० साली झाला. या समाजातील दुसरी पिढी पदव्या घेऊन समाजामध्ये दाखल झाली. 'उपरा' हे आत्मकथन मराठीभाषक जनतेमध्ये विलक्षण खळबळ माजवून राहिले. 'उपरा' आणि लक्ष्मण माने, 'उपरा' आणि भटक्या-विमुक्त जमाती असे समीकरण झाले. आम्ही यातील काहीही आत्मस्तुती करण्यासाठी लिहीत नाही. पण १९८१ साली साहित्य अकादमीचे पारितोषिक मिळाले. वयाच्या पस्तिसाव्या वर्षी साहित्य अकादमीचे पारितोषिक मिळवणारा भारतातला पहिला दलित साहित्यिक म्हणून 'उपरा'च्या लक्ष्मण मानेची नोंद झाली. १९८२ला 'फोर्ड फौंडेशन' या अमेरिकेच्या पुरस्काराच्या निमित्ताने अमेरिकेचा दौरा झाला. अत्यंत प्रक्षोभक विद्रोही स्वरूपाची भाषणे व भटक्या-विमुक्तांच्या प्रश्नांची चर्चा महाराष्ट्राच्या अजेंड्यावर सुरू झाली. याचा परिणाम समाजातील अनेक संघटना एकत्र येण्यामध्ये झाला. १९८३ साली पिंपरी-पुणे येथे 'भटक्या-विमुक्त जाती संघटना' या संस्थेचा जन्म झाला. डॉ. बाबा आढाव, डॉ. अनिल अवचट, चंद्रकांत घोरपडे, श्री. ग. मुणगेकर, गं. बा. सरदार, कै. दया पवार असे परिवर्तनवादी चळवळीतील सहकारी आणि दौलतराव भोसले, बाळकृष्ण रेणके, यल्लाप्पा वैदू, आसाराम गुरुजी, ना. वा. माने हे ज्येष्ठ नेते आणि लक्ष्मण माने, मुरचंद भाट, कविचंद भाट, विलास वाडेकर, शिवलाल जाधव, सुरेश गुरुजी, व्यंकप्पा भोसले, वाय. एस. गायकवाड, लालसिंग रजपूत, पी. सी. रावळकर, मुसळे गुरुजी, शंकर भारती अशी मंडळी यांची एक नवी फौज १९८३ साली उभी राहिली. १९८३ ते ८५ हा कालखंड भटक्या-विमुक्तांच्या चळवळीत अतिमहत्त्वाचा आहे.

महाराष्ट्राच्या खेड्यापाड्यात, तांड्यावर भटक्या-विमुक्तांच्या चळवळीचा कार्यकर्ता जाऊन उभा राहिला. १९८३ पासून भटक्या-विमुक्तांच्या न्याय्य हक्कांच्या संघर्षाची सुरुवात झाली. पुन्हा दुहीचा शाप! १९८६ साली शोधयात्रा! निघाली, १९८७ साली तू बरा आणि मी बरा अशा नेतृत्वाच्या स्पर्धा सुरू झाल्या, आमदारकीचे गाजर पुढे होतेच. व्यक्तिगत अहंकार, त्यासाठी चिखलफेकीची धुळवड, चारित्र्यहननाचे कार्यक्रम यथासांग पार पाडले आणि पुन्हा एकदा भटक्या-विमुक्त जाती संघटनेची पडझड होऊन बहुसंख्य कार्यकर्त्यांनी भटक्या-

विमुक्त जमाती संघटना सुरू केली.

परिवर्तनाच्या चळवळीशी भटक्या-विमुक्तांचे नाते जवळपास १९८८ सालापर्यंत जोडलेले होते. सन १९८८ सालापासून भटक्या-विमुक्त जमाती संघटनेने काँग्रेसबरोबर जाण्याचा निर्णय घेतला आणि १९९० साली राज्यपालांनी महाराष्ट्राच्या विधिमंडळामध्ये आम्हाला पाठवले. आपल्या हातानी आपले ढोल बडवण्याचे काही कारण नाही. त्यानंतरचा सर्व इतिहास कार्यकर्त्यांपुढे आहे. त्याही तपशिलात आम्ही जाऊ इच्छित नाही. काळ आपले कठोर शस्त्र घेऊन आपल्या वज्रमुठींनी इतिहास लिहीत असतो. तो कोणासही सोडत नाही. सन १९८३ साली तिशी-पस्तिशीमध्ये असलेली सर्व मंडळी आता पन्नाशीच्या आसपास आहेत. त्या अगोदरच्या काळापासून काम करणारी पिढी साठीच्या आसपास आहे. त्या अगोदरपासून काम करणारे प्रतिनिधी एकतर निवृत्त झाले आहेत किंवा कैलासवासी झाले आहेत.

गेली वीस वर्षे आम्ही या चळवळीचे साक्षीदार आहोत. या काळातील सर्व घडामोडींची जबाबदारी आमच्या पिढीने स्वीकारली पाहिजे. काळाच्या मर्यादा सांभाळून आम्हा सर्व मित्रांना ही चळवळ जेवढी ओढता आली तेवढी ओढण्याचा आम्ही सर्व जणांनी प्रयत्न केला. कोणी जास्त पळाला असेल, कोणी कमी पळाला असेल, कोणी जास्त हातभार लावला असेल तर कोणी कमी असेल, परंतु गेली वीस वर्षे आमच्या सोबत जे सहकारी खांद्याला खांदा लावून लढले त्यांचे कौतुक करावे तेवढे थोडे आहे. उपेक्षित समाजामध्ये काम करणे सोपे नाही. अन्न-वस्त्रांची, दोन वेळच्या जेवणाची गाठ पडणे दुरापास्त. अत्यंत प्रतिकूल परिस्थितीमध्ये स्वत: उपाशी राहून इतरांना काही देण्यासाठी जो एक सुसंस्कृतपणा लागतो तो ज्यांच्या नशिबी अठरा विश्वे दारिद्र्य होते, त्यांच्या ठायी कसा येणार? तरी त्या समाजातील तरुणांनी कशाचीही अपेक्षा न करता, पदरमोड करून कोणत्याही लोभाची, लाभाची अपेक्षा न ठेवता, घरचे अन्न खाऊन लष्कराच्या भाकरी भाजल्या. तुरुंगवास व लाठीमार सहन केले.

खरेतर, सामाजिक परिवर्तनासाठी हे उपेक्षित समाजातील कार्यकर्ते रोज क्षणाक्षणाने इतरांसाठी झिजताना केवळ समाजाचे हित पाहत आले. संघटनेने सन १९८३ पासून कधीही स्वत:च्या खर्चासाठी पैसे गोळा केले नाहीत. त्या त्या वेळी, त्या त्या कार्यक्रमासाठी निधी गोळा करावा लागला व त्या त्या वेळी त्यांचे हिशेबही देऊन झाले आहेत. परंतु हे नम्रपणे सांगितले पाहिजे, की संघटनेने कोणालाही प्रवासासाठी पैसे दिले नाहीत, जेवणासाठीदेखील पैसे दिलेले नाहीत की कोणाला मानधनही दिलेले नाही. ज्याचा खर्च त्याने करावा, आपल्या खिशाला परवडत असेल तेवढा. संघटनेसाठी त्याग करावा असा

निर्णय करून या पिढीने इथवर हा गाडा ओढला आहे. यापुढे नव्या पिढीच्या हाती संघटनेची सूत्रे जावीत, नव्या-जुन्या पिढ्यांनी संघटनेचा गाडा पुढे रेटावा, म्हणून नव्यांना संधी मिळावी, चळवळीमध्ये गतिशीलता यावी म्हणून संघटनेने निवडणुकांचा कार्यक्रम जाहीर केला आहे याचा आम्हाला मनापासून आनंद आहे. प्रत्येक कार्यकर्त्याने जास्तीत जास्त सभासद नोंदवावेत, क्रियाशील सभासद असावेत, आवश्यकता भासली तर जिल्ह्याच्या, राज्याच्या निवडणुका व्हाव्यात आणि संघटनेला एक चैतन्य प्राप्त व्हावे म्हणून सबंध निवडणुकीचा तपशीलवार कार्यक्रम जाहीर केला आहे.

संघटना ही कोणा माणसाची किंवा कोणत्याही पदाधिकाऱ्याची स्थावर जंगम इस्टेट नसते. जोवर सदस्यांचा विश्वास असतो तोवर संघटना चालतात. जोपर्यंत प्रवाह वाहत राहतो तोपर्यंत पाणी खळाळत राहते. जोपर्यंत पाणी खळाळत राहते तोपर्यंत पाण्यातील तळाचे अंतरंग पारदर्शीपणे दिसत असते. प्रवाह खंडित होतो तेव्हा स्वार्थाची डबकी तयार होतात. हितसंबंधाची दलदल माजते. कोणीच कोणाचे तोंड पाहत नाहीत. प्रवाह खंडित झाला म्हणजे साठलेल्या डबक्यात बजबजपुरी माजते, म्हणून प्रवाह वाहता ठेवावा लागतो, तरच तो पारदर्शी राहू शकतो. संघटनेचे असेच आहे. घोडा का अडला? पान का सडले? भाकरी का करपली? यांची उत्तरे एका शब्दात आहेत. न फिरल्याने. जर घोडा अडायचा नसेल, पान सडायचे नसेल, भाकरी करपायची नसेल तर सत्तापरिवर्तन हा एकच उपाय आहे. त्यासाठी लोकांकडे जायला हवे. लोकांची शक्ती पाठीशी उभी राहायला हवी. नवीन कर्तृत्वाचे धुमारे फुटायला हवेत.

जुन्या पानांनी हे लक्षात घ्यावे, की आपल्या जागी नवी पाने आल्याशिवाय वृक्ष जगणार नाही. वृक्ष जगवायचा असेल तर निसर्गाच्या नियमाप्रमाणे जुन्या पानांनी गळून पडावयास हवे. मनापासून नवीन पानांचे स्वागत केले पाहिजे. आपण तळाशी पायाजवळ पडून आपले स्वतःचे खत होऊ दिले पाहिजे. हे निसर्गाचे चक्र आहे, हे कोणासही नाकारता येत नाहीत. ते अटळ आहे. त्यामुळे ज्या सहकाऱ्यांनी गेली पंधरा-वीस वर्षे या चळवळीचा गाडा ओढला, सुख-दुःखांमध्ये, प्रतिकूल काळामध्ये मायेने पाठीवर थाप मारली आणि कठोर प्रसंगी कानही पकडला त्या सर्व सहकाऱ्यांचे मनापासून आभार.

निवडणुकीला पुढे जाताना कोणाही कार्यकर्त्याच्या संबंधी, कोणाही सहकाऱ्यासंबंधी मनात कोणत्याही प्रकारची कटुता नाही. कोणाहीसंबंधी द्वेष, मत्सर नाही. उलट, कार्यकर्त्यांचे उदंड प्रेम, सहकार्य आणि या चळवळीच्या भल्यासाठी त्यांनी दिलेली साथ ही अत्यंत मोलाची आहे. ही साथ व हे प्रेम अखंडपणे मिळावे; त्यासाठी लागणारी पात्रता अंगी यावी. एका नव्या संकटाला

सामोरे जाताना गतकाळातील काही सहकाऱ्यांना निरोप, काही नवीन सहकाऱ्यांचे स्वागत संघटना करत राहील. आपल्याहून जग फार मोठे आहे असे मी मनापासून मानतो, त्यामुळे कोणतीही कटुता अथवा कोणाच्याही संबंधीचा आकस मनात नाही.

❖

(१९ जून १९९७)

भारतीय स्वातंत्र्य चिरायू होवो!

१५ ऑगस्ट १९९७ रोजी देश स्वातंत्र्याची पन्नास वर्षे साजरी करणार आहे; म्हणजे देशाच्या स्वातंत्र्याचा सुवर्ण महोत्सव साजरा होणार आहे. आणि आम्ही मात्र रानोमाळ अज्ञानाच्या अंधकारात हरवलेले आहोत. 'स्वातंत्र्याचे झाले काय? आमच्या हाती आले काय' असा खडा सवाल या देशातले लक्षावधी उपेक्षित-वंचित लोक विचारत आहेत. 'स्वातंत्र्याचा सूर्य उगवला, स्वातंत्र्याची पहाट झाली' असे ढोल बडवून एका बाजूला सांगितले जाईल, पण ते खरे स्वातंत्र्य आम्हाला कोठे मिळाले आहे, असा टाहो आम्ही गेली वीस वर्षे सतत फोडत आहोत. याचा अर्थ आम्ही 'लोकशाही स्वातंत्र्याच्या' विरोधी आहोत असा कोणी काढू लागला तर त्याला हे सांगायला हवे, की आई मुलाला पाठीत धपाटा मारते आणि म्हणते, 'मुडद्या, मेल्या, तुझी डोली म्या शिनगारली' इथे, याचा अर्थ आई आपल्या मुलाला ज्या शिव्या देते त्या शब्दश: अर्थाने घ्यायच्या नसतात. आईला आत्यंतिक काळजीने ग्रासलेले असते. आपल्या मुलाचे भले व्हावे, त्याने पुढे जावे असा तिच्या रागाचा अर्थ असतो. त्या शिव्यांमागे आईची माया असते. त्याच भावना 'स्वातंत्र्य' या संकल्पनेशी आमच्या आहेत, हे लक्षात घेतले पाहिजे. आज मिळालेले स्वातंत्र्य हजारो वर्षांनंतर मिळाले आहे. ज्ञात असलेल्या इतिहासाने आम्हाला हे शिकवले आहे, की शूद्र, अतिशूद्र, स्त्रिया यांना स्वातंत्र्य नसते.

'ढोल, गवाँर, शूद्र, पशू, नारी, ये सब ताडणके अधिकारी' किंवा शूद्राने ज्ञान संपादन केले किंवा तसा प्रयत्न जरी केला तरी त्याची जीभ छाटावी, कुल्ले कापावे, कानात शिशाचा रस ओतावा, शिरच्छेद करावा, त्याला संपत्ती संपादन करता येणार नाही, ज्ञानार्जन करता येणार नाही. शंभूकाचा वध करणारा राम आदर्श राजा ठरतो व ज्ञानासाठी आसुसलेला शंभूक हा शूद्र शिरच्छेदास कारण होतो आणि तो 'न्याय' असतो! गुरुविना विद्या संपादन करणारा एकलव्य आपला अंगठा गमावून बसतो आणि द्रोणाचार्यांसारखा कपटी माणूस आदर्श गुरू ठरतो! हाही 'न्याय'च असतो. ज्यांची सावलीसुद्धा विटाळ होते असे लक्षावधी लोक 'अस्पृश्य' ठरवले जातात आणि तोसुद्धा ईश्वराचा न्याय असतो. नव्हे अस्पृश्यता ही ईश्वराने निर्माण केलेली व्यवस्था असते. ब्रह्म्याचे मुख गर्भात राहते आणि गर्भात राहणाऱ्या स्त्रिया' शूद्र ठरतात, मग भले त्या जातीने ब्राह्मण असोत, की भंगी. स्त्री तेवढी 'पापयोनी'तून जन्मलेली.

शूद्र आणि स्त्री समाज वजा जाता जे उरतात ते फक्त स्वतंत्र होते. बाकीचे सारे 'गुलाम' होते. ते केवळ राजा-महाराजांचे गुलाम नव्हते. इंग्रज, फ्रेंच, डच, मोगल असल्या राजांचे गुलाम नव्हते तर ते 'मनू' संस्कृतीचे आणि खैबर खिंडीतून आलेल्या आर्य-भटांचे गुलाम होते. त्यामुळे आपले पूर्वज हजारो वर्षे तोंड असून बोलू शकत नव्हते, कान असून ऐकू शकत नव्हते, की डोळे असून पाहू शकत नव्हते. त्यांचे अख्खे जगणे गुलाम होते. लक्षावधी लोक दाती तृण धरून शरणागताचे आयुष्य हजारो वर्षे जगतात. या जगण्याला हिंदुत्व असे गोंडस नाव दिलेले असते. तेव्हा हिंदू असणे म्हणजे गुलाम असणे. कारण त्या धर्मात एक ब्राह्मण पुरुष सोडले तर उरलेले सारे लोक कर्मविपाकाने आणि कलियुगातील 'पापी' आहेत. त्यामुळे ते सारेच्या सारे गुलाम आहेत आणि या युगानुयुगांच्या कोंडमाऱ्यातून मुक्ती देणारा दिवस म्हणजे १५ ऑगस्ट १९४७ रोजी मिळालेले स्वातंत्र्य होय.

हे स्वातंत्र्य केवळ राजकीय नाही. ब्रिटिशांनी चालते व्हावे आणि इतर नेत्यांनी राजे बनावे एवढाच अर्थ या स्वातंत्र्याचा नाही. स्वातंत्र्य ही संकल्पना स्वीकारणे आणि 'बंधमुक्त समाज', 'भयमुक्त समाज' निर्माण करण्यासाठी प्रतिबद्ध होणे म्हणजे स्वातंत्र्य मिळणे किंवा 'स्वतंत्र' होणे होय. हे स्वातंत्र्य उद्घोषित करणे. ती मूल्ये ही यापूर्वीच्या हजारो वर्षांत घोषित झाली नव्हती. किंबहुना गौतम बुद्धांचा अपवाद वगळता इतरांनी ती उच्चारलीदेखील नव्हती. स्वातंत्र्य, समता आणि बंधुता, सामाजिक न्याय, विज्ञाननिष्ठा, धर्म- निरपेक्षता या अधिष्ठानावर उभा असलेला समताधिष्ठित राष्ट्रवाद हा या स्वातंत्र्यात अभिप्रेत आहे आणि म्हणूनच भारतीय घटनाकारांनी २६ जानेवारी १९५० रोजी साऱ्या

जगाला हे घोषित करून सांगितले, की हे 'सार्वभौम प्रजासत्ताक' स्वातंत्र्य, समता, बंधुता, न्याय, आर्थिक-सामाजिक न्याय, राजकीय न्याय या मूल्यांवर उभे राहिले आहे. इंदिराजींनी १९७४ साली त्या आणखी दोन शब्दांची भर टाकली. ते दोन शब्द आहेत, समाजवाद आणि धर्मनिरपेक्षता. या मूल्यांवर उभे असलेले स्वातंत्र्य, म्हणूनच ही क्रांती आहे. यापूर्वी ही मूल्ये स्वीकारून नव्हे तर नाकारून माणसांचे खुराडे केलेले होते. हे खुराडे मुक्त झाल्याचा उद्घोष म्हणजे स्वातंत्र्य. आज आम्ही शिकतो आहोत, शाळा-कॉलेजांमध्ये जातो आहोत, लिहीतवाचत आहोत, भाषण करत आहोत, अंगावर चांगले कपडे घालत आहोत, चांगली भांडी वापरत आहोत, दागिने परिधान करत आहोत, काश्मीर ते कन्याकुमारी संचार करत आहोत, कोणत्याही राज्यात कोठेही संपत्ती संपादन करत आहोत, कोणत्याही खाणावळीत जेवत आहोत, कोणत्याही वाहनाने प्रवास करत आहोत. अस्पृश्यता पाळणे हा कायद्याने गुन्हा झाला आहे. 'ए भडव्या पंगत बाटवलीस' असे म्हणणाऱ्याला तुरुंगाची हवा खावी लागते. हे सारे विपरीत आहे आणि हे घडणे म्हणजे क्रांती! आजही माझ्या गावात मी बापू कैकाड्याचा पोर आहे. आमदार होवो किंवा विद्वान होवो, त्यात बदल झाला असे मी म्हणत नाही. पण 'कैकाड्या'चे पोर अंगावर कपडे घालू लागले. वळायची काठी सोडून लिहायची पाटी हाती घेऊ लागले, पुस्तके वाचू लागले आणि पुस्तके लिहूही लागले. हे या स्वातंत्र्याने केले. म्हणून संविधानात डॉ. बाबासाहेब आंबेडकरांनी संघटित होण्याचा अधिकार, बोलण्याचा अधिकार, मूलभूत अधिकार दिला. म्हणूनच ते आम्हाला 'गुलाम करणाऱ्या भौचिक देवा'पेक्षा मोठे वाटतात ते. त्यांनी आमचे जनावरांच्या कळपातील आयुष्य माणसात आणले, म्हणून आम्ही त्यांना आणि त्यांनी दिलेल्या लोकशाही समाजवादी संघटनेला प्राणप्रिय मानतो. आम्ही जेव्हा स्वातंत्र्याच्या विरोधी घोषणा देतो तेव्हा ती स्वातंत्र्याच्या संकल्पनेविरुद्ध नसते, तर ती संकल्पना सत्यात न उतरवणाऱ्या राज्यकर्त्यांविरुद्ध असते. ते कोणत्याही पक्षातील असू देत, आमचे काही मित्र म्हणतात, हे मग 'स्वातंत्र्य भांडवली स्वातंत्र्य आहे'. हे खरेही आहे, पण जातीय गुलामीपेक्षाही भांडवली स्वातंत्र्य परवडते, कारण यात अन्यायाविरोधी बोंब तरी मारता येते, आपला क्रोध व्यक्त तरी करता येतो. म्हणूनच हे राष्ट्र स्वतंत्र झाले याचा आम्हाला अभिमान वाटतो. आज लाखो मुले-मुली शिकत आहेत, ही क्रांतीच आहे. यापूर्वी राष्ट्र ही खास वर्गाची मिरासदारी होती, ती आज राहिलेली नाही. आता शूद्र-अतिशूद्र लोक लोकशाहीमुळे प्रांतोप्रांती राज्यकर्ते होऊ शकतात. अनेक स्त्रिया पंचायत सदस्य झाल्या आहेत, अगदी पुरुषांच्या खांद्याला खांदा लावून बोटी, आगगाडी, विमाने चालवत आहेत; प्रशासन असो, सैन्य असो की

शेती; त्या आता मोठ्या प्रमाणात 'चूल आणि मूल' एवढेच निसर्गदत्त काम न समजता समाज घडवण्यासाठी 'घर' नावाच्या तुरुंगातून बाहेर पडत आहेत. ही सारी करणी 'स्वातंत्र्या'त दिलेल्या बळावाचून शक्य होती का?

या संदर्भात महात्मा जोतीराव फुले यांनी सार्वजनिक सत्यधर्म' या पुस्तकात असा प्रश्न विचारला आहे, की 'या बळिस्थानातील एकंदर शूद्रादी अतिशूद्रांसह भिल्ल, कोळी वगैरे सर्व लोक विद्वान होऊन विचार करण्यालायक होईपावेतो ते सर्व सारखे एकमय लोक झाल्याशिवाय (नेशन) होऊ शकत नाही. असे असता एकट्या उपऱ्या आर्यभट्ट ब्राह्मण लोकांनी नॅशनल काँग्रेस स्थापन केली तर तिला विचारतो कोण?' १८८५ साली काँग्रेसची स्थापना झाली त्या वेळी हा प्रश्न उपस्थित केला गेला. (पुरोगामी सत्यशोधक, पृष्ठ ३) तो प्रश्न आजही सुटलेला नाही, हे राष्ट्र केवळ राष्ट्रगीत एक केल्याने एक होणार नाही किंवा तिरंगा झेंडा उंचउंच उभा केल्याने एक होणार नाही. डॉ. बाबासाहेब आंबेडकरांनी सांगून ठेवले आहे, 'राजकीय स्वातंत्र्याबरोबर आर्थिक स्वातंत्र्य आणि सामाजिक समता, सामाजिक न्याय अस्तित्वात आला नाही तर मी उभी केलेली ही राज्यघटना माझेच लोक नष्ट करून टाकतील.'

आम्हाला वाटते, ही गोष्टच आम्हाला उपाशी जनसमूहाचा आवाज म्हणून स्वातंत्र्याचे झाले काय, हा प्रश्न विचारत असते. तो मूलभूत स्वातंत्र्यासाठी असतो. किंबहुना, उच्चवर्णीय व उच्चवर्गीय लोकांकडे गहाण पडलेले आमचे स्वातंत्र्य मुक्त करण्यासाठीचा तो आगडोंब असतो. अवघ्या दहा टक्के लोकांच्या नावावर देशातील नव्वद टक्के जमीन आणि शंभर भांडवलदारांच्या नावावर देशातील छप्पन टक्के संपत्ती असते. याच्या विरुद्धचा जिहादी नारा मोठमोठ्या शहरांत राहणाऱ्या साठ ते पासष्ट टक्के झोपडपट्टीतल्या लोकांचा असतो आणि अठ्ठेचाळीस टक्केदारिद्र्य रेषेखाली राहणाऱ्या दरिद्री, उपेक्षित समाजाचाही असतो आणि शंभर कोटी लोकसंख्या असलेल्या देशात बँकेची खाती अवघी तीन टक्के लोकांची असतात. म्हणजे सत्त्याण्णव टक्के लोक बँकेच्या दारातही पोचत नाहीत. त्यांच्याविरोधी हा नारा असतो, जमिनी दहा टक्के लोकांच्या हातात आणि अर्थव्यवहार तीन टक्के लोकांच्या हातात आणि सांस्कृतिक ठेकेदारी साडेतीन टक्के लोकांच्या हातात. त्यांच्याविरुद्ध नारा असतो, पाच टक्के बालकामगार, दहा कोटी विद्यार्थी, दहा कोटी बेरोजगार यांच्या वाट्याला आलेली वंचना याविरुद्ध पुकारलेल्या युद्धाचा तो नारा असतो. तो नारा समता चळवळीतले आमचे नेते डॉ. बाबा आढाव यांनी प्रथम मुंढवा सेटलमेंटच्या जमिनीच्या संघर्षाच्या काळात दिला होता. 'जनावरांना न्याय, माणसाचं काय? आणि स्वातंत्र्याचं झालं काय? आमच्या हाती आलं काय' या घोषणा भटक्या-

विमुक्तांच्या जमीन मुक्ती संघर्षात आम्ही १९८३ साली दिल्या. त्या घोषणा उपेक्षितांनी, वंचितांनी स्वीकारल्या आहेत. १९५० साली स्वीकारलेले प्रजासत्ताक अधिक शक्तिमान व्हावे; स्वातंत्र्य, लोकशाही, समाजवाद, विज्ञान निष्ठा, धर्मनिरपेक्षता या मूल्यांसह समाज निर्माण व्हावा, यासाठीच्या लढाईला बळ मिळावे, विषमताविरोधी शक्तींनी संघटित होऊन साडेतीन टक्केवाल्यांशी संघर्ष करावा, म्हणून जिहाद पुकारण्याची गरज आहे. तोच स्वातंत्र्याचा अर्थ आणि आशय आहे. म्हणून भारतीय स्वातंत्र्य चिरायू होवो. त्याचबरोबर समाजवादी, सम्यक समाज निर्माण होवो अशी कामना स्वातंत्र्याच्या सुवर्ण महोत्सवाच्या प्रसंगी आपण सारे करू या.

❖

(१२ ऑगस्ट १९९७)

बहुजन समाज आणि शिक्षण

महाराष्ट्र विधान परिषदेच्या पुणे विभाग पदवीधर मतदारसंघाची निवडणूक येत्या १६ जून रोजी होत आहे. या निवडणुकीत आमचे मित्र मानसिंग चव्हाण हे भारतीय राष्ट्रीय काँग्रेसने पुरस्कृत केलेले उमेदवार म्हणून उभे आहेत. सातारा तालुक्यातील मापरवाडीसारख्या छोट्या खेडेगावातील एका शेतकरी कुटुंबात जन्माला आलेले मानसिंग चव्हाण व्यवसायाने सिव्हिल इंजिनिअर आहेत. लहानपणी, घरची परिस्थिती बेताची असल्याने त्यांनी आपले शिक्षण जिद्दीने व चिकाटीने पूर्ण केले आहे. सातारा तालुका काँग्रेस कमिटीचे अध्यक्ष म्हणून गेली काही वर्षे ते काम करत आहेत. स्वभावाने उमदा, मनमिळाऊ आणि तळागाळातील शेतकरी, कष्टकरी, दीनदुबळ्या माणसांच्या प्रश्नांचे व्यापक भान असलेला आणि सामाजिक कर्तव्य मानून तसे काम करणारा कार्यकर्ता पदवीधर मतदारसंघातील ही निवडणूक लढवतोय ही आनंदाची बाब आहे.

मानसिंग चव्हाण यांना शुभेच्छा देताना या मतदारसंघात जवळपास एक लाख मतदारांचे अभिनंदन करण्याची संधी या निमित्ताने मिळाली आहे. या एक लक्ष मतदारांमध्ये जवळपास ८० ते ८२ टक्के मतदार हा ब्राह्मणेतर, बहुजन समाजातील आहे. हा सर्व मतदार पाचही जिल्ह्यांतील खेड्यापाड्यांतून, वाडीवस्त्यांतून कष्टाने पदवीपर्यंत पोचलेला आहे. महाराष्ट्राच्या, देशाच्या सामाजिक जीवनामध्ये हजारो वर्षे, वर्णव्यवस्थेने पुरोहितवादाचे वर्णवर्चस्व

अखंडपणे प्रस्थापित करून, धूर्त व कावेबाजपणे त्रैवर्णिकांना म्हणजेच ब्राह्मणेतरांना शिक्षणाची बंदी केली होती. एवढेच नव्हे, तर शंभर टक्के स्त्रीजातीला शिक्षणापासून वंचित केले होते. चूल आणि मूल या कोंडवाड्यात ब्राह्मण भगिनींसह सर्व भगिनी डांबल्या गेलेल्या होत्या. मनुस्मृतीसारख्या अनेक धर्माज्ञा ब्राह्मणेतरांना शिक्षणच नव्हे तर माणुसकीचे साधे अधिकारही द्यायला तयार नव्हत्या.

धर्म हा हजारो जाती आणि पंथ यांमध्ये वाटून टाकला गेला होता. पराकोटीचे दारिद्र्य, सामाजिक विषमता, स्पृश्यास्पृश्यता, स्त्री-पुरुष विषमता अशा अनेक भेदाभेदांनी समाजजीवन कुंठित झाले होते. समाजातील एका दुबळ्या वर्गाचा स्पर्शच नव्हे तर सावलीसुद्धा विटाळ मानली जात होती. माणसे असूनही ज्यांना हजारो वर्षे माणसासारखे वागवले गेले नाही, ज्यांचे मनुष्यत्व नाकारले गेले अशा हजारो-लाखो लोकांना तोंड असूनदेखील बोलता येत नव्हते; डोळे असून पाहता येत नव्हते आणि कान असून ऐकायला येत नव्हते. अशा हजारो आईबापांच्या पोटी जन्म घेतलेले आपण सारे पदवीधर आहोत. कोणी पायरीला शिवत होता, पण देवळात जाऊ शकत नव्हता. कोणी देवळात जात होता; पण गाभाऱ्यात मात्र बहिष्कृत. या कैदखान्यातून सुटण्याचा पहिला मार्ग क्रांतिवीर महात्मा जोतीराव फुले आणि त्यांच्या सुविद्य पत्नी क्रांतिज्योती सावित्रीबाई फुले यांनी दाखवला. सामाजिक समतेचे तत्त्वज्ञान, शिक्षणाची दारे उघडल्याशिवाय समजणार नाही म्हणून जोतीराव म्हणाले, की विद्येविना मती गेली, मतीविना गती गेली, गतीविना वित्त गेले, वित्ताविना शूद्र खचले; इतके अनर्थ एका अविद्येने केले. मित्रहो, हा काळ काही फार पूर्वीचा नाही. अवघ्या शंभर-दीडशे वर्षांपूर्वीचा इतिहास आहे हा. महात्मा फुल्यांनी स्थापन केलेल्या सत्यशोधक समाजाचे लोण सर्वदूर खेड्यापाड्यापर्यंत पोचले, आणि एका अर्थाने बहुजन समाजाच्या शिक्षणाची नांगरट महात्मा फुल्यांनी केली. प्रबोधनाचा एक प्रचंड प्रवाह हातामध्ये डफ घेऊन सत्यशोधकी जलशानी प्रवाहित केला, कर्मवीर विठ्ठल रामजी शिंदे, राजर्षी छत्रपती शाहू महाराज, डॉ. बाबासाहेब आंबेडकर, कर्मवीर भाऊराव पाटील, पंजाबराव देशमुख, डॉ. बापूजी साळुंखे यांच्यापर्यंत बहुजन समाजाच्या शिक्षणाचा ध्यास घेतलेले महापुरुष आणि बहुजन समाजाच्या शिक्षणाचा गाडा ओढणारे हजारो कार्यकर्ते, स्वत:ला झोकून देऊन उभे राहिले, म्हणून महाराष्ट्र आज उभा राहिलेला दिसतो. एरवी, शिक्षण हे वाघिणीचे दूध आहे म्हणून ज्ञानाच्या किल्ल्या आपल्या कनवटीला बांधून वासरात लंगडी गाय शहाणी म्हणून विद्यावंत, प्रज्ञावंत, पंडित, शास्त्री अशा बिरुदावल्या लावणारे अनेक रावबहादूर त्या काळात मिरवत होते. परंतु गोरगरीब रयतेचे अधिकार त्यांच्याच्याने देववत नव्हते आणि अक्षरशत्रू असलेल्या बहुजनांपर्यंत ज्ञान पोचत

नव्हते. तेव्हा आपण पदवीधर झालो याचा आनंद आपण जेव्हा उपभोगतो तेव्हा ज्यांनी आपल्या शिक्षणासाठी अपार दुःख सहन केले, ज्यांनी पायात पायताण घातले नाही, डोक्यात पगडी घातली नाही, घर-प्रपंच-संसार यांची चिंता केली नाही, अनवाणी पायांनी हजारो खेडी हिंडून अगणित मुले शिकावीत अशी भीष्मप्रतिज्ञा करणाऱ्या कर्मवीर अण्णांना आपण कोणी विसरू शकत नाही.

जोतीरावांनी नांगरट केली. त्यानंतरच्या पिढ्यांनी मशागत केली आणि भाऊराव अण्णांनी उत्तम पेरणी केली, त्या पिकाला आलेले फळ म्हणजे तुमच्याआमच्या पदव्या आहेत. हे लिहीत असताना ज्या खुर्चीवर आम्ही बसलेलो आहोत ती खुर्ची, अंगातले कपडे आणि हातातले पेन हे सारे काही अपघाताने मिळालेले नाही, की पूर्वजन्मीच्या पुण्याईनेही नाही. आम्ही ते कर्तबगारीने मिळवले हे तर खरेच, पण सामाजिक परिवर्तनाचा गाडा येथवर आलाच नसता जर फुले, आंबेडकर, शाहू कर्मवीर झाले नसते आणि जर ते झाले नसते तर आमची कर्तबगारी एखाद्या गावच्या शेतात बैलांची शेपटे मोडण्यात गेली असती अन् दुसऱ्या कुणाची गावच्या हगणदारीत गाढवे राखण्यात गेली असती किंवा आणखी तिसऱ्या कोणाची 'जोहार मायबाप जोहार' असा जोहार घालण्यात गेली असती, याचा आपल्याला किंचितही विसर पडता कामा नये. आपण आज जे कोणी आहोत ते आपल्या पूर्वसुरीच्या कामाचे अपत्य आहोत. पोकळीत कोणीच वाढत नसते. वाढायला भक्कम मुळांचा आधार लागतो. आपल्या पदव्या या अशा भरभक्कम मुळांच्या आधारावर उभ्या राहिलेल्या आहेत.

भारतीय राज्यघटनेत असे नमूद केले आहे, की चौदा वर्षांच्या आतील मुलांना सक्तीचे प्राथमिक शिक्षण दिले पाहिजे, पण गेल्या चाळीस-पंचेचाळीस वर्षांत आपण या दिशेने बेतानेच चाललो आहोत. शंभर मुले प्राथमिक शाळेत गेली तर त्यातील एखाददुसरा मुलगा पदवीधर होतो. म्हणून म्हणतो, की आपण नशीबवान आहात. शिक्षणातील एवढी प्रचंड गळती अपघाताने होत नाही. मुळात चौथीपर्यंत प्राथमिक शाळांना परीक्षाच नाहीत. आधीच शिक्षणाची कोणतीही प्रेरणा नसलेला बहुजन समाज उदासीन असतो. त्यात परीक्षा नाहीत. याचा विपरीत परिणाम असा होतो, की पहिलीचा मास्तर शिकवत नाही म्हणून दुसरीचा शिकवत नाही. मुले अशी चौथीपर्यंत ढकलत जातात. पाचवीपासून वर्ग टिकावेत म्हणून वर्गाच्या तुकड्या चालवणे गरजेचे असते. त्याशिवाय इयत्ता चालत नाहीत, म्हणून मुले आणखी पुढे ढकलली जातात. माध्यमिक शिक्षक प्राथमिक शिक्षकांना दोष देतात. प्राथमिक शिक्षक हे पालक व सरकारला दोष देतात. दहावीचा निकाल चाळीस ते पंचेचाळीस टक्के लागतो. याचा अर्थ

पंचावन्न ते साठ टक्के मुले नववी पास व दहावी नापास होऊन खायला कहार व भूमीला भार अशा अवस्थेत रिकामटेकड्या डोक्यांनी तंबाखूला चुना लावत गावच्या देवळात व पारावर, नको त्या असामाजिक उचापती करत राहतात. अकरावीत गेलेल्या मुलांमधून पस्तीस ते चाळीस टक्के मुले बारावीला पास होतात. म्हणजे पुन्हा त्यांमधील साठ टक्के मुले घरी जातात व असे, बेरोजगारांचे तांडे तयार होतात!

पूर्वी मुले इंजिनिअरिंग, मेडिकल वा व्यावसायिक शिक्षणाकडे जात असत. युती सरकारने या सर्व शिक्षणाची कत्तल केलेली आहे. मुलांनी कितीही कर्तबगारीने गुण मिळवले; अगदी बोर्डात पहिला आला, तरीही मेडिकलला प्रवेश मिळेल असे नाही. कारण सरकारने प्रवेशपरीक्षा दिल्याशिवाय व तेथे पास झाल्याशिवाय मेडिकल, इंजिनिअरिंगला प्रवेश नाही असे धोरण जाहीर केले आहे. आता यात कोणाची मुले पास होतील? याचा अर्थ मूठभर लोकांच्या शिक्षणाची व्यवस्था अत्यंत कावेबाजपणे, धूर्तपणे; अगदी पहिल्या इयत्तेपासून केली जात आहे. कारण या मूठभरांच्या घरचे पालक जागरूक आहेत. यांची मुले नगरपालिका, महानगरपालिका किंवा जिल्हा परिषदातील शाळांमधून शिकत नाहीत. ती याच वर्गाने चालवलेल्या खासगी शाळांमधून शिकतात की जेथे मुलेच काय पण मुलांच्या आईवडिलांचेही इंटरव्ह्यू घेतले जातात! अशी ही जीवघेणी शैक्षणिक विषमता म्हणजे एका मोठ्या समूहाची शैक्षणिक आत्महत्या आहे. शिक्षणाशिवाय तरणोपाय नाही. शिक्षण ही पुढील पिढ्यांसाठी केलेली गुंतवणूक आहे असे जोवर आपण मानत नाही. शिक्षणक्षेत्रातील प्रवृत्तीला आळा घालत नाही, विनाअनुदान संस्कृती मोडीत काढत नाही तोपर्यंत शिक्षण समाजाच्या शेवटच्या माणसापर्यंत गेले असे मानता येणार नाही. हे सर्व सांगण्याचे कारण, या व्यथा फक्त आपण समजू शकतो, कारण आपण संवेदनशील आहात, समाजातील 'क्रीम' आहात, विचार करण्याची क्षमता आपल्यामध्ये आहे.

आपण समाजाच्या हिताहिताची चिंता करू शकता, सामाजिक समता व सामाजिक न्याय आपल्यासारख्या पदवीधरांना समजू शकतो. आपण व्यापक जनहिताची काळजी करू शकता. म्हणूनच भारतीय राज्यघटना बनवत असताना डॉ. बाबासाहेब आंबेडकर यांनी पदवीधरांना इतर नागरिकांपेक्षा विशेष मतदानाचा अधिकार देऊन आपले बुद्धिमान प्रतिनिधी विधान-परिषदेसारख्या उच्च सभागृहात पाठवण्याचा घटनादत्त अधिकार आपणास दिला आहे. निसर्गाने बुद्धीचा ठेका कोणा एका वर्गाला दिलेला नाही. ज्येष्ठ स्वातंत्र्यसैनिक परिवर्तनाच्या चळवळीतील आमचे ज्येष्ठ सहकारी प्रा. ग. प्र. प्रधान यांनी बराच काळ या मतदारसंघाचे प्रतिनिधित्व केलेले आहे. आपल्या या मतदारसंघाचे प्रतिनिधित्व स्वातंत्र्यानंतर

पन्नास वर्षांनी ज्यांना कधीही संधी मिळाली नाही अशा वर्गाने करावे असे आम्हास वाटते. म्हणून सर्व समाजातील पदवीधर मतदार बंधू-भगिनींना आम्ही अशी नम्र विनंती करतो, की त्यांनी मानसिंग चव्हाण या उमद्या तरुणास आपल्या पहिल्या पसंतीचे मत देऊन उपकृत करावे. मानसिंग चव्हाण यास आमच्या हार्दिक शुभेच्छा!

❖

(२६ मे १९९६)

शिक्षणाच्या सार्वत्रिकीकरणाची कत्तल, मनुवाद्यांचा डाव!

विकसनशील राष्ट्रात शिक्षण आणि त्यावरील खर्च ही सामाजिक गुंतवणूक समजली पाहिजे, असे जगभरचे तज्ज्ञ मानतात, कारण शिक्षण हे समाज परिवर्तनाचे साधन म्हणून त्याकडे पाहिले पाहिजे. शिक्षणाशिवाय माणूस आणि पशू यांत फारसे अंतर असू शकत नाही. महात्मा जोतीराव फुले, सावित्रीबाई फुले, महर्षी कर्वे, पंजाबराव देशमुख, डॉ. बाबासाहेब आंबेडकर या विभूतींनी महाराष्ट्रात शैक्षणिक चळवळ उभी केली, आणि गोरगरीब रयतेची मुले शिकतील तरच समाजाचा उद्धार होईल; सामाजिक उच्चनीचतेचा भेदभाव संपेल. हे लक्षात घेऊन आपला पहाडासारखा देह झिजवत दाढीला जेवढे केस असतील तेवढ्या शाळा काढीन अशी भीष्मप्रतिज्ञा कर्मवीर भाऊराव पाटलांनी केली आणि सह्याद्रीच्या दऱ्याखोऱ्यांत, वाड्यावस्त्यांवर अण्णांनी शिक्षण पोचवले. विद्येविना मती गेली, मतीविना गती गेली, गतीविना वित्त गेले, वित्ताविन शूद्र खचले... इतके अनर्थ एका अविद्येने केले. असे महात्मा जोतीराव फुल्यांनी म्हटले आहे. ब्राह्मणांनी ज्ञान-भांडाराच्या किल्ल्या आपल्या कनवटीला लावून, ब्राह्मणेतरांना शिक्षण नाकारून, त्यांना पशुपातळीवर ढकलून दिले. अज्ञान, अंधश्रद्धा, देवभोळेपणा, अनिष्ट रूढी, परंपरा, धार्मिक खुळचट कल्पना या सर्वांचा प्रसार आणि प्रचार करत स्वतःच्या गळ्यात जानवे अडकावून इतर सर्व समाजाला मूर्ख बनवले. हजारो वर्षे अन्याय केला आणि बहुजनांच्या टाळूवरचे

तूप खाल्ले आणि इतरांना दारोदार भीक मागायला लावली.

ज्यांनी हरप्रयत्नांनी तळच्या वर्गाला ज्ञान नाकारले त्या भिक्षुकांच्या हाती योगायोगाने राज्याची सत्ता गेली याला आता दीड वर्ष झाले. गेल्या दीड वर्षात शिक्षणाचे पुरते वाटोळे स्वत:ला प्रिन्सिपॉल म्हणवून घेणाऱ्या मनोहर जोशींनी केले. काँग्रेसचे वाटोळे करायचे असेल तर राज्यांचे वाटोळे करावे लागते याचेही भान पंतांनी ठेवले नाही. खरेतर गेल्या दीड वर्षात आपण दीडशे वर्षे मागे गेलो आहोत, याचाही पत्ता पंतांना लागलेला नाही किंवा आपल्याच पूर्वजांचा कित्ता गिरवण्याचे काम पंत करत असावेत. सहकाराचे वाटोळे, स्थानिक स्वराज्य संस्थांचे वाटोळे आणि शिक्षणाचे वाटोळे केल्याशिवाय काँग्रेसचे वाटोळे होणार नाही या राजकीय सूडबुद्धीने युतीचे सरकार पछाडले गेले आहे. आमच्या खेड्यात एक म्हण आहे, 'माझं पोटचं पडलं तरी चालेल, पण शेजारणीचं पोट वाढू देणार नाही.' पंतांची गत अशीच झाली आहे. हे राज्याचे शिक्षणधोरण की सुडाचे राजकारण? स्वतःला प्रज्ञावंत, ज्ञानवंत म्हणवून घेणाऱ्या माणसांना लाज वाटली पाहिजे. परंतु ज्यांनी ती बुद्ध्याच गुंडाळून ठेवली आहे त्यांच्याबद्दल काय बोलावे? काँग्रेसच्या राजवटीत मुलींच्या शिक्षणासाठी बराच गाजावाजा झाला. अनेक योजना जाहीर झाल्या आणि त्या यशस्वीही झाल्या. याउलट मुलींच्या शिक्षणाबाबत बराच बोलबाला करणाऱ्या शिवसेना-भाजप युतीने कृती मात्र उलटी केली. शासनाच्या शाळा समायोजन धोरणानुसार सावित्रीबाई फुले, म. फुले, आगरकर, महर्षी कर्वे यांच्या महाराष्ट्रात मुली आणि मुले आता शिकूच शकणार नाहीत!

नव्या समायोजन धोरणानुसार प्राथमिक शाळांतील शिक्षकसंख्या निश्चित करताना शाळा हा घटक धरण्यात आला आहे. पटसंख्येऐवजी सरासरी उपस्थिती लक्षात घेणार आहेत. इयत्ता पाचवी ते सातवीच्या वर्गातील किमान सरासरी तीस असेल तर ती शाळा पात्र समजून १:३ प्रमाणे शिक्षक दिले जातील. वर्गातील सरासरी तीसपेक्षा कमी असेल तर त्याच गावातील किंवा तीन किलोमीटर परिसरातील दुसऱ्या शाळेतील वर्गात त्यांचे समायोजन केले जाईल. ही आहेत जोशीबुवांची शिक्षणासंबंधीची धोरणे! खेड्यातला मुलगा शहरातल्या शाळेत येत नसेल, अडचणी असतील तर शाळाच खेड्यात नेली पाहिजे; म्हणून कर्मवीरांनी जाणीवपूर्वक सह्याद्रीच्या दऱ्याखोऱ्यांत शाळा नेल्या. कर्मवीरांचे हेच धोरण प्रमाण मानून पूर्वीच्या काँग्रेस शासनाने जी धोरणे आखली ती पुढीलप्रमाणे

शिक्षणाचे सार्वत्रिकीकरण झाले पाहिजे, गाव तेथे शाळा, दोनशे लोकवस्ती व दीड किलोमीटर अंतरावर प्राथमिक शिक्षणाची सोय, एकशिक्षकी शाळेचे द्विशिक्षकी शाळेत रूपांतर, मुलींसाठी सावित्रीबाई फुले दत्तक-पालक योजना,

मुलींची गळती थांबवण्यासाठी उपस्थिती - भत्ता, खडू-फळा योजनेद्वारे शाळांना शैक्षणिक सुविधा, इयत्ता पाचवी ते सातवीसाठी २० : १५ : १५ हा पटसंख्येचा निकष व त्यानुसार प्रत्येक वर्गास १:३ शिक्षक देण्याचे धोरण, २००० सालापर्यंत शैक्षणिक उठाव, शालेय पुस्तक, आहारयोजना, आहारयोजनेत तीन किलो तांदूळ व सुगंधी दूध या होत्या. काँग्रेस सरकारच्या या योजना व युती सरकारचे धोरण या दोन्हीचा विचार केल्यावर कुठे काँग्रेस शासनाचा ऐरावत आणि कुठे मनोहर भट्टाची तट्टाणी असे म्हणावे लागते. दोनशे लोकवस्ती तेथे शाळा अशी पूर्वीच्या शासनाने केवळ घोषणा दिली नाही तर ती प्रत्यक्षात अमलात आणली. म्हणूनच आज वाड्या-वस्त्यांवर, पाड्या-तांड्यावर दोन खोल्यांच्या का असेनात, मोडक्यातोडक्या का असेनात पण शाळा दिसू लागल्या आहेत. शाळा मुलांच्या घराजवळ गेली आहे. याउलट वर्गातील सरासरी तीसपेक्षा कमी असेल त्या गावातील शाळाच बंद करण्याचे धोरण म्हणजे बहुजन समाजाच्या, खेड्यापाड्यातल्या दुर्गम, डोंगराळ भागातल्या मुलांच्या प्राथमिक शिक्षणाच्या नरडीला नख लावणे नाही काय? पाटण, जावळी, पन्हाळा, बावडा ते पार इगतपुरीपर्यंत दूर डोंगरात असलेल्या गावांमध्ये तीस मुले एकत्र नसतील तर त्या मुलांचे शिक्षण आता होणार नाही.

शिक्षण मिळणे हा मुलांचा सामाजिक घटनादत्त अधिकार आहे. तो कोणाही भडभुंजांना हिसकावून घेता येणार नाही, कारण सक्तीचे प्राथमिक शिक्षण देशातल्या चौदा वर्षापर्यंतच्या सर्व मुलांना देणे ही शासनाची कायदेशीर जबाबदारी आहे, असे भारतीय राज्यघटनेने-कायद्याने अभिवचन दिलेले आहे. पंतांचे सरकार या मुलांवर उपकार करत नाही किंवा आपल्या कोहिनूर त्यामुळे शिक्षणसंस्थेतील पैसे खर्च करत नाही आणि म्हणून सरकारच्या दिवाळखोर योजनेविरुद्ध महाराष्ट्र पेटून उठल्याशिवाय राहणार नाही. कोणता पालक आपली सहा वर्षांची मुलगी परगावी शिक्षणासाठी ओढे-नाले ओलांडत, पावसापाण्यात चिखलमाती तुडवत दुसऱ्या गावी पाठवील? म्हणजे या समाजातील स्त्रियांनी शिकता कामा नये. मुलांनीही शिकता कामा नये. असाच या धोरणाचा अर्थ आहे. मुळात एकशिक्षकी शाळेच्या द्विशिक्षकी शाळा झाल्या, म्हणजे मेंढरासारखी इयत्ता चौथीपर्यंतची मुले दोन शिक्षक जोडवर्ग म्हणून शिकवतात. त्याऐवजी या शाळा चार शिक्षकांना दिल्या पाहिजेत. वर्गागणीक शिक्षक दिला पाहिजे. ते राहिले बाजूला. यांनी दिलेल्या शाळाच काढून घेतल्या! एका बाजूला ग्रामीण भागातील शाळा कमी करण्याचे धोरण आखताना दुसरीकडे खासगी संस्थांना ग्रामीण भागात शाळा उघडण्यास परवानगी देण्याचे सत्र चालू ठेवले आहे. हा निर्णय घेताना युती सरकारची पाठराखण करणाऱ्या ठरावीक संस्थांनाच शाळा

उघडण्याची मुभा दिली आहे. शाळा समायोजन धोरणामुळे जिल्हा परिषदेची शाळा बंद पडली तर तेथील किमान काही मुले नाइलाजाने या खासगी शाळांकडे वळतील. ज्यांना आर्थिक दृष्ट्या खासगी शाळा परवडणार नाहीत ती मुले मात्र शाळा सोडून घरी जातील.

पूर्वीपासूनच, सामाजिक विषमतेची सही नक्कल शिक्षणात झाली होती. जिल्हा परिषद, महानगरपालिका, नगरपालिका या शासकीय, निमशासकीय संस्थांतर्फे दिले जाणारे शिक्षण हे सार्वत्रिक शिक्षण होते व त्याचा दर्जा अत्यंत निकृष्ट ठेवण्यात नोकरशहा आणि उच्चवर्णीय समाजातील पालक यशस्वी झाले होते. स्वत:च्या मुलांच्या शिक्षणासाठी मात्र महाजनवर्गाने खासगी प्राथमिक शाळा काढल्या होत्या. त्यांच्या शाळाप्रवेशापासून जीवघेणी स्पर्धा सुरू होत असते. एवढेच नव्हे तर बालवाडीच्या मुलांच्या आईवडिलांच्या परीक्षा घेऊन, जाती व ऐपत पाहून प्रवेश दिले जातात. एवढेच नव्हे तर शासकीय नियमांचे पालनही केले जात नाही. उदाहरणार्थ, पहिलीपासून चौथीपर्यंत सार्वजनिक शाळांत परीक्षा घेतल्या जात नाहीत तर खासगी प्राथमिक शाळांमध्ये मात्र दप्तराच्या ओझ्याने मुले वाकतात. इथे, बालवाडीपासून परीक्षा आहेत आणि इथेच खरी विषमतेची मनुवादी परंपरा सुरू होते. ग्रामीण भागातील मुलांची कत्तल अशी कायदेशीर केली जाते. आपल्या मुलांच्या स्पर्धेत इतरांना येऊ द्यायचे नाही आणि वर बसलेल्या गुणवत्तेचा ढोल वाजवत राहायचे यालाच कावेबाजपणा असे म्हणतात. या शैक्षणिक ढोंगाची मनोहारी रूपे म्हणजे युती सरकारचे शैक्षणिक धोरण आहे, असे म्हटले तर वावगे होणार नाही.

❖

(२६ जून १९९६)

तरुण मित्रांनो, डोके तेवढे शाबूत ठेवा!

मराठी बांधवांना महाराष्ट्र दिनाच्या शुभेच्छा, मराठी भाषकांनी १०५ हुतात्म्यांच्या बलिदानातून, हजारोंच्या हालअपेष्टांतून साकारलेले स्वभाषिकांचे राज्य म्हणून आजच्या दिवसाला फार मोठे मोल आहे. पण आजचा दिवस तेवढ्याच कारणासाठी उत्तम नाही. अमेरिकेतील शिकागो येथे १ मे रोजी कामगारांनी आपल्या हक्कांसाठी जो मोर्चा काढला होता त्या मोर्चावर पाशवी गोळीबार झाला होता. ही गोष्ट एकोणिसाव्या शतकातील. कामगारांच्या मागण्यांना निष्पाप कामगारांच्या रक्ताचा सडा सांडून उत्तर देण्यात आले. शिकागोत सांडलेल्या कामगारांच्या रक्तात बुडवून उभारलेला लाल झेंडा तेव्हापासून कामगारांचा झेंडा म्हणून ओळखला जाऊ लागला. त्या दिवसाचे स्मरण म्हणूनही प्रतिवर्षी १ मे हा कामगार दिन म्हणूनही पाळला जातो. केवळ साम्यवादी देशांत नव्हे तर जेथे जेथे कामगार, कष्टकरी काम करतात तेथे तेथे जगभर, एखाद्या सणासारखा हा दिवस पाळला जातो. जगातल्या कामगारांनो संघटित व्हा असा संदेश देणारा हा दिवस आहे. परंतु या 'मे दिना'चे आणखी एक वेगळे वैशिष्ट्य मराठी माणसाला यंदा योगायोगाने वाट्याला आले आहे. मराठी जनतेच्या लाडक्या दैवताचा म्हणजेच छत्रपती शिवरायांच्या जयंतीचा दिवस. लोकमान्य टिळकांनी हा दिवस उत्सव म्हणून साजरा करण्याचा प्रघात सुरू केला. मात्र तो काही गणेश उत्सवासारखा प्रचलित झाला

नाही. परंतु नवमहाराष्ट्राची स्थापना झाली तेव्हापासून या उत्सवाला लोकप्रियता मिळाली. त्याचे श्रेय हे लो. टिळकांच्या अगोदर म. जोतीराव फुले यांचे. त्यांनी रायगडावर शिवबांच्या समाधीवर पुष्प वाहून या उत्सवाला सुरुवात केली. हा उल्लेख आम्ही टाळू शकत नाही. कारण आज उठताबसता असामान्य लोकप्रियता मिळालेल्या शिवरायांबद्दल त्या काळच्या प्रस्थापितांची काय मनोभूमिका होती, हेही स्पष्ट झाले पाहिजे. ज्या ज्या काळात जे जे प्रसिद्ध असेल ते ते घेऊन मिरवायचे, जे जे लोकप्रिय आहेत त्यांचा झेंडा आपण खांद्यावर घ्यायचा; हा आमचाच आहे म्हणून डांगोरा पिटत राहायचे आणि सर्वसामान्य भोळ्या-भाबड्या रयतेला फसवत जायचे, हाच उद्योग प्रस्थापित पुरोहितवर्गाने केलेला दिसतो. महाराष्ट्रातील थोर समाजसुधारक, सत्यशोधक भाई माधवराव बागल यांनी म. फुले गौरव ग्रंथात पृष्ठ ४७ वर म. जोतीराव फुल्यांच्या 'दीनबंधू'मधील या उताऱ्यात म्हटले आहे, की -

शिवस्मारकाची कल्पना फुल्यांची, पण हे किती जणांना माहीत आहे? फुलेच स्वतः लिहितात, 'पुण्यास आलो व शिवछत्रपतींच्या समाधीचे दर्शन घेण्यासाठी रायगडला जाण्यास निघालो. समाधीची जागा शोधण्यात दोन-तीन दिवस गेले. घाणेरी व इतर जंगली झुडपे कुऱ्हाडीने तोडत रस्ता काढावा लागला... शिवजन्म उत्सव साजरा करावा म्हणून समाधीवरील सर्व कचरा धुऊन काढून त्यावर फुले वाहिली' ही सर्व हकिकत तेथील ग्रामभटास कळताच तो वर आला.

'कुणबट शिवाजीच्या थडग्याचा देव केला, मी ग्रामजोशी असता दक्षिणा, शिधा देण्याचे राहिले बाजूला. केवढा माझा अपमान!' असे म्हणून त्याने लाथेने समाधीवरील फुले उधळून दिली.

'अरे कुणबटा! तुझा शिवाजी काय देव होता; म्हणून त्याची पूजा केलीस? तो शूद्राचा राजा, त्याची मुंजसुद्धा झाली नव्हती.'

मी रागाने वेडा झालो. ज्यांच्या जिवावर पेशव्यांना राज्य मिळाले त्या शिवप्रभूची पूजासामग्री भिक्षुकाने पायातील पादत्राणाने लाथाडावी काय? मी संतापवायूने वेडा होऊन गेलो. त्यांचे स्मारक म्हणून मी अल्प काव्य केले आहे ते त्यांना समर्पण करतो.

आजतर भारतातले ब्राह्मण, ब्राह्मणेतर, ख्रिश्चन-मुसलमान शिवछत्रपतींना राष्ट्रपुरुष मानतात. उच्चवर्णीय तर त्यांना 'गोब्राह्मणप्रतिपालक' ही संज्ञा देतात. पण ज्या वेळी त्यांच्या स्मारकाची कल्पनाही कोणाला शिवली नाही. त्या वेळी फुल्यांनी तिला चालना दिली.

आजकालच्या शिवभक्तांपासून आपले खायचे दात लपवून दात दाखवण्याचे

कसबच तर ते दाखवत नाहीत ना? गावोगाव, रस्तोरस्ती, वाडी-वस्ती-तांड्यावर, लहानमोठ्या सर्व रस्त्यांवर हातात दिवट्या नाचवत आम्हा बहुजनांची तरणीताठी पोरे भगव्या रिबिनी डोक्यास बांधून, भगवी निशाणे लावून, भगवे वेष लेवून पळत सुटली आहेत. त्या तरुण बांधवांना हे ठाऊक तरी आहे का? की ज्यांच्या तालावर आपण उड्या मारत आहोत त्यांची शिवछत्रपतींवर कितीशी खरी भक्ती आहे? कित्येकांच्या घरातल्या लेकरांची नावे त्यांनी शिवाजी, संभाजी, तानाजी, येसाजी ठेवली आहेत. अगदी बाजी तरी ठेवले आहेच. किती लेकी बाळा सकवारबाई, जिजाबाई अशी ठेवलीत?

एखादा तरी ब्राह्मण तानाजी, संभाजी दिसतो का? मग उगाच त्यांच्या ज्योती मिरवण्यात व्यर्थ सामर्थ्य, पुरुषार्थ का दवडता! शिवछत्रपतीच्या पायाजवळ तरी बसण्याची लायकी आपल्यापैकी कोणाची आहे काय? शिवछत्रपतींचे नाव आणि पुढे आमच्यापैकी भोंदूचे नाव अशीच स्थिती सांप्रत नाही काय? शिवछत्रपतींनी महाराष्ट्राला पारतंत्र्याच्या गुलामगिरीतून बाहेर काढले; गुलामगिरीचे पाश तोडून टाकले, सर्वधर्मीयांना प्रेमाने जवळ करून, संन्यस्तवृत्तीचा भगवा झेंडा हाती धरून मराठी राज्याची स्थापना केली. त्यांचे भांडण मोगलांशी नव्हतेच मुळी. मोगलाई असो की बिदरशाही, त्यांचे वैर हे राजकीय लढाईचे नव्हते का? त्यांनी कधी मुस्लीम बांधवांचा द्वेष केला? कोणत्या मशिदी त्यांनी पाडल्या? याउलट असे दिसते, की लढाईत त्यांना कुराणाचे पान जरी सापडले तरी त्यांनी मौलवीकडे पाठवावे आणि पुराणाचे पान पुरोहिताकडे पाठवावे असे केले. धर्म-जात-पात या सर्वांपलीकडे रयतेवर पुत्रवत प्रेम करणाऱ्या बहुजनांच्या उद्धारकर्त्याला आम्ही मानाचा मुजरा करतो आणि बहुजन बांधवांना कळकळीची विनंती करतो, की डोके शाबूत ठेवा. तरुण दोस्तांनो, डोके तेवढे पुरोहितांच्या हाती देऊ नका. आपले डोळे आता तरी उघडू द्या. नीरक्षीरविवेकी बना!

❖

(५ मे १९९५)

बाबू का भाई दरवेशी, कारवी पतारीशी!

मुस्लीम सत्यशोधक मंडळाच्या प्रवाहाविरोधी संघर्ष करणाऱ्या हमिद दलवाईपासून परिवर्तनाच्या चळवळीतील या भावंडांशी आमचा निकटचा संबंध आहे. या मंडळाच्या अनेक उपक्रमांत आम्ही सहभागी झालो होतो. मुस्लीम प्रबोधनासाठी आमचे सहकारी मित्र हुसेन जमादार 'पुरोगामी मुस्लीम' हे नियत-कालिक चालवत आहेत. बंदिस्त असलेल्या मुस्लीम समाजाचे प्रबोधन करावे या हेतूने हुसेन जमादार अत्यंत बिकट परिस्थितीत हमिद दलवाईंच्यानंतर हे काम करत आहेत. मेहरुनिस्साभाभी (दलवाई), सय्यदभाई, एम. ए. नाईक, जी. एन. सलाती, आय. एन. बंग, जी. आय. मुल्ला, बशीर तांबोळी, डॉ. बी. टी. काझी आणि हुसेन जमादारांचे कुटुंबीय व सर्व सहकारी अक्षरश: जिवावर उदार होऊन 'पुरोगामी मुस्लीम' हे नियतकालिक चालवत असतात.

गेली बारा वर्षे हा अंक चालतो आहे याचेच नवल वाटते. हुसेन जमादार यांचे 'जेहाद' हे आत्मचरित्र वाचल्यावर हुसेन जमादारांनी केलेला संघर्ष आपल्याला समजतो. सप्टेंबर ९५ च्या 'पुरोगामी मुस्लीम'च्या अंकातून भारतीय मुसलमान आणि परिवार नियोजन हा मोहम्मद सुलेमान यांचा लेख वाचल्यानंतर मुस्लीम समाजाची मानसिकता मूठभर माथेफिरू जमाते इस्लामी, तबलीक, मुल्ला मौलवी ही फॅसिस्ट मंडळी कोणत्या स्वरूपाचे विष गोरगरीब मुस्लीम समाजामध्ये पेरते आहेत हे लक्षात येते.

लोकशाहीमध्ये लोकांच्या मतांच्या आधारे राज्य येणार हे सूर्यप्रकाशाइतके स्पष्ट आहे. म्हणून कोण्या एका धर्माने माणसे पैदा करण्याचे कारखाने चालवावेत याच्या एवढा मूर्खपणा जगात दुसरा कोणताही नाही. या मूर्ख धर्मवाद्यांच्या हे लक्षात येत नाही. यांनी दिवसागणीक पोरे जन्माला घातली तरी नव्वद टक्के हिंदूंना अल्पसंख्याक करण्याएवढी प्रजा मुसलमान कधीच निर्माण करू शकणार नाहीत. दुसरे असे, की ब्राह्मण सोडता उरलेल्या ब्राह्मणेतर हिंदूंमध्ये अनेक विवाह होतात; कितीही बायका करता येतात. पाट लावता येतो. म्होतूर लावता येते. बेकायदेशीरपणे बाया ठेवता येतात व त्यांनाही डझनावारी पोरं होतात. त्यामुळे हिंदू हात बांधून बसले आहेत अशी परिस्थिती नाही. जन्म-मृत्यूच्या सरासरीमध्ये द्विभार्या प्रतिबंधक कायदा असूनही मुस्लिमांपेक्षा हिंदूंची जन्माची सरासरी जास्त आहे. म्हणजे कपटी कावा असा लक्षात येतो, की हिंदूंच्यातले उच्चवर्णीय जमातवादी आर.एस.एस.वाले, हिंदू महासभावाले, बजरंग दलवाले स्वतः परिवार नियोजन करणार; सत्ता, संपत्ती, प्रतिष्ठा उबवणार आणि त्यांच्या धर्माची संख्या झोपडपट्ट्यांमध्ये वाढणार. अखिल भारतीय पातळीवर ब्राह्मणांची लोकसंख्या फक्त पाच टक्के आहे आणि हिंदू ही जात नाही. हे किराणा मालाचे दुकान आहे. किराणा मालाच्या दुकानात किराणा नावाची वस्तू मिळत नाही. तसे हिंदू धर्मात केवळ हिंदू नावाची काही वस्तू मिळत नाही. ती मिळते जातींची, जातींच्या शिवाय हिंदू कोणी असूच शकत नाही. 'हिंदू हिंदू बंधू बंधू' हे ढोंग आहे. हे ढोंग समाजामधलं परिवार नियोजनाचं. सारं मुसळ केरात घातलंय.

महाराष्ट्रात मराठा या जातीची बहुसंख्या आहे, परंतु ती प्रादेशिक आहे. भारतीय पातळीवर मराठा ही जात एक टक्कासुद्धा नाही. तीच परिस्थिती रेड्डी, लिंगायत, वकलींग, नाडार, नायर, यादव कुर्मी, आईर, पटेल, ठाकूर या सर्व जमातींची आहे. त्या त्या प्रांतामध्ये बहुसंख्य असलेल्या जाती या भारतीय पातळीवर जात म्हणून अल्पसंख्याक असतात व राज्यामध्ये अल्पसंख्य ब्राह्मण भारतीय पातळीवर जात म्हणून बहुसंख्य असतात. त्यामुळे दिल्लीची गादी इतर कोणास मिळताच कामा नये, असे सारे डावपेच ब्राह्मण नावाची जात खेळत असते. मग ती कोणत्याही पक्षात, पंथात असो.

दुसरे, अखिल भारतीय पातळीवर मुसलमान नावाची जात आहे. जात हा शब्द आम्ही मुद्दाम वापरतो आहोत. कारण मुस्लीम धर्माचे वर्तन हे जातीसारखेच आहे. मुस्लिमांचे प्रमाण देशात ब्राह्मण जातीच्या दुप्पट आहे आणि म्हणून या दोन जाती एकमेकांचा सातत्याने द्वेष करत आहेत. आर.एस.एस.वाल्यांचा मुस्लीम धर्माचा द्वेष; ते मुस्लिमांना अराष्ट्रीय समजतात. याचे कारण बहुसंख्य मुसलमान हे पूर्वीचे धर्मांतरित झालेले सवर्ण यांमधलेच आहेत. वर्णव्यवस्थेच्या

जाचाला कंटाळून, ब्राह्मण्याचा त्याग करून जे लोक धर्मांतरित झाले ते आजचे मुसलमान आहेत. ते वंशाने भारतीय आहेत. ते अरबस्तान, तुर्कस्तानातून आलेले नाहीत. मानववंशशास्त्रानुसार आजच्या भारतातील मुसलमान हा पूर्वाश्रमीचा हिंदू आहे आणि म्हणून त्याचे स्वत्व, त्याचा स्वाभिमान हा या मातीशी नाते राखणाराच असला पाहिजे. हे सांगणारा एखादा महात्मा जोतीराव फुले मुस्लिमांमध्ये जन्माला येत नाही. त्यामुळे त्यांना स्वत्वाची, स्वाभिमानाची व स्वदेशाची शिकवण मिळत नाही. मूठभर मुल्ला, मौलवी, तबलीकवाले, जमाते इस्लामीवाले या समाजाला अत्यंत चुकीच्या मार्गाने नेऊन त्यांच्या पिढ्यान्‌पिढ्यांचे नुकसान करत आहेत. दारिद्र्य व अल्पसंख्य असल्याचा न्यूनगंड यांमुळे समाजाच्या मुख्य प्रवाहापासून मुस्लीम समाज जात्यंध प्रवृत्तीकडे झुकतो, असुरक्षित होतो व तो अधिकाधिक न्यूनगंडाने पछाडला जातो आणि मग त्याला बहुसंख्याकांचे भय वाटल्यामुळे या भोंदूंच्या कळपात सामील व्हावे लागते. ‘घरात नाही दाणा आणि मला म्हणा नाना’ अशी गत मुस्लिमांची झाली आहे आणि तमाम हिंदूंचीही झालेली आहे. जातीयवादी हिंदू आणि जातीयवादी मुसलमान हे खरे राष्ट्रद्रोही आहेत, हे गरीब हिंदू आणि गरीब मुस्लीम बांधवांनी लक्षात ठेवले पाहिजे.

❖

(१२ सप्टेंबर १९९५)

रिपब्लिकन पक्षाच्या ऐक्याला शुभेच्छा, पण...

अकराव्या लोकसभेच्या निवडणुका आता रंगात येऊ लागतील. तिकीट वाटपाचा घोळ, त्यासाठी मिळालेला कमी वेळ यांमुळे इच्छुक उमेदवारांची पळापळ सुरू झाली आहे. प्रचाराच्या खर्चावर व हालचालींवर निवडणूक आयुक्तांचे बारकाईने लक्ष आहे. त्यातल्या त्यात काँग्रेस आणि भाजप यांची निवडणुकीची तयारी बऱ्यापैकी झाली आहे. कोणत्याही पक्षाजवळ राजकीय तत्त्वज्ञान, निवडणुकीसाठी कार्यक्रमाचे मुद्दे आणि घोषणा नाहीत. ही अशी, राजकीय दिवाळखोरी जाहीर झालेली पहिलीच निवडणूक असेल. कोणत्याही राजकीय पक्षाला निर्विवाद बहुमताची खात्री नाही. आता कोणताही पक्ष खऱ्या अर्थाने राष्ट्रीय पक्ष राहिलेला नाही आणि त्याचे कारण मूठभर उच्चवर्णीय लोकांनी सर्वच राजकीय पक्षांची सत्ताकेंद्रे आपल्या हाती ठेवली आहेत. आपल्या वर्ण-जातींचे रक्षण ढालीच्या स्वरूपात जो पक्ष करतो त्या पक्षाच्या पाठीमागे सर्व प्रकारचे सामर्थ्य उच्चवर्णीय समाजातील हे तथाकथित नेते लावतात हे आपण गेले चाळीस-पंचेचाळीस वर्षे पाहिले आहे. स्वातंत्र्योत्तर काळामध्ये, विशेषत: डॉ. बाबासाहेब आंबेडकरांच्या निधनानंतर, डॉ. बाबासाहेब आंबेडकरांची बहिष्कृत जनता बहिष्कृतच राहिली. त्यांनी स्थापन केलेला रिपब्लिकन पक्ष त्यांच्या महानिर्वाणानंतर कार्यरत झाला. उपेक्षित-वंचिताची बाबासाहेबांनी बांधलेली गोट; प्रस्थापित हितसंबंधांच्या

लढाईत तिचे तारू मतभेदांच्या खडकावर फुटले. तेव्हापासून नेत्यागणीक रिपब्लिकन पक्ष अशी अवस्था झाली आहे. त्यामुळे उपेक्षित समाजाला संघटित करून भारतीय राज्यघटनेचे संरक्षण सर्व अनुसूचित जाती-जमाती, भटक्या-विमुक्त जमाती, इतर मागासवर्गीय, स्त्रिया या सर्वांना मिळवून देण्याचे महत्त्वाचे कार्य उधळले गेले. बाबासाहेब ज्या जातीत जन्माला आले त्या पूर्वास्पृश्य महार समाजाचे तुकडे तुकडे झाले. कोणात पायपोस कोणाचा राहिला नाही. या जमातीची लोकसंख्या १९८१ च्या शिरगणतीप्रमाणे १९४६१४९ इतकी होती. ती वाढून आज एकूण लोकसंख्येच्या सात ते साडेसात टक्क्यांच्या आसपास गेली असेल. एवढ्या मोठ्या जनसमूहाला एकत्र बांधणारा शेवटचा धागा म्हणजे बाबासाहेबांनी स्वीकारलेला बौद्ध धर्म आणि त्यांनी स्थापन केलेला रिपब्लिकन पक्ष.

दुर्दैवाने, दोन्ही ठिकाणी आपापसांतले मतभेद, पराकोटीची असहिष्णुता, नेत्यांचे अहंकार, राजकीय नेतृत्वाच्या स्पर्धा आणि या सर्वांतून जन्माला आलेली कटुता यांमुळे दुभंगलेला रिपब्लिकन पक्ष, त्यामुळे ही एवढी मोठी मतांची बँक प्रस्थापित पक्षांनी नेहमीच, शिकार करून पळवली होती. अन्याय व अत्याचार झाले, जाळपोळ झाली, आयाबहिणींची अब्रू घेतली गेली तर तेवढ्यापुरती ही जनता संघटित होत असे. डॉ. बाबासाहेब आंबेडकर हे तर आम्हा दलितांचे दैवत. त्यांच्यामुळे या समाजातल्या मंडळींना - जगण्यासाठी लागणारी अस्मिता मिळाली; माणसात येता आले. बाबासाहेबांच्या नावाला कमीपणा येईल अशी कोणतीही गोष्ट समाजात घडली तर किंवा त्यांचा अवमान झाला तर सर्व समाज एकत्र येऊन भीमगर्जना करत असे. मग कोणतेही भेद, मतभेद नाहीत. परंतु बाबासाहेबांसाठी एकत्र येणारा समाज, नेते व्यासपीठावरून खाली उतरले, की समुद्राच्या लाटांप्रमाणे फुटत असत. म्हणजे संकटसमयी सर्व बौद्धजन संघटित होत असत. संकट टळले की पुन्हा विभाजन होत असे.

तरुणांनी जुन्या नेतृत्वाविरुद्ध बंड करून १९७२ साली दलित पँथर ही लढाऊ संघटना स्थापन केली. या संघटनेने पहिल्यांदा बौद्ध व बौद्धेतर दलित समाजातील तरुणांना एकत्र बांधण्याचा प्रयत्न केला. या काळात आम्हीही पँथरमध्ये होतो. सारी पोरसवदा, उत्साही तरुण मुले सापाने कात टाकल्यासारखी सळसळून उठली होती. ही उठलेली तरुणाई रिपब्लिकन पक्षाच्या जुन्या नेत्यांना दूषणे देत, रिपब्लिकन पक्षाच्या प्रस्थापित नेत्यांना नावे ठेवत अन्याय-अत्याचारावर तुटून पडू लागली. खरेतर, दलित पँथर या संघटनेने दूर खेड्यापाड्यातल्या लोकांना लढाऊ, सामर्थ्यशाली दलित ऐक्याचा, बाबासाहेबांच्या-दादासाहेब गायकवाडांच्या नंतर पुन्हा प्रत्यय आणून दिला. प्रस्थापित हितसंबंधितांनी

याही चळवळीची शकले पाडण्याच्या कामी आतून व बाहेरून प्रयत्न केले. नेतेगिरीच्या जुन्या रोगाने याही चळवळीचे नेतृत्व ग्रस्त झाले आणि दुर्दैवाने, ही तरुण मुलांची फौज, जिने प्रस्थापितांच्या छातीत धडकी बसवली होती, तिचेही तुकडे झाले आणि तळातल्या उपेक्षित, वंचित समाजाचे ऐक्याचे स्वप्न उधळले गेले.

या पार्श्वभूमीवर नुकत्याच झालेल्या रिपब्लिकन पक्षाच्या ऐक्याचे मनापासून स्वागत केले पाहिजे. कोणी काहीही म्हणाले तरी रिपब्लिकन पक्ष एकत्र येणे हे दलित समाजाच्या अत्यंत हिताचे आहे. भले, ही संघटना एका जातीची असो, तिच्याकडून अनेक अपेक्षा ठेवता येतील. आज एका जातीचा असलेला पक्ष भविष्यात बौद्धेतर दलितांना, आदिवासींना, भटक्या-विमुक्तांना, फुल्यांच्या भाषेत सांगायचे तर स्त्री-शूद्रादी अतिशूद्र बहुजनांचा पक्ष, बहुजनांच्या हितांची जपणूक करणारा पक्ष, समाजाच्या तळामध्ये रुतून बसलेल्या हजारो जनजाती एकत्र करणारा आणि डॉ. बाबासाहेब आंबेडकरांच्या स्वप्नातला आदर्श पक्ष म्हणून त्याने उपेक्षित, वंचितांचे खऱ्या अर्थाने प्रतिनिधित्व करावे असा पक्ष व्हावा असे वाटते. पण या आदर्शाकडे जायचे असेल तर प्रस्थापिताचा अन्वयार्थही नीट लावावा लागेल. आपले शत्रू आणि मित्र नक्की करावे लागतील. जे आज आपल्याबरोबर येत नाहीत ते गद्दार आहेत इतके सवंग विश्लेषण या चळवळीला परवडणारे नाही. मायावी रूपाने येणारे प्रस्थापित व्यवहाराच्या पातळीवर तपासावे लागेल. आपल्या कसोट्यांवर म्हणजे व्यक्तिगत नव्हे, सामाजिक कसोट्यांवर, पक्षांच्या कार्यक्रमावर, कार्यक्रमाच्या व्यवहारी अंमलबजावणीवर मित्रांची तपासणी करून त्यांच्याबरोबरचे संबंध व सहकार्य वाढवले पाहिजे आणि कोणत्याही परिस्थितीत उजव्या प्रतिगामी, जातीयवादी, शिवसेना-भाजपसारख्या पक्षांना आपल्या वागण्याचा फायदा होणार नाही, त्यांना अप्रत्यक्षपणेही आपली मदत होणार नाही हे दूरान्वयानेही रिपब्लिकन जनतेला व पूर्वास्पृश्य, आदिवासी, दलित, इतर मागासवर्गीय या सर्व समाजगटांना डोळ्यांत तेल घालून पाहावे लागेल, नेत्यांचे रागलोभ, व्यक्तिगत मतभेद, राजकीय आकांक्षा या सर्वांना तिलांजली देऊन पुन्हा एकदा सर्वांसाठी ऐक्य अशी भूमिका घेऊन घरातल्या कर्त्या भावासारखे रिपब्लिकन पक्षाला वागावे लागेल. मागे राहिलेल्यांनी शिव्या दिल्या तर खाव्या लागतील. तरच दलित ऐक्य हे सर्व उपेक्षित-वंचितांचे ऐक्य ठरेल. तमाम कष्टकरी, शेतकरी, कामगार यांना एकत्र करणारा पक्ष म्हणजे रिपब्लिकन पक्ष असे आम्ही मानतो आणि त्याची सुरुवात म्हणून आज झालेल्या दलित ऐक्याला शुभेच्छा देतो.

उजाडले पण स्वातंत्र्य कोठे आहे, तसे ऐक्य झाले पण सारे दलित कोठे आहेत, असा प्रश्न पडता कामा नये असे वर्तन ठेवा. एवढे सांगण्याचा सर्वांत मागे पडलेल्या समाजाचे प्रतिनिधी म्हणून अधिकार आहे. आमचा हा अधिकार मान्य कराल असे वाटते.

❖

(५ एप्रिल १९९६)

'गेनबाची मेख'

फुले, आंबेडकर यांच्या महाराष्ट्रात बाराव्या लोकसभेच्या निवडणुकीने अभूतपूर्व क्रांती केली, याबद्दल जनतेचे मानावे तेवढे आभार कमी आहेत. आम्ही नेहमी लोकशाहीवर आणि सामान्य मतदारराजावर, त्याच्या विवेकनिष्ठ, बुद्धिगम्य निर्णयावर भरवसा ठेवत आलो आहोत. सामान्यातला सामान्य मतदार संकटसमयी किती विवेकाने निर्णय घेतो हे पाहून जग थक्क झाले असेल. जगातील ही सर्वांत मोठी संसदीय लोकशाही जगते की मरते असे प्रसंग अनेकदा आले. त्या सर्व प्रसंगी डॉ. बाबासाहेब आंबेडकर यांनी विश्वास टाकलेली त्यांची अडाणी जनता किती अचूक निर्णय सामुदायिक रीतीने करते हे या निकालाने जगाला दाखवून दिले आहे. या निमित्ताने घटना समितीतले डॉ. बाबासाहेब आंबेडकर यांनी केलेले युक्तिवाद आठवतात. बाबासाहेब यांनी सामान्य जनतेवर टाकलेला विश्वास किती अचूक होता, किती दूरदृष्टीचा होता हे लक्षात येते.

घटना समितीच्या बैठकीत सामान्य माणसाला मताचा अधिकार देण्याची चर्चा सुरू होती, त्या वेळी अनेकांनी या गोष्टीला विरोध केला होता. हिंदू महासभेचे डॉ. मुंजे यांनी तर डॉक्टरांना सुनावले, डॉ. आंबेडकर, आपण हे काय करत आहात? ज्या माणसाला कमरेला बांधायला चिरगूट मिळत नाही. कमरेच्या नेसूला सतराशे ठिगळे, डोक्याला मुंडासं नाही. ज्याला स्वत:चा प्रपंच चालवता येत नाही, त्याला तुम्ही देशाचा मालक

करत आहात. ज्याला घर चालवता येत नाही त्याला देश कसा चालवता येईल? ज्याला घराला कुलूप लावता येत नाही की तिजोरी ठाऊक नाही त्याच्या हाती तुम्ही देशाच्या तिजोरीच्या किल्ल्या देत आहात याला काय म्हणावे? ठार नागड्या असलेल्या अज्ञ जनतेला असा अधिकार दिल्याने देश चालणार तरी कसा? अंगठाबहाद्दर माणूस कारभार करील तरी कसा? वयात आलेल्या प्रत्येक व्यक्तीला, जिचा जन्म या देशात झाला आहे अशा प्रत्येक नागरिकाला मताचा अधिकार ही 'मत' नावाच्या गोष्टीची थट्टा आहे. अन्य कोणी म्हणाले, की केवळ जन्म ही कसोटी योग्य नाही. किमान मॅट्रिक 'पास' ही तरी अट घाला. जो टॅक्स भरतो आणि सरकारी तिजोरीत पैसा भरतो त्यालाच मताचा अधिकार द्या किंवा जे राजे-महाराजे आहेत, ज्यांना राज्यकारभाराचा अनुभव आहे त्या संस्थानिकांना, धनिकांना अधिकारपद द्या असे अनेक युक्तिवाद अनेक लोक करत होते.

अर्थातच त्या सर्वांना बाबासाहेबांनी समर्पक उत्तरे दिली आणि सांगितले, की तुम्ही ज्या दरिद्री गरीब माणसाला 'फाटका' म्हणून हिणवत आहात त्याला तसे ठेवण्यात तुमच्या धर्माचा मोठा वाटा आहे. ब्राह्मणेतरांना शिक्षणाची बंदी तुम्ही घातली आहे. त्यामुळे तो अंगठेबहाद्दर राहिला. शिक्षणाच्या अभावाने अज्ञान, अंधश्रद्धा, गरिबी सारे त्याच्या पदरी आले; पण असे असले तरी तो अंगठाबहाद्दर आहे, गरिबीची लक्तरे त्याच्या अंगावर आहेत; याचा अर्थ त्याला काही समजत नाही, अक्कल नाही असे नव्हे. त्याला विवेक आहे. त्याला सत्-असत् समजते. बायको आणि बहीण यांच्यातील अंतर त्याला समजते. तो विवेकाने वागतो आणि हा विवेकच देशाला तारील.

म्हणून धर्म, जात, पंथ, भाषा, लिंग या कशाचाही विचार न करता, गरीब-श्रीमंत असला भेद न मानता एकवीस वर्षावरील सर्व नागरिकांना मताचा अधिकार आपण देत आहोत. बाबासाहेबांची ही भूमिका घटना समितीने स्वीकारली आणि या गरीब, लाचार, अडाणी समजल्या गेलेल्या माणसाने आपल्या सामुदायिक शहाणपणाने देशाला अनेकदा संकटातून बाहेर काढले. जेव्हा शहाण्या म्हणवणाऱ्यांच्या बुद्धीचे खोबरे होते; विचारवंतांच्या विचारांच्या नाड्या थंड पडतात; जेव्हा शिकलेली, स्वतःला शहाणे समजणारी गांडुळे स्वार्थाच्या दलदलीत पिचून पडतात तेव्हा हा गरीब गेनबा आपल्या मताची 'पाचर' अशी काही मारतो की स्वतःला शहाणे समजणारे सारे तथाकथित विद्वान, मुत्सद्दी गाभण राहून पार गडबडून जातात. अशी पाचर मारणारा हा सामान्य मिस्टर पब्लिक आणि त्याचा सामुदायिक निर्णय हा खरेखुरे भाकीत करणारा असतो. त्याने गांधीला, नेहरूला सोडले नाही. जेव्हा जेव्हा देश संकटात येतो तेव्हा तेव्हा हा आपले सुदर्शन घेऊन स्वतःच रणांगणात उतरतो. भल्याभल्यांची झोप उडवतो. भल्याभल्यांना

चकवा देतो. भल्याभल्यांची बोलती बंद करतो. इंदिराजींना सारे ‘मोम की गुडिया’ म्हणत होते तेव्हा यानेच तिच्यावर विश्वास टाकला. बांगलादेशाच्या युद्धात याने इंदिराजींना महिषासुरमर्दिनी म्हटले, पण त्यांनी आणीबाणी आणताच हा वैतागला आणि या गेनबाने इंदिराजींना चक्क घरचा रस्ता दाखवला. इंदिराजींचा पराभव होईल असे स्वप्नातही वाटत नव्हते तेव्हा याने ‘विद्वानां’ना सत्ता दिली. दोन वर्षांत शहाणे शहाणपण करू लागले, भांड भांड भांडले. याने त्यांना घरची वाट दाखवली आणि पुन्हा राखेतून जन्म व्हावा तसे इंदिराजींना सत्तेवर बसवले.

यानेच राजीव गांधींना भरपूर बहुमत दिले व त्यांना घरीही घालवले. यांनीच त्यांच्या बलिदानाला उत्तम सन्मान देऊन नरसिंहराव या तेलंगी ब्राह्मणास खुर्चीवर बसवले. त्यानी देशाचे, काँग्रेसचे वाटोळे केले तेव्हा धूर्त, कपटी, कावेबाज रावांना रस्ता दाखवला. तेही आभाळाला लातुरास लागले तेव्हा त्यांना त्यांची जागा दाखवली आणि हे करताना अटलबिहारी वाजपेयी यांना खुट्टी मारून पंतप्रधान केले. खुट्टी हलवली की बोंब मारावी लागते. तिलाच पॉवर म्हणतात. संघाच्या पिलावळीला भारतीय राज्यघटनेला हात लावता येणार नाही, पण स्पृश्यता/अस्पृश्यता म्हणून नक्राश्रू गाळणाऱ्या संघष्टींना यांनी दिल्लीच्या गादीवर बसवले आहे आणि हे करताना, त्यांनी सत्ता जर शहाणपणाने वापरली नाही तर पुन्हा शून्यावर याल असा इशारा दिला आहे. आज संघ-भाजपला आपला सगळा कार्यक्रम बाजूला ठेवून झक मारत काँग्रेस, पक्षांची डावीकडे झुकलेली मध्यममार्गी भूमिका घ्यावी लागली आहे. राममंदिर बोलले, समान नागरी कायदा बोलले, घटनेतील ३७० कलम बदलतो म्हणाले, घटनेत मूलभूत अधिकारांना धक्का लावतो म्हणाले, की त्यांची तिरडी सरळ मसणवट्यात घेऊन गेल्याशिवाय हा गेनबा राहणार नाही. हे देशाने गेल्या पन्नास वर्षांत पाहिले आहे. म्हणून गेनबाला, त्याच्या मूलभूत अधिकाराला सलाम.

❖

(५ एप्रिल १९९८)

जनताद्रोही धोरण!

भारतीय राज्यघटनेने देशातील अनुसूचित जाती-जमाती आणि भटक्या आणि विमुक्त जाती-जमाती व ओ.बी.सी.या सामाजिकदृष्ट्या मागास असलेल्या गटांना समाजातील इतर घटकांबरोबर येण्यासाठी विशेष सवलत किंवा विशेष संधी उपलब्ध करून देण्याच्या उद्देशाने डॉ. बाबासाहेब आंबेडकरांनी नोकऱ्यांतील राखीव जागांची तरतूद करून ठेवली. या जागा भरण्यासंबंधी एक निश्चित धोरण ठरवण्यासाठी १९७० साली देशाच्या तत्कालीन पंतप्रधान श्रीमती इंदिरा गांधी यांनी जॉइंट पार्लमेंटरी कमिटी स्थापन केली. पेरुमल यांच्या अध्यक्षतेखाली ही कमिटी नेमली गेली होती. सर्व पक्षांचे संसदेतील - लोकसभा व राज्यसभेचे - प्रतिनिधी या कमिटीत होते. या कमिटीने देशभर दौरे केले, अभ्यास केला आणि सरळ सेवाभरतीमध्ये शंभर बिंदू रोस्टर पद्धतीने या राखीव जागा भरण्यासंबंधी शिफारस केली. पार्लमेंटच्या दोन्ही सभागृहांनी या रिपोर्टवर १९७० साली चर्चा केली व सर्वानुमते हा अहवाल स्वीकारण्यात आला आणि हे धोरण राज्य, केंद्र शासन व केंद्रशासित प्रदेश; म्हणजे सबंध देशाला लागू केले. यामध्ये स्थानिक पातळीवर काही जमातींना समाविष्ट करायचे असेल किंवा या जी.आर.मध्ये काही बदल करायचे असतील तर केंद्र शासनाच्या जी.आर.च्या तत्त्वाला बाधा येणार नाही अशा पद्धतीने काही किरकोळ बदल करता येतील या

पेरुमल कमिटी रिपोर्टनंतर सेवेतील बढतीसंबंधी प्रश्न निर्माण झाले. तेव्हा पुन्हा १९७४ साली इंदिराजींनी बाबू जगजीवन राम यांच्या अध्यक्षतेखाली एक कमिटी स्थापन केली. त्या कमिटीमध्ये यशवंतराव चव्हाण, अटलबिहारी वाजपेयी, भूपेश गुप्ता, स्वर्णसिंग आदी मान्यवरांचा समावेश होता. या कमिटीने आपला अहवाल १९७४ साली सादर केला. बढतीसंबंधी पन्नास बिंदू रोस्टरची शिफारस या कमिटीने सुचवली आणि हेही धोरण संबंध देशासाठी लावले गेले. तेव्हापासून महाराष्ट्रामध्ये राजकीय बदल होईपर्यंत मागासवर्गीयांची भरती व बढती यासंबंधी प्रश्न निर्माण झालेला नव्हता. भारतीय राज्यघटनेच्या कलम ३५ अन्वये मागासवर्गीयांना दिलेले भारतीय राज्यघटनेचे संरक्षण युतीचे सरकार येईपर्यंत अबधित होते.

परंतु राज्यघटनाविरोधी, दलितविरोधी शोषित-वंचितांच्या विरोधकांचे प्रतिगामी सरकार सत्तेत आले, पेरुमल कमिटीप्रमाणे महाराष्ट्र शासनाने सरळ सेवाभरतीसाठी २३ नोव्हेंबर १९७० रोजी एक जी.आर. काढून शंभर बिंदू नामावली अमलात आणली. त्या बिंदू नामावलीत एक बिंदू अनुसूचित जाती, दोन बिंदू अनुसूचित जमाती, तीन बिंदू विमुक्त-भटक्या जाती, चार बिंदूवर इतर मागासवर्गीय आणि मग पाच बिंदूवरील जागा खुली ठेवण्यात आलेली होती. त्यामुळे एखाद्या खात्यात पाच जागा निघाल्या तर त्या जागा या क्रमाने भरल्या जात होत्या. त्यामुळे अनुसूचित जाती-जमाती, भटके विमुक्त आणि इतर मागासवर्गीयांचा अनुशेष भरण्यास मदत होत होती. चौदा जागा निघाल्या तर इतर मागासवर्गीयांना बिंदू नामावलीप्रमाणे दोन जागा येत होत्या. ही बाब युतीच्या सरकारातील पेशवाईला खटकली आणि त्यांनी कोणालाही विश्वासात न घेता हा मूळचा जी.आर. बदलून १५ सप्टेंबर १९९५ रोजी नवा जी.आर. काढला. नव्या जी.आर.मध्ये दोनशे बिंदू नामावलीत पहिला बिंदू खुला, दुसरा बिंदू अनुसूचित जाती, तिसरा बिंदू खुला, चौथा बिंदू अनुसूचित जमाती, पाचवा बिंदू खुला, सहावा बिंदू विमुक्त जाती (अ), सातवा बिंदू खुला, आठवा बिंदू भटक्या जमाती (ब), नववा बिंदू खुला, दहावा बिंदू भटक्या जमाती (क), अकरावा बिंदू खुला, बारावा बिंदू जमाती (ड), तेरावा बिंदू विशेष मागास प्रवर्ग, चौदावा बिंदू इतर मागासवर्गीय, पंधरावा बिंदू खुला याप्रमाणे नोकरभरतीचे आदेश काढण्यात आले. या जी.आर.मुळे भटक्या वरवर बघता आरक्षणात विशेष बदल झाल्याचे दिसत नाही. मात्र अधिकारी श्रेणीच्या जागा भरताना मोठ्या प्रमाणात अन्याय होणार आहे. एकच जागा निघाली तर ती खुल्या गटात जाईल, बारा-तेरा जागा निघाल्या तर इतर मागासवर्गीयांचा प्रवेशच होणार नाही. निघालेल्या जागांपैकी सहा जागा खुल्या गटात जातील. एवढेच नव्हे तर वरिष्ठ

अधिकाऱ्यांच्या एकेक जागेची जाहिरात काढून पाहिजे तो माणूस नेमता येईल. या सर्व प्रकारामुळे इतर मागासवर्गीय, अनुसूचित जाती-जमाती व भटक्या-विमुक्तांवर अन्याय होईल.

नोकरभरतीप्रमाणे पदोन्नतीचा जी.आर.ही बदलण्यात आला. पदोन्नतीच्या पन्नास बिंदू नामावलीत बिंदू एक ते तीन पर्यंत अनुसूचित जाती-जमाती आणि विमुक्त-भटक्या जमातीसाठी चौथा बिंदू खुला ठेवण्यात आला होता. २६ जुलै १९९५च्या नव्या जी.आर.मध्ये बिंदू एक - अनुसूचित जाती, बिंदू दोन व तीन - खुल्या गटात, बिंदू चार - अनुसूचित जमाती, बिंदू पाच व सहा - खुल्या गटात, बिंदू सात - विमुक्त भटक्यांसाठी, बिंदू आठ व नऊ - खुल्या गटात अशाप्रकारे प्रत्येक राखीव जागेनंतर दोन जागा खुल्या गटात याप्रमाणे पन्नास बिंदू रोस्टर बसवण्यात आला. हा जी.आर. कायम राहिला तर भविष्यात वरिष्ठ पदावर मागासवर्गीय औषधालाही सापडणार नाहीत. एवढे महाभयंकर षड्यंत्र या कटकारस्थानी भडभुंजांनी रचले. अगोदर गुपचूप २६ जुलै रोजी पदोन्नतीचा जी.आर. बदलण्यात आला, त्याकडे विशेष लक्ष न दिल्याने १५ सप्टेंबर १९९५ रोजी नोकरभरतीचा जी.आर. बदलण्याचे धाडस करण्यात आले. विशेष म्हणजे, या जी.आर.बाबत आतापर्यंत कमालीची गोपनीयता पाळण्यात आली होती. खरेतर, ३ मार्च १९७७ च्या शासकीय जी.आर.नुसार मागासवर्गीयांच्या संदर्भातील जी. आर. मध्ये बदल करताना समाजकल्याणमंत्री आणि आदिवासी विकासमंत्री यांना विश्वासात घ्यावयास हवे; एवढेच नव्हे तर बडतर्फी किंवा निलंबनातसुद्धा विश्वासात घ्यावे लागते. आश्चर्याची गोष्ट म्हणजे हे जी.आर. बदलताना समाजकल्याणमंत्री बबनराव घोलप आणि आदिवासी विकास मंत्री गोविंदराव चौधरी यांना अंधारात ठेवण्यात आले. या दोन्ही मंत्र्यांनी, जी.आर. कोणी बदलला ते ठाऊक नसल्याचे विधान परिषदेत सांगितले. या सर्व प्रश्नांची चर्चा विधान परिषदेतील जागृत सदस्यांनी केली. सत्ताधारी पक्षातील खुद्द उपमुख्यमंत्री गोपाजीपंत, अण्णोजीपंत डांगे, नारायणपंत फरांदे आदी मागासवर्गीय-यांच्यापैकी एकालाही ताकास तूर लागू दिलेला नव्हता. झारीतले शुक्राचार्य; दुसरे काय? कपटनीतीने काढलेला हा मागासद्रोही जी.आर. तडाखेबंद चर्चेनंतर उपमुख्यमंत्री गोपाजीपंत मुंढे यांनी माघारी घेतल्याची घोषणा केली व शासनाच्या जनताद्रोही धोरणाचा फज्जा उडाला.

❖

(२६ डिसेंबर १९९५)

व्यवस्थेच्या डोक्यातील गुन्हेगार!

पारधी ही आदिवासी जमात असून विदर्भात ती अनुसूचित जमातीच्या यादीत आहे, तर उरलेल्या महाराष्ट्रात ती विमुक्त जमातीत आहे. जंगलातील प्राण्यांची, पक्ष्यांची शिकार करून उपजीविका करणारी पारधी ही आदिवासी जमात. मराठी 'पारध' या शब्दावरून 'पारधी' हा शब्द तयार झालेला दिसतो. पारध म्हणजे शिकार. म्हणून पारधी म्हणजे शिकार करणारा असा अर्थ पारधी या शब्दाला प्राप्त झालेला आहे. महाराष्ट्रात पारधी ही जमात प्रामुख्याने खानदेश, नाशिक, सोलापूर, कोल्हापूर, बीड, पुणे या ठिकाणी आढळते. तसेच, ब्रिटिशांनी या जमातीस १८७१ साली गुन्हेगार ठरवल्यामुळे महाराष्ट्रात व कर्नाटकात ज्या ज्या ठिकाणी ब्रिटिशांनी गुन्हेगार जमातींच्या वसाहती निर्माण केल्या, त्या त्या ठिकाणी, आज बहुसंख्य पारधी स्थिर झाल्याचे दिसून येते. पारध्यांमध्ये अनेक पोटप्रकार आहेत. त्यांमध्ये गाय पारधी, चित्ता पारधी, फासेपारधी, हरण शिकारी किंवा हरण पारधी, पाल पारधी, टाकणकर, वापरी, सलन वापरी, राजपारधी इत्यादी पोटप्रकार प्रामुख्याने दिसून येतात.

गाईच्या मदतीने शिकार करतात. गाय पाळतात, गाईवरून बिऱ्हाडबाजलं बांधून भटकतात, म्हणून 'गाय पारधी'. काहीजण चित्त्याच्या मदतीने शिकार करतात म्हणून 'चित्ता पारधी.' फासे टाकून पक्ष्यांची शिकार करणारे म्हणून 'फासेपारधी.' अलीकडे काही पारधी

स्वत:ला 'धनगर पारधी' म्हणवून घेतात, तर काही पारधी 'भिल्ल पारधी' म्हणून ओळखले जातात. पारध्यांचे पोटप्रकार वेगवेगळ्या विभागांत वेगवेगळे सांगितले जातात. काही पारधी केवळ लंगोटी नेसतात म्हणून त्यांना 'लंगोटी पारधी' नावाने ओळखले जाते. 'टाकणकार' हा पारध्यांचा बिदरकडे आणखी एक पोटप्रकार आढळतो. जे घरातील जात्यांना टाकी घालण्याचे काम करतात त्यांना 'टाकणकार' म्हणतात. प्रत्येक पोटप्रकारातील पारधी स्वत:ला इतरांपेक्षा श्रेष्ठ समजतात. 'चित्ता पारधी' चित्त्याला पकडून राजाला भेट देतात. तसेच राजाशी संबंध येतो म्हणून स्वत:ला 'राजपारधी' म्हणवून घेतात. सर्वच पारधी स्वत:ला रजपूत समजतात. त्यांच्यामध्ये काळे, पवार, शिंदे, चव्हाण, भोसले ही कुलनामे प्रामुख्याने दिसतात. त्यांची बोलीभाषा गुजरातीसारखी आहे. ही भाषा इतरांना पटकन समजू शकत नाही. गुजराती, हिंदुस्थानी, राजस्थानी आणि मराठी भाषेचा प्रभाव त्यांच्या भाषेवर आहे. पारधी ही फार पूर्वीपासून जंगलामधून उपजीविकेची साधने गोळा करणारी व प्रामुख्याने शिकारीवर गुजराण करणारी जमात आहे. शिकार करणे हाच व्यवसाय असल्याने रानावनात शिकारीसाठी फिरणे, हरणे पकडणे, जंगलातील पारवे, लव्हरे असे पक्षी पकडणे व गावगाड्यातील लोकांना शिकार केलेले प्राणी विकणे आणि पारध्यांच्या बायकांनी गावात भीक मागणे हे त्यांचे जगणे.

इंग्रजांच्या काळात जंगलावर नियंत्रण आले. जंगलातील गुन्हा ठरवण्यात आला. लाकूडफाटा, मध, डिंक, पाने, फुले, फळे अशी जंगलाची संपत्ती काढणे हा गुन्हा ठरवण्यात आला व पारध्यांचे आयुष्यच बरबाद झाले. जंगलाच्या लेकरांना कायद्याने चोर ठरवले. संस्थानिक बुडाले, राजाश्रय गेला. याचा परिणाम असा झाला, की पारधी जमातीला उपजीविकेचे साधन उरले नाही. शेतातील कष्टाची सवय नव्हती. त्यामुळे जगण्यासाठी शेतातील कणसे-धान्य चोरणे या पारध्यांना भाग पडले. याचा परिणाम म्हणून पारध्यांना इंग्रजांनी गुन्हेगार जमात म्हणून घोषित केले आणि आजही गुन्हेगारी जगतात पारध्यांचे नाव घेतले जाते. अलीकडे मात्र पारध्यांनी चोऱ्यामाऱ्या सोडून दारू गाळण्याचा उद्योग सुरू केला आहे. पण चोर म्हणून बदनाम झालेला पारधी स्वातंत्र्यानंतर 'गुन्हेगार जमाती कायदा' नष्ट झाला असला तरी, पोलीस आणि जनतेच्याही डोक्यात गुन्हेगारच राहिलेला आहे!'

❖

(७ जुलै १९९५)

आजकालची वर्तमानपत्रे

जगाच्या पाठीवर भारत नावाचा देश आहे. या देशाला विषमतेचा शाप आहे. जगाच्या पाठीवर कोठेही नसलेली 'जात' नावाची अदृश्य गोष्ट येथे सत्य म्हणून अस्तित्वात आहे. जी दिसत नाही परंतु जिचे अस्तित्व पुसता येत नाही; जिची मनामनांतच कायमची वस्ती आहे ती म्हणजे जात. जाता जात नाही, ती जात. ती जन्माने मिळते आणि मरणानेही जात नाही. जी मेल्यानंतरही दशांगुळे उरते तिला जात म्हणतात. डॉ. श्रीधर व्यंकटेश केतकर, सर हर्बर्ट रिस्ले, डॉ. जी. एस. धुर्ये, जे. एम. हटन, होकार्ट, डॉ. बाबासाहेब आंबेडकर या समाज शास्त्रज्ञांनी जातिव्यवस्था, अस्पृश्यता यांच्या उगमासंबंधी अनेक मीमांसा केल्याचे दिसते. डॉ. बाबासाहेब आंबेडकरांनी 'ब्रोकन मॅन'चा सिद्धान्त 'Who were the Shudras?' या ग्रंथात मांडला आहे.

हे सारे आठवण्याचे कारण आपली वृत्तपत्रे. ती ताकाला जाऊन भांडे कसे लपवत असतात, बहुजनांचा बुद्धिभेद कसा करत असतात हे पाहण्यासारखे आहे. भारतासारख्या विकसनशील देशातील शिक्षणसाहित्य, प्रबोधनाची, प्रसारमाध्यमे ही सारी, ज्यांनी हजारो वर्षे आपल्या कनवटीला ज्ञानाच्या तिजोरीच्या किल्ल्या बांधल्या त्यांच्याच हातात आहेत. मूठभर उच्चवर्गीय लोकांच्या हातात ज्ञानदानापासून ज्ञानप्रसारापर्यंतची सर्व साधने आहेत, किंबहुना प्रसारमाध्यमांची सर्व साधने

त्यांच्या मगरमिठीत सापडली आहेत. या वर्गाने आधुनिक ज्ञान, विज्ञान, तंत्रज्ञान सारे आपल्या जबरदस्त पकडीत ठेवले आहे. आधुनिक काळात, प्रसारमाध्यमे ही केवळ माहिती केंद्रे राहिलेली नाहीत. ती 'सत्ता' केंद्रे झालेली आहेत. 'सत्ता' ही केवळ खुर्चीत नसते. लोकशाही व्यवस्थेत लोकांचे प्रबोधन हे पार्लमेंटमध्ये, घटनेमध्ये अमुकतमुक समाविष्ट आहे यावर निर्भर नसते. लोकशाहीतला विचार लोकांपर्यंत पोचवण्याचे महत्त्वाचे काम प्रसारमाध्यमे करत असतात. म्हणून लोकशाहीचा चौथा खांब वर्तमानपत्रे व प्रसारमाध्यमे असतात. म्हणजे पार्लमेंट, न्यायालये, मंत्रिमंडळे यांच्यासारखीच फार मोठी शक्तिशाली सत्ता काळ्यावर पांढरे करणाऱ्यांच्या हातात असते. सध्याच्या व्यवस्थेत, मक्तेदारी परंपरेने ज्यांच्या हातात शिक्षण होते त्यांच्याच हातात वर्तमानपत्रे गेली हे ओघाने घडून आले. राष्ट्रीय चळवळीमध्ये जे वाढले, साम्राज्यशाहीविरुद्ध जी पिढी लढली तिला 'देश' घडवण्याचे मोठे श्रेय आहे. स्वातंत्र्याच्या चळवळीत काम करणारे हजारो त्यागी महापुरुष याच मूठभर वर्गातून जन्माला आले. म. गांधी, नेहरू, राजेंद्र प्रसाद असोत की जयप्रकाशपासून भाई श्रीपाद अमृत डांगे असोत की साथी एस. एम. जोशी असोत, नानासाहेब गोरे असोत ही उच्चवर्णीयांमध्ये जन्माला येऊनही तळागाळातल्या कष्टकरी, कामगार, शेतकरी, शेतमजूर, पूर्वास्पृश्य, आदिवासी, भटके विमुक्त, स्त्रिया या सर्वांप्रती आत्मीयता, जिव्हाळा, प्रेम बाळगणारी आणि लेखन, चिंतन व प्रसारमाध्यमांमध्ये काही वकूब असलेली कर्तबगार माणसे होती तोपर्यंत राजकारणालाही वळण लावणारे, प्रसंगी चाबकाचे फटकारे ओढणारे अनेकजण होते. मराठी लेखनाला परंपरा जरी प्रतिगामी प्रवृत्तीची होती तरीही पुरोगामी जाती, धर्मनिरपेक्ष, समाजवादी, साम्यवादी, साहित्यिक-पत्रकारही या व्यवसायात होते. सामाजिक बांधिलकी मानून काम करणारे अनेक विद्वान कालपरवापर्यंत प्रसारमाध्यमांमध्ये होते. सहिष्णुता आणि 'सत्यता' हा प्रसारमाध्यमांचा आत्मा या लोकांमुळे टिकून होता, पण अलीकडच्या काही चुका या व्यवसायाला भोवल्या आहेत.

परिणामी, आज हा व्यवसाय कमालीचा अहंकारी, आत्मतुष्ट, आत्मप्रौढी मिरवणाऱ्या सुमार दर्जाच्या असहिष्णु, जातीयवादी अपप्रवृत्तीच्या लोकांच्या हातात गेला आहे. घटनेतील स्वातंत्र्य वापरत घटनाविरोधी वर्तन केवळ राजकीय लोक करतात असे नाही तर स्वत:ला श्रेष्ठ, बुद्धिवादी म्हणवून घेणारे हे हुशार लोकही करताना दिसतात. लोकशाही हा चौथा खांबही आतून तेवढाच किडला आहे, सडला आहे, नासला आहे. परंतु लोक घाबरत असतात, अब्रूला जपत असतात आणि हेच लक्षात घेऊन वर्तमानपत्रांतील लोक लूत भरल्यासारखे

वागत आहेत. विशेषतः, समाजवादी-साम्यवादी,-उदारमतवादी-सहिष्णू लोकांना याचा फार त्रास होत आहे. उजव्या शक्तींनी, अडवाणी प्रसारणमंत्री झाल्यावर, प्रसारमाध्यमांतून पद्धतशीरपणे कटकारस्थाने करून ज्या गतीने आणि ज्या पद्धतीने देशभरातील वर्तमानपत्रांच्या कचेऱ्यांत आपल्या चमच्या चेल्यांची भरती केली आहे की त्यामुळे आज हा सारा उद्योगच जातीयवाद्यांचा अड्डा झाला आहे. आता ग्रंथ विकत घेऊन वाचत बसायला कोणालाही वेळ नाही. त्यामुळे मध्यमवर्गीयांची आयाळ कुरवाळण्याचे काम वर्तमानपत्रातला हा पत्रकार करू लागला आहे. लोकरंजन, लोकानुनय, मस्कामारी आणि विकृत वर्गाचे चोचले पुरवत राहायचे. रोज रतीब घातल्यासारखे नीतीचे धडे देत उघड्या-नागड्या बायांचे फोटो बेमुर्वतखोरपणे छापत आहेत. स्वत:ला चारित्र्यसंपन्न लोकांचे संघटन करणारे म्हणून जे देशाला सांगत होते, किंबहुना १९२० नंतर त्यांनी राष्ट्रीय चळवळ नाकारली आणि आपल्या उच्चवर्णीय जाणिवांचा विकास आणि संघटन करण्यासाठी वेगळी चूल मांडली. राष्ट्रीय स्वयंसेवक संघाची स्थापना हा देशातील वैदिक ब्राह्मणांनी वर्णश्रेष्ठत्वासाठी स्थापन केलेला फार मोठा अड्डा होय. कटकारस्थाने हे तर वैदिकांचे अमोघ शस्त्र, फंदफितुरी या कुटिल डावांमध्ये अतिशय तरबेज असलेल्या वक्रोक्त लोकांनी आपली चांडाळचौकडी जन्माला घातली आणि स्वातंत्र्य चळवळीला अपशकुन करण्याचा प्रयत्न केला, बगळ्यासारखे साधुत्व पत्करून अनुकूल काळ निर्माण करण्याच्या उद्योगात हा वर्ग व्यग्र झाला. पेशवाईनंतर राज्यकर्ता-वर्ग म्हणून गेलेले आपले उच्च स्थान बाळ गंगाधर टिळकांच्या निधनानंतर स्वातंत्र्याच्या चळवळीत आणखी विरत जाणार याची ज्या वर्गाची खात्री झाली त्यांनी आपले वर्णश्रेष्ठत्व राखण्यासाठी डावपेचात्मक रचना केली आणि राष्ट्रीय काँग्रेसच्या चळवळीतून स्वत:ला बाजूला केले, तोच वर्ग गेली वीस-पंचवीस वर्षे प्रसारमाध्यमांना बेमालूमपणे आपल्या हितसंबंधाच्या संवर्धनासाठी वापरतो आहे.

विषमता जोपासणे हे वर्णव्यवस्थेचे व्यवच्छेदक लक्षण होय. वैदिकांनी त्रैवर्णिकांना ज्ञान नाकारले. ज्याच्याकडे यज्ञोपवीत म्हणजे जानवे नाही त्याला ज्ञान जाणून घेण्याचा अधिकार नाही. त्याने कोणत्याही स्वरूपात बुद्धीचे काम करायचे नाही असे वैदिकांचे म्हणणे, त्यामुळे वैदिक काळापासून ईस्ट इंडिया कंपनीचे राज्य येईपर्यंत या देशात वैदिकांशिवाय त्रैवर्णिकांना शिकू दिले गेले नव्हते. या नियमाविरोधी ज्या शूद्रातिशूद्रांनी व्यक्तिगत पातळीवर बंड केले, असे शंबुक आणि एकलव्य झाले. कर्णानेही तसा प्रयत्न केला. एकाला शिरच्छेदाला

सामोरे जावे लागले, दुसऱ्याला अंगठा गमावावा लागला आणि तिसऱ्याला कवचकुंडले आणि प्राण यांचा त्याग करावा लागला. एवढी कडेकोट बंदिस्त व्यवस्था वैदिकांनी अवैदिकांसाठी करून ठेवली होती!

काळ बदलला, इंग्रज-पोर्तुगीज-डच-फ्रेंच यांनी व्यापारउद्योगासाठी आक्रमणे केली. तराजू घेऊन आलेल्या युरोपियनांनी अडाणी लोकांना पराभूत करून ते राज्यकर्ते झाले. एकाही क्षत्रियाला लिहिता येत नव्हते की वाचता येत नव्हते. याला अगदी शिवछत्रपती आणि शिंदे, होळकर, गायकवाड, यांपैकी कुणीही अपवाद नव्हते. पहिले बंड केले शिवछत्रपतींनी. त्यांनी आपल्या मुलाला वैदिकांच्या विरोधी जाऊन शिक्षण दिले. संभाजी हा पहिला क्षत्रिय, ज्याने राजव्यवहार कोश नावाचा संस्कृत भाषेतील ग्रंथ लिहिला, पण वैदिकांनी फंदफितुरी करून, चहाड्याचुगल्या करून संभाजीची प्रतिमा विकृतपणे पुढे आणली. अगदी अलीकडे छत्रपती प्रतापसिंह महाराजांनासुद्धा शिकू दिले जात नव्हते. त्यांच्या मातोश्री पहाटे उठून आपल्या मुलाला लिहा-वाचायला शिकवत असत. सांगायचा मतलब असा, वैदिकांनी त्रैवर्णिकांच्या शिक्षणाची कोंडी अगदी विसाव्या शतकापर्यंत करून पाहिली. लोकमान्य टिळक हयात असेपर्यंत, या वर्गाला ब्रिटिश गेल्यानंतर राज्य पुन्हा मुस्लीम आणि वैदिक धर्मीय ब्राह्मण यांजकडे राहणार याची खात्री होती. कारण पूर्वापार याच दोघांकडे राज्य होते. इंग्रज, मुस्लीम आणि जे जे म्हणून आक्रमक आले त्या सर्वांचे राज्य आपल्या दानदक्षिणा आणि भोजनावळी यांच्या बदल्यात वैदिकांनी स्थिर केले. त्यांनी या राजवटी चालवल्या आणि एक ना एक दिवस आपले गतवैभव परत मिळवण्यासाठी 'रणाविण स्वातंत्र्य कुणा मिळाले' अशा गर्जना सुरू केल्या. इतिहास सांगतो, की यांनी आपल्या दान-दक्षिणा, भोजनावळी यांसाठी वाटेल ती लबाडी केली, शत्रूच्या गोटात जाऊन राष्ट्रद्रोह केला, तरी त्रैवर्णिकांना यांतील काहीही समजले नाही. कारण या वर्णामध्ये पशुवत जाणिवा तेवढ्या शिल्लक होत्या. टिळकांच्या निधनानंतर मात्र हा वर्ग पोरका झाला. या देशाच्या सुदैवाने, महात्मा गांधी नावाचा एक लोकविलक्षण चमत्कार हा त्यानंतर उदयाला आला. परकीयाचे राज्य घालवण्यासाठी महात्मा गांधींनी अनेक चळवळी केल्या आणि या चळवळींमध्ये शेतकरी, कामगार, कष्टकरी, शूद्र अतिशूद्र, स्त्रिया या सर्वांना दाखल करून घेतले. येथून पुढे राष्ट्रीय काँग्रेसचा प्रवास एखाद्या विशाल नदीसारखा वाहू लागला. त्यातून गरिबातल्या गरीब माणसाला आपण स्वराज्यासाठी लढू शकतो याची प्रेरणा मिळाली. स्वातंत्र्य, समता, बंधुत्व, धर्मनिरपेक्षता, विज्ञाननिष्ठा, राष्ट्रवाद या मूल्यांची जाणीव व जडणघडण या राष्ट्रीय चळवळीमध्ये झाली.

म. गांधींनी देश पुरोगामी, उदारमतवादी वातावरणात नेला. महात्मा फुले, डॉ. बाबासाहेब आंबेडकर, कर्मवीर वि. रा. शिंदे, राजर्षी शाहू महाराज, कर्मवीर भाऊराव पाटील, पंजाबराव देशमुख असे एक नवे युग जन्माला आले. ज्यांनी हजारो वर्षे बौद्धिक मिजास गाजवली त्यांना दुःखाने त्रैवर्णिकांतील लोकांना शिक्षण खुले झाल्याचे पाहावे लागले. म्हणून लोकांनी गांधींना, फुल्यांना महात्मा केले. गांधी स्वतःला कट्टर हिंदू म्हणवून घेत होते. मग गांधींचा खून एका वैदिक, ब्राह्मणी वर्णवर्चस्वाचे संघटन करणाऱ्या हिंदू तरुणाने का केला? गांधींची वैयक्तिक बदनामी, निंदानालस्ती आणि त्यांच्या विषयीच्या अत्यंत हिणकस दर्ज्याच्या अफवा राष्ट्रीय स्वयंसेवक संघ नावाच्या जालीम विषारी संघटनेने का पसरवल्या? म्हणूनच राष्ट्रीय स्वयंसेवक संघाला 'रूमर स्प्रेडिंग सोसायटी (आर.एस.एस.)' असे तर म्हणत नसतील? आपल्या हितसंबंधीयांच्या विरोधी येणाऱ्यांना आणि आमजनतेच्या अंत:करणात प्रवेश केलेल्या महामानवांना यांनी ठार केल्याचे सततच दिसते. चाणक्याच्या कुटिल नीतीने साम, दाम, भेद या सर्व हत्यारांचा उपयोग करून त्याला बदनाम करणे यात यांच्या एवढे हुशार दुनियेत कोणी नाही. फुसकुली सोडून संशय कसा निर्माण करावा याचे कसब यांना पिढ्यान्‌पिढ्या अवगत आहे.

आधुनिक काळात हे काम वर्तमानपत्रे करत आहेत. अगदी टिळकांच्या काळातसुद्धा 'केसरी'त शाहू छत्रपतींची यथेच्छ बदनामी केल्याचे दिसते. महात्मा फुल्यांसारख्या लोकोत्तर पुरुषाचे निधन झाले. त्याची दोन ओळींत बातमीही 'केसरी'त छापली गेली नाही. हा पंक्तिप्रपंच मराठी दैनिकांच्या जन्मापासून चालू आहे. आपला तो नारोबा, लोकांचे कार्टे असा आपपर भाव या माध्यमांच्या जन्मापासून यांनी स्वीकारला आहे. आपल्या वर्णांच्या विरोधी मग तो कोणीही असो, त्याचा पराभव करण्यासाठी या वर्गाने वाटेल ते केले आहे. त्याने स्वजातीय पुरोगामी हितशत्रूनासुद्धा याच आयुधाने मारल्याचे दिसते. मग आगरकर असोत, रानडे असोत, गोखले असोत, धोंडो केशव कर्वे असोत किंवा पंडित नेहरू असोत; या सर्वांच्या खासगी आयुष्यात नाक खुपसून काहींना काही छिद्रान्वेषी पद्धतीने फुसकुल्या सोडल्या गेल्या नाहीत असे होणार नाही.

हे फुसकुल्या सोडण्याचे तंत्र म्हणजे वर्तमानपत्रे. या साधनाचा उपयोग यांनी आपले वर्णवर्चस्व बळकट करण्यासाठी सतत केलेला दिसतो. लोकांना मूर्ख बनवण्याचे कारखाने म्हणजे वर्तमानपत्रे. लोकांचा माहितीच्या नावाने बुद्धिभेद करणे म्हणजे वर्तमानपत्रे. लोकांचा मेंदू आपल्या तुटपुंज्या माहितीने कुरतडत

राहणे म्हणजे वर्तमानपत्रे. लोकांना आपल्या ईप्सित, गुप्त कटकारस्थानांकडे वळवणे म्हणजे वर्तमानपत्रे.

लोकांची दिशाभूल करणे म्हणजे वर्तमानपत्रे. तेव्हा वर्तमानपत्रे म्हणजे आपल्या स्वत:च्या सोयीचे सांगणे व त्यापलीकडे कोणासही काहीही ऐकू न देणे. दुसरा जोरात बोलू लागला म्हणजे आपण त्याहून खच्चून बोलणे, अनागोंदी व गोंगाट करणे. अराजक माजवण्यासाठी साहाय्य करणे. अराजकसदृश परिस्थिती निर्माण करणे व झालेल्या गोंधळात आपली पोळी भाजून घेणे म्हणजे वर्तमानपत्रे. स्वरूपतः ती ब्राह्मणी आहेत. पूर्वीच्या काळी पंचांगांनी केलेले काम, गुप्त खलबतात उपलब्ध झालेले कसब, राजेमहाराजांच्या अंत:पुरात वावरण्याचे कसब, हे सारे ब्राह्मणी तंत्र म्हणजे वर्तमानपत्रे. या त्यांच्या पिढीजात कसबाच्या इतिहासावर आजची मराठी वृत्तपत्रसृष्टी उभी आहे. त्यालाच ते साहित्य असेही म्हणतात. सारे वर्तमानपत्रीय मराठी साहित्य म्हणजे ब्राह्मणी कटकारस्थानांनी खच्चून भरलेले अफवांचे पेव आहे. कल्पनादारिद्र्याने भरलेले. उपेक्षितांच्या वेदनांची साग्रसंगीत सामग्री आहे. म्हणून मराठी साहित्य व मराठी वर्तमानपत्रे आणि आता सर्व आधुनिक प्रसारमाध्यमे म्हणजे गोरगरीब समाजावर फिरवला जाणारा बुलडोझर आहे.

भारतातील वृत्तपत्रीय व्यवसायाचे मूळ प्राचीन काळापर्यंत स्थूलमानाने आपण पाहिले. आजची आपली वृत्तपत्रे, नियतकालिके यांची आपल्याला दैनंदिन जीवनात इतकी सवय झाली आहे, की ही वृत्तपत्रे व नियतकालिके नव्हती अशा काळाची आपण कल्पनाही करू शकत नाही. आज, वृत्तपत्रव्यवसाय ही एक आधुनिक संस्था आहे. विज्ञानातील तांत्रिक शोध, भौतिक साधनसंपत्तींची वेगवान वाढ; माणसाने आपल्या असामान्य बुद्धिकौशल्याने पृथ्वीच्या पाठीवर तिळाएवढी जागाही ठेवलेली नाही. पृथ्वीच नव्हे तर सारे विश्व आपल्या मुठीत खिळवण्याचे वैज्ञानिक कसब जगभरच्या वैज्ञानिकांनी मिळवले आहे. माहितीचा प्रचंड स्फोट झाला आहे. टपाल, तारा, बोटी, विमाने आणि आता, डायरेक्ट दूरदर्शन, सॅटेलाइट ही तंत्रयुगाची क्रांती आहे. त्यामुळे पूर्वीच्या बातमीपत्राहून आजची वृत्तपत्रे वेगळी आहेत. प्रांतिक सुभेदारांच्या छावणीत राहणाऱ्या औरंगजेबाच्या पदरी असलेल्या सरकारी पत्रलेखकांना सुभेदारांच्या कारवायांसंबंधी औरंगजेबाच्या दरबारी गुप्त अहवाल सादर करावा लागे. क्वचित, हे पत्रलेखक प्रांतिक सुभेदारांच्या नियंत्रणाला बळी पडले असतील. युरोपातील मोठमोठ्या उद्योगपतींच्या व्यापारी वार्ताहरांची वार्तापत्रे, ज्यांच्याशी त्याची स्पर्धा चालत असे अशा परदेशी

लोकांकडेही रवाना झाली असतील, पण औरंगजेबाचे राजकीय पत्रलेखक किंवा युरोपियन उद्योगपतींचे व्यापारी वार्ताहर आपल्या धन्याशिवाय इतरांना जबाबदार नव्हते. आधुनिक, सामाजिक जीवनाचे प्रभावी अंग हे स्वरूप वृत्तपत्रांना प्राप्त होण्यास अनेक कारणे घडली. स्वस्त कागद, यांत्रिक साधने वापरून वृत्तपत्रे छापण्याचे तांत्रिक शोध, साक्षरतेचा प्रसार, प्रादेशिक भाषांचा जास्तीत जास्त वापर. यामुळे जे व्यापक मूल्यपरिवर्तन घडून आले त्यातून कालांतराने वृत्तपत्रांद्वारा सुजाण व जागरूक लोकमत निर्माण करण्याची प्रक्रिया घडली. (लोकशाही आणि वृत्तपत्र व्यवसाय - लेखक –एस. नटराजन) भारतीय पत्रव्यवसायाच्या इतिहासाचे अनेक टप्पे सांगता येतील. अशा अनेक टप्प्याटप्प्यांनी भारतीय वृत्तपत्र व्यवसाय व त्याचा विस्तार सांगता येईल. जनतेला माहिती पुरवणे, बातम्यांचे विश्लेषण करणे, जनतेला डोळस-जागरूक बनवणे हे वृत्तपत्रांचे प्राथमिक कर्तव्य आहे. खळबळजनक, भडक बातमी देणाऱ्या निंदानालस्तीवर जगणाऱ्या वृत्तपत्रांच्या हातून हरघडी महापापे घडत असतात. अनेक लोकांच्या मनाला यातना देणारी भडक खळबळजनक बातम्या प्रसिद्ध करणारी वृत्तपत्रे कमी होण्याऐवजी वाढत चालली आहेत. हे आजच्या वृत्तपत्रांपुढे मोठे धर्मसंकट आहे. दहा वर्षांपूर्वी, कोणत्याही पाश्चात्त्य लोकशाही देशाच्या तुलनेने भडक व खळबळजनक बातम्या देण्याची प्रवृत्ती या देशात पुष्कळच कमी होती असे प्रामाणिकपणे म्हणता आले असते. आज मात्र तसे खात्रीपूर्वक म्हणता येणार नाही. एखाद्या वृत्तपत्रात एखादी बातमी छापू नका, असे त्या पत्राच्या संपादकाला सांगणे हे अन्यायाचे आहे, कारण बातम्या देणे हा त्यांचा धंदा आहे. ते त्यांचे कर्तव्य आहे. बातम्या दडपणे हा काही त्यांचा धंदा नाही. परंतु लोकशाहीमध्ये व्यक्तिस्वातंत्र्याची राखण करणारा हा घटक बिघडल्यावर काय होते याचे काही नमुने गेल्या पाच-दहा वर्षांत आपण पाहत आहोत.

व्यक्तीचे मूलभूत स्वातंत्र्य हक्क आणि कर्तव्य या दोन मर्यादांनी बांधलेले आहे. त्याप्रमाणे वृत्तपत्रांचे स्वातंत्र्य हेही हक्क आणि कर्तव्य या मर्यादांनी बांधले आहेच. परंतु सारे उधळल्यासारखे झाले आहे. सारेच नैतिकता कोळून प्याले आहेत, त्यामुळे कधी नव्हे अशी मूल्यांची घसरण सुरू आहे. नेहरू, गांधी, टिळक, गोखले, रानडे, फुले, डॉ. आंबेडकर यांसारखे दिग्गजही उरलेले नाहीत. ज्या देशाने हिमालयासारखे उत्तुंग नेतृत्व पाहिले त्या देशाच्या प्रमुखांची उंची गावातल्या टेकडीएवढी आहे. नेतृत्वाचे खुजेपण हे राजकीय खुजेपण असते. आणि राजकारणातल्या खुजेपणाच्या लांड्यालबाड्यांची चर्चा ही संसदेतल्या कामकाजाचा भाग बनते. गेली पाच-सहा वर्षे संसदेत एकही दिवस असा गेला

नाही, की ज्या दिवशी भ्रष्टाचाराची चर्चा नाही. भारताचे पार्लमेंट हे जणूकाही घोटाळे, भ्रष्टाचार, लफडी यांच्या बाजारगप्पांचे अड्डे झाले आहेत. सर्व राजकीय पक्षांचे पुढारी हे घोटाळ्यातले दलाल असावेत असेच चित्र निर्माण करण्याचे कसब राजकीय पक्षांनी प्राप्त केले आहे. बेसुमार काळा पैसा राजरोसपणे वापरला जातो आहे आणि या राजनैतिक युद्धाची आयुधे असे स्वरूप आजच्या वृत्तपत्रांना आले आहे.

वृत्तपत्रांचे जनक टोळ्याटोळ्यांत वाटले गेले आहेत. आपापल्या टोळीतील मालकाला हव्या असलेल्या पद्धतीने वृत्तपत्रे नाचत आहेत; नाचणारे आहेत, नाचवणारे आहेत, आणि हे सर्व घडवणारे अत्यंत शांतपणे गेली सत्तर-बहात्तर वर्षे कार्यरत आहेत. एका शिस्तीने संघटनेसाठी संघटना आपल्या गतवैभवासाठी संघटना, आपल्याला इच्छित स्थळी पोचवण्यासाठी संघटना व यांचे डोके शाबूत ठेवून केलेले संघटन. हे सर्व करण्यासाठी तयार करायचे सैनिक, त्यांचे प्रशिक्षण व त्या सर्वांसाठी मोजायची किंमत हे सारे नियोजनबद्ध ठरवणारी सुसज्ज यंत्रणा, जी वर्णव्यवस्थेच्या विषासारखी अपरिवर्तनीय असते. या मंडळींनी स्वतःच्या साध्यासाठी वाटेल ती किंमत मोजण्याची क्षमता व मनोधैर्य दोन-तीन पिढ्यांत पेरलेले. कुणी काही म्हणो, सातत्याने खऱ्याखोट्याचा कोणताही विधिनिषेध न बाळगता कौटिल्य, चाणक्य यांच्या नीतीने, प्रसिद्धीपासून दूर राहून अत्यंत कडव्या पद्धतीने या संघटना कार्यरत आहेत. नावांचे, आणि बुरख्यांचे वावडे नाही. कारण तो स्ट्रॅटेजीचा भाग आहे; नाव वनवासी कल्याण असो, समरसता मंच असो, किंवा एखाद्या वृत्तपत्राचा संपादक असो, किंवा दूर खेड्यापाड्यात शिकवणारा शाळामास्तर असो, की मंदिरातला पुजारी; सारे भूकपणे, शिस्तीने कार्यरत असतात. कारण ते संघटनेसाठी संघटन करत असतात. आपण एका प्रचंड मोठ्या यज्ञात समिधा अर्पण करत आहोत अशी त्यांची भावना असते. वाखाणण्याजोगी शिस्त हे त्यांचे वैशिष्ट्य असते. कारण गुळाच्या ढेपेतला आपला हिस्सा आपल्याला नक्की मिळणार याची त्यांना खात्री असते आणि म्हणून मुंग्या जशा गुळाच्या ढेपेकडे रांगेने, शिस्तीने जात असतात. संघ परिवारातील सर्वजण शिस्तीने जात असतात. एकचालकानुवर्तित्व व गुप्तता हा या संघटनेचा आत्मा असतो. तेथे औषधालाही लोकशाही नसते. का म्हणून कोणी प्रश्न विचारायचा नसतो. टांग्याच्या झापडे लावलेल्या घोड्यासारखी त्यांची अवस्था असते, म्हणून हुकूमशाहीचे मनापासून समर्थन व त्यासाठी समर्पण करण्याची त्यांची तयारी असते.

लोकशाहीतील राजकारण, राजकारणी उड्या आणि कोलांटउड्या यांच्या

साहाय्याने फ्रंट ऑर्गनायझेशन निर्माण करणे, मोडणे, तडजोडी करणे, तात्त्विक चर्चा करणे, प्रसंगी दोन पावले मागे जाणे, बुरखा पांघरून काम करणे हे सर्व लोकशाही मोडण्याचे कट कारस्थान असते. आपल्या वर्णातील, जातीतील माणसाला योग्य संदेश जाईल, परंतु त्याचवेळी आपल्यापेक्षा भिन्न वर्णाचा माणूस आपण एक राष्ट्र उभे करत आहोत या भ्रमात राहील याचीही तजवीज करावी लागते आणि या सर्वांचा भाग म्हणून आजची वर्तमानपत्रे ही या षड्यंत्राची बळी आहेत. या बळीची सुरुवात लालकृष्ण अडवाणी हे १९७७ साली जनता पक्षाच्या राजवटीत प्रसारमाध्यमांच्या खात्याचे मंत्री झाले तेव्हापासून सुरू झालेली दिसते.

❖

(१२, १९ व २६ फेब्रुवारी १९९६)

'शिळया कढीस ऊत आणू नका!'

आजकाल, महाराष्ट्राला आणि मराठी जनतेला खोट्या अस्मितांच्या जंजाळात अडकावण्याची स्पर्धा उच्चवर्णीय माध्यमांनी सर्रास चालवलेली दिसते. लोकांच्या खऱ्या प्रश्नावरून त्यांचे लक्ष उडवायचे असेल तर लोकांच्या भावनांना हात घालून लोकक्षोभ निर्माण करायचा आणि लोकक्षोभाच्या तापलेल्या तव्यावर आपली पोळी भाजून घ्यायची ही नीती ब्राह्मणी वर्तमानपत्रे आणि त्यांचे कलमकसाई बाप, संघवाले यांनी अवलंबलेली दिसते आणि त्यामुळे त्यांचे हितसंबंध जपण्याचे बिनपैशाचे तमाशे हे लोक सादर करत आहेत. पंतोजींनी तर रोज खोटे बोलायचे व्रतच घेतले आहे आणि हा लबाडीचा प्रसार आमजनतेच्या आजच्या दुःखाचे मूळ कारण आहे हे आपण लक्षात घेतले पाहिजे. 'जनी वंद्य ते सर्व भावे करावे। जनी निंद्य ते सर्व सोडून द्यावे,' आम जनतेला विसरू देत नाहीत आणि बहुजन समाज त्यास कठपुतळीसारखा पिढ्यान्-पिढ्या माना डोलावत आला आहे. लोकांच्या भावना पेटवणे, भडकावणे आणि विकृत बुद्धीच्या सुमार पुढाऱ्यांना पुढे करून हे जे तीसमारखां बनतात ते केवळ बहुजनांच्या गाफीलपणामुळेच ना?

अलीकडे बऱ्याच वर्तमानपत्रांना पुन्हा संयुक्त महाराष्ट्राचा पान्हा फुटला आहे. 'मराठी मराठी' करून केसरीवाड्यातून घसा कोरडा होईस्तोवर ऊर बडवणे सुरू आहे. गेली तीस-चाळीस वर्षे मराठी भाषिकांच्या नावाने तूपभात खाऊन ज्यांचे

पणजोबा, आजोबा, बाप आणि खुद्द हे तुष्ट झाले, ते पुन्हा आपल्या पिलावळीला इंग्रजी शिकवून परदेशी घसघशीत पगाराच्या नोकऱ्यांना पाठवून मोठे राष्ट्रकार्य करत आहेत. पुण्याच्या सदाशिव पेठेत असे एक तरी घर सापडेल का, ज्या घरातला कोणीही नातेवाईक आज युरोप-अमेरिकेत नाही? आम्हाला खात्री आहे, की अमेरिकेतल्या अनिवासी भारतीयांमध्ये किमान ९५ टक्के लोक ब्राह्मण असतील आणि महाराष्ट्रातील मराठीबद्दल ऊर बडणाऱ्या घरातले असतील. पुण्या-मुंबईच्या मध्यमवर्गीयांची लेकरे कोणत्या शाळेत शिक्षण घेत आहेत ते त्यांनीच पाहावे आणि आम्हाला सांगावे. आपली संतान उत्तमरीत्या सर्व तडजोडी करून, सर्व पळवाटा शोधून हयातभर तुपाशी जेवेल याची उत्तम व्यवस्था करावी आणि इतरांचा बुद्धिभेद करून त्यांना नरकातच डांबून ठेवावे ही त्यांची वहिवाटच आहे. सारे तत्त्वज्ञानाचे, पोपटपंची बोलणे इतरांसाठी असते; स्वत:साठी नाही. स्वत:चा प्रश्न आला की सत्यसुद्धा परलोकीचे वेगळे आणि इहलोकीचे वेगळे होते मराठी भाषिक राज्य होऊन चाळीस वर्षे होत आली, काय साधले? मुंबईसह संयुक्त महाराष्ट्र झाला. गरिबी संपली की वाढली? शहरातल्या झोपडपट्ट्या, यांतले नरकातले आयुष्य किती भटब्राह्मणांच्या वाट्याला आले? एकतरी ब्राह्मण झोपडपट्टीत असतो का? एकतरी ब्राह्मण अंगठेबहाद्दर असतो का? मराठी भाषिकांचे राज्य आले. आमचे अन्न, वस्त्र, निवारा, आरोग्य, शिक्षण या मूलभूत प्रश्नांचे काय झाले? सुटले का प्रश्न? आम्ही मराठी भाषिकच आहोत, तरीही नोकऱ्या नाहीत. लक्षावधी मुले बेकार हिंडत आहेत. स्त्रियांवरील अन्यायाला कोणत्या भाषेने निर्माण केले? स्त्री कोकणात असो, विदर्भात, मराठवाड्यात की पश्चिम महाराष्ट्रात; त्यांच्यावर अन्याय करणारा ती कोणत्या भाषेत बोलते याचा विचार करतो काय? बंगल्यात राहून गाडीतून फिरणारा ऐपतदार आपल्या शोषणाचे हत्यार पाजळून टाळूवरचे लोणी खाताना भाषेचा विचार करतो का? ही गोरगरीब रयत मराठी भाषिक आहे. तिच्यावर जुलूमजबरदस्ती करू नये, कारण ती आपल्या भाषेची व्यक्ती आहे, असा विचार कोणी तरी करतो काय? मराठवाड्यातील गरिबांना, मराठी भाषिक राज्याने कोणते सुख मिळाले आणि निजामाने पार ओरबाडून खाल्लेले मराठवाड्यातील रयतेचे वैभव मराठी राज्यात तिला पुन्हा प्राप्त झाले की मध्यमवर्गीय नोकरदारांनी तिची स्थिती आणखी तोळामासा केली? राज्यकर्त्यांच्या मराठी बाण्याने कोणते सामर्थ्य दिले मराठवाड्यातील रयतेला?

विदर्भाची तर गोष्टच सोडा. विदर्भातील बांधवांना पश्चिम महाराष्ट्रातील पुढाऱ्यांबद्दल, जनतेबद्दल एक प्रकारचा तिटकारा असल्याचे आम्ही अनुभवाने सांगतो, ते मनापासून कधी संयुक्त महाराष्ट्रात आले नाहीत. त्यांना यायचेही

नव्हते. चाळीस वर्षांत पश्चिम महाराष्ट्रातील पुढाऱ्यांनी विदर्भाची वसाहत केली आणि विदर्भाची लूट केली. संयुक्त महाराष्ट्राचे खरे फायदे पश्चिम महाराष्ट्रातील लोकांना झाले. त्यांचे कारखाने वाढले, पाटबंधारे वाढले, शेतीचे क्रांतिकारक उत्पादन वाढले, दरडोई उत्पन्न वाढले, बजेटमधला सारा पैसा पश्चिम महाराष्ट्रातल्या पुढाऱ्यांनी पळवला आणि विदर्भाच्या विकासाचा बॅकलॉग वाढतच गेला. चाळीस वर्षे झाली तरी विदर्भात एकही म्हणावा असा कारखाना नाही, म्हणावे असे धरण नाही. काळीभोर हजारो एकर जमीन पडीक आहे. पूर्वी येथे कापूस पिकत होता; आजही कापूसच पिकतो. संत्र्याला कवडीमोल किमतीने विकावे लागते. संत्र्यांचा ज्यूस करणारा एकही कारखाना सरकारने काढला नाही. दरवर्षी हजारो टन संत्री रस्त्यावर सोडून द्यावी लागतात. पश्चिम महाराष्ट्रात जसे साखरेचे कारखाने वाढले तसे विदर्भात का झाले नाहीत? संत्र्यांची बायप्रॉडक्ट सुरू झाली. विदर्भातील कापूस इचलकरंजीला येतो आणि सर्वाधिक सूतगिरण्या पश्चिम महाराष्ट्रात का स्थापन होतात? चंद्रपूर, गडचिरोलीला प्रचंड लगदा उपलब्ध आहे, खनिज संपत्ती खूप आहे, पण कारखानदारी म्हणावी तशी नाही. प्रचंड बेकारी आहे. त्यामुळे दारिद्र्याची परिसीमा मेळघाटच्या परिसरात आहे. हजारो बालके दरवर्षी उपासमारीने मरतात. मराठी माणसांनी त्यासाठी काय केले? लक्षावधी आदिवासी कमरेला लंगोटी लावून हिंडत आहेत. खोट्या भाषिक अस्मितेने त्यांचे पोट कोण भरणार आहे? गोरेसाहेब जाऊन काळेसाहेब आले, ते कोणतीही भाषा बोलत असले तरी शोषणाची परिभाषा तीच आहे. शोषणाचे चाक काही बदलले नाही. खासगी सावकारी, विद्या आणि वित्त यांतली, शेटजी-भटजींची साखळी विदर्भ आजही तोडू शकलेला नाही. आजही दर्डा, राठी, बियाणी, साठे, पटेल यांचीच मिजास विदर्भात आहे. तेथले कास्तकार दलित, अल्पसंख्याक आणि स्त्रिया हेच वरवंट्याखाली भरडले जात आहेत. भरडणाऱ्या जात्याची दोन पाती आहेत, एक आहे भाषेचे आणि दुसरे आहे जातीचे. सत्ताधारी वर्गाने, मग ते कोणत्याही पक्षातील असेनात त्यांची जात्याची तळी एकच आहे आणि पिसणाऱ्यांची तळीही तीच आहे. मग कोणतेही भाषिक राज्य आले आणि गेले तरी शोषकशोषिताचे नाते तेच आहे. भाषिक भेद आणि प्रतिवाद हे तर हत्यार म्हणून वापरले जाते. याचा अर्थ विदर्भात नेते नाहीत किंवा नव्हते असे नाही. पण सरंजामदारांच्या गोठ्यात गेली चाळीस वर्षे सत्तेची गाय आहे आणि सरंजामदारांच्या पाइपातून समृद्धीचा धूर निघताना विदर्भाने पाहिला आहे. त्याला सत्यशोधकी बैठकीत तयार झालेले नेतृत्व नाही. जनतेचे प्रबोधन पुरेसे झालेले नाही. त्यामुळे विदर्भातील बांधवांना स्वतंत्र व्हायचे असेल तर त्यांना पाठिंबाच दिला पाहिजे.

राज्ये ही छोटी-छोटीच असली पाहिजेत. एकभाषिक लोकांची अनेक राज्ये झाल्याने जगबुडी होत नाही. प्रशासन गतिमान व्हायचे असेल तर आणि खऱ्या अर्थाने जातीच्या पलीकडे जाऊन, धर्माच्या पलीकडे जाऊन गुणवंतांना सत्ता-संपत्ती, प्रतिष्ठा यांचे फेरवाटप व्हायचे असेल तर मोठी राज्ये मोडून लहान राज्ये करा; तरच दलित, मागासवर्गीय, अन्य अल्पसंख्याकांना लोकशाहीत त्यांच्या न्यायाचा वाटा मिळेल. अन्य मोठ्या जाती अनेक ठिकाणी विभागल्याने त्यांच्यातील प्रत्येकालाही त्यांचा वाटा न्यायाने मिळेल. आमचे ओरबाडणे थांबवण्याचा त्यातल्या त्यात जवळचा हा एक मार्ग आहे. म्हणून आम्ही आमचे दिग्गज नेते डॉ. बाबासाहेब आंबेडकर यांच्या छोट्या राज्यांच्या नीतीचा पुनरुच्चार करत आहोत. हे काम आज ना उद्या सर्व लोकशाहीवाद्यांना करावे लागेल. काँग्रेस करत असेल तर तिला आमचा मनापासून पाठिंबा आहे.

उच्चवर्णीय कोल्हेकुईला आता आपण बळी पडता कामा नये आणि शिळ्या कढीला ऊत आणू नये!

❖

(२६ सप्टेंबर १९९७)

बौद्धिक गुलामगिरीविरुद्धचा नवा संघर्ष...

गेली दहा-पंधरा वर्षे, देशाची परिस्थिती अतिशय चमत्कारिक होताना दिसत आहे. बहुजन समाजाच्या एकीच्या व प्रगतीच्या चळवळींना शह देण्यासाठी आणि आपली बहुजनघातक कारस्थाने उघडकीस येऊ नयेत म्हणून व आपल्या पुरोहितशाहीचे वर्गवर्चस्व अबाधित टिकावे म्हणून आपमतलबी वर्गाने ब्राह्मतेज आणि क्षात्रतेज एकवटून पुन्हा एकदा बहुजनांना मनुवादाच्या वरवंट्याखाली भरडून टाकण्यासाठी अनेक चळवळी चालू आहेत. शिवरायांचा मतलबी जयजयकार, ऊठसूट मुस्लीम द्वेष, जातीय दंगली भडकावण्यासाठी कटकारस्थाने करून, मशिदी पाडून जातीय दंगली भडकावणे, सर्व प्रकारच्या आरक्षणाला विरोध करणे, गोरक्षण चळवळ, रामजन्मभूमिवाद, रथयात्रा, शिलापूजन, शोभायात्रा, तीर्थयात्रा, भगवाध्वज विक्री, गंगातीर्थ विक्री, ज्योतप्रज्वलन, पादुका, पालखी, विटा, धार्मिक उत्सव, महाआरती, रोको, बंद, संप, समरसतामंच वगैरेचे योजनाबद्ध आयोजन करण्यात येत आहे. राज्यातली प्रसारणाची माध्यमे यासाठी राबवली जात आहेत. देशातील सर्व प्रसारण-माध्यमे, अगदी मासिक-साप्ताहिक- पाक्षिकांपासून ते आकाशवाणी-टेलिव्हिजन-झी. व्ही.पर्यंत, सर्व प्रसारमाध्यमांना उन्माद आल्याचे आपण पाहतो आहोत एक खोटी गोष्ट सातत्याने सांगत राहिले, की ती खरी वाटू लागते हे गोबेल्सचे प्रचारतंत्र वापरण्यात या पुरोहितवर्गाचा हात दुनियेत कोणी धरणार नाही.

सातत्याने लबाड, खोटे व किळस येईल इतके तेच ते छापून बहुजन समाजातील भोळ्याभाबड्या बेकार तरुण मुलांना, त्यांच्या धार्मिक भावनांचा गैरफायदा घेऊन भडकावण्याचे आणि देशात सातत्याने जातीय विध्वंसाचे वातावरण तयार करण्याचे कारस्थान राष्ट्रीय स्वयंसेवक संघ व त्यांच्या साथीदारांनी केले आहे.

बहुजन समाजाचे नेतृत्व कोणत्याही स्वरूपात हेतुतः बदनाम केले जाते. पुराव्याशिवाय वाटेल ते आरोप करणे, चारित्र्यहनन करणे, आपल्या मनुवादी परंपरेचा वैचारिक डोस सातत्याने पाजून बहुजन समाजाचा बुद्धिभेद करणे; व त्यासाठी वाटेल त्या थराला जायची या मंडळींची तयारी आहे. हे आपण दहा-पंधरा वर्षे पाहतो आहोत.

'खोटे बोला पण नेटाने बोला' हाच परिपाठ त्यानी या देशातील शोषित, पीडित, वंचित, स्त्री, शूद्रातिशूद्र यांच्या वाट्याला आणला आहे. याचा प्रतिकार करण्यासाठी कधी नव्हे ती बहुजनांच्या एकजुटीची अत्यंत आवश्यकता निर्माण झाली आहे. डॉ. आंबेडकरांची घटना व महात्मा जोतीराव फुले यांचा, राजर्षी शाहु महाराजांचा, कर्मवीर भाऊराव पाटलांचा विचार बहुजन समाजापर्यंत घेऊन जाण्याचे काम 'बंद दरवाजा'ला करायचे आहे. हे काम नेटाने करावे म्हणून अनेक सहकारी मित्रांनी आग्रह केल्यामुळे 'साप्ताहिक बंद दरवाजा' या नावाने आम्ही हा अंक सुरू करत आहोत. बहुजन समाजातील बांधवांनी विकत घेऊन, वर्गणी भरून व जाहिराती देऊन हा अंक टिकवला पाहिजे,वाढवला पाहिजे ही काळाची गरज आहे - बहुजनांच्या संघर्षासाठी आता एक पुढले पाऊल!

भारतीय समाज मुख्यत्वे करून जातींच्या जोखडांमध्ये बंदिस्त झाला आहे. त्यामुळे इथली प्रत्येक गोष्ट जातीच्या निकषावर तपासावी लागते, किंबहुना ती तशी तपासली नाही तर जात मानणाऱ्या मनाचे समाधान होणार नाही. त्यामुळे मूठभर पंतोजी सर्व समाजाचा बौद्धिक मक्ता मिरवतात. सर्व समाज अडाणी राहण्यात या पंतोजींना सुरक्षित वाटत असते. ज्ञानाच्या कक्षा रुंदावता कामा नयेत, बहुजन समाज शिकता कामा नये, शिकला तर तो बंडखोर होता कामा नये याची तजवीज प्रचाराची व प्रसाराची सर्व यंत्रणा ताब्यात घेऊन प्रतिगामी शक्ती करत असतात. मूळच्या मातृवृक्षावर कलम केल्याने त्या मातृवृक्षाची जी अवस्था होते तशीच अवस्था बहुजनांची होते. जे आपण शिकता ते आपले नाही. जे आपण शिकवतो ते आपले नाही. आपले डोके कोणीतरी पंतोजी नित्यनेमाने साफ करून आपल्याला हवे असलेले बीज त्या डोक्यात घालतो व ते डोके चालू लागते, बोलू लागते. या हजारो वर्षांच्या 'ब्रेन वॉश' पद्धतीमुळे बहुजन समाज साऱ्या ज्ञानापासून वंचित झाला आहे. त्याचे लोकशाहीतील माहिती मिळवण्याचे स्वातंत्र्यसुद्धा हिरावले गेले आहे. त्यामुळे त्यांना कोणतीही

खरी माहिती उपलब्ध होत नाही. उच्चवर्णीय-उच्चवर्गीय प्रस्थापितांना हवी असेल तेवढी व हव्या असलेल्या पद्धतीने माहिती जनतेला मिळते. म्हणून बहुजन समाजाचे राजकीय-सामाजिक प्रशिक्षण, प्रबोधन होऊ शकत नाही. ते करण्याची जबाबदारी आमच्या शक्तीनुसार 'बंद दरवाजा' उचलणार आहे. बौद्धिक गुलामगिरीच्या विरुद्ध संघर्ष सर्व पातळ्यांवर करण्याची नितांत आवश्यकता आहे. म्हणून आपल्या सहकार्याची, सदिच्छांची अपेक्षा ठेवून 'बंद दरवाजा' खुले आम वाटचाल करणार आहे.

❖

(५ एप्रिल १९९५)

लोकसभेच्या निवडणुका - अन्वयार्थ

लोकशाहीमध्ये लोक महत्त्वाचे. त्यातही भारतासारख्या खंडप्राय देशात, जेथे अनेक धर्म, जाती, पंथ, वेगवेगळ्या भाषा, सर्व प्रकारच्या विषमतेने भरलेला, विषमतेचे तत्त्वज्ञान हाडीमासी खिळलेला, अजगरासारखा सुस्त पडलेला देश, पराकोटीचे दारिद्र्य, त्यातून जन्माला येणारे अज्ञान, अंधश्रद्धा आणि प्रचंड लोकसंख्येचा स्फोट. त्यात हा प्रदेश कधीही एक देश नव्हता. सलग भूभाग म्हणजे देश नव्हे. असे युरोपातील अनेक भूप्रदेश सलग आहेत. सलग आहेत. परंतु ते एक देश नाहीत, तसे भारत नावाचा देशही एक देश नव्हता. एक वंशाचे लोक या देशात राहत नव्हते. त्यामुळे हा एक देश कधीच नव्हता. त्याची वाटणी ज्यांच्या हातात काठी, ज्यांच्या दंडामध्ये शक्ती तो राजा अशी होती. प्रजेला स्वयंकेंद्रित गावगाडा असल्यामुळे आणि त्या आधारावर . जातिबद्ध बंदिस्त समाजरचनेमुळे हा देश लक्षावधी खेड्यांमध्ये वाटलेला होता. गरजांप्रमाणे उत्पादनपद्धत व गरजांनुसार अनुशासन या सर्वांमुळे केंद्रसत्ता कोणाची याच्याबद्दल कोणत्याही माणसाला काहीही घेणेदेणे नव्हते. नागनाथ आला आणि सापनाथ गेला, राव चढले आणि पंत पडले किंवा पंत चढले आणि राव पडले; या घटनांकडे बघण्याची गरजच कधी या देशातल्या सामान्य माणसाला पडली नव्हती. केंद्रामध्ये राजसत्ता कोणाचीही आली तरी गावपातळीवरची सत्ता आणि केंद्रपातळीवरील सत्ता या दोन्हीकडे

सामान्य माणूस बघूच शकत नव्हता. त्यामुळे आर्य आले, यहुदी आले, शीख आले, अरब आले, तुर्की आले, मोगल आले, इंग्रज आले, फ्रेंच आले, डच आले, पोर्तुगीज आले तरीही या देशातल्या सामान्य माणसाची हिंदुत्वाच्या अफूची नशा उतरली नाही. लहान मूल रडू नये म्हणून कष्टकरी समाजातल्या बायका मुलाच्या टाळूला अफूचा गोळा लावतात, त्यामुळे मूल निपचित पडलेले असते. त्याप्रमाणे हिंदुत्ववाद्यांनी धर्मवादाची अफू पोथीपंचांगातून रोजच दिल्याने सगळा समाज रोगट, रुग्णाइतासारखा निपचित पडलेला होता. त्याच्यामध्ये कोणाही आक्रमकाचे आक्रमण थोपवण्याची शक्ती नव्हती आणि येणाऱ्या प्रत्येक आक्रमकाचे दलाल धर्मवादीच होते. मग मोगल आले, तुर्की आले, यहुदी आले या सर्वांचे स्वागत उच्चवर्णीय धर्मवाद्यांनीच केलेले होते. त्यामुळे दिल्लीत इंग्रज आले, की मोगल आणि मुंबईत टोपीवाला की दाढीवाला याच्याशी सामान्य माणसाचे काहीही देणेघेणे नव्हते. शंभर वर्षांपूर्वी काँग्रेस नावाचा पक्ष जन्माला येईपर्यंत या देशाला स्वत्व नव्हते, स्वाभिमान नव्हता, स्वराज्य नव्हते. गुलामांच्या पिढ्या जन्माला घालणे एवढे एकच काम हा समाजपुरुष करत होता. सर अँलन ह्यूम नावाच्या एका इंग्रजी सनदी अधिकाऱ्याने राज्यकर्ते आणि जनता यांच्यामध्ये सुसंवाद व्हावा म्हणून काँग्रेस नावाची संस्था जन्माला घातली. काँग्रेसच्या जन्मानंतर काँग्रेसच्या आयुष्यात अनेक चढउतार आले. कधी मवाळ आणि जहाल यांच्यातले वाद झाले तर कधी पक्षांतर्गत वादळे आली, परंतु हा एक नसलेला देश एक करण्याची प्रतिज्ञा काँग्रेसने केली आणि त्यातही महात्मा गांधींसारखा लोकोत्तर महापुरुष जन्माला आला. त्याने सामान्य माणसाची नाडी ओळखली. आजाराचे नेमके निदान केले. हातात काठी, कमरेला पंचा आणि मूठभर मीठ उचलून क्रांती करायला निघालेला हा नेता उपेक्षित आणि थट्टेचा विषय होता. परंतु या देशातल्या सामान्य माणसाला स्वत्व, स्वाभिमान आणि स्वराज्य मिळवण्याचे स्वप्न गांधींनी दिले. या स्वप्नाच्या पूर्तीसाठी साम्राज्यवाद्यांच्या विरुद्ध अहिंसक पद्धतीने लढायला शिकवले. शेवटच्या माणसाला मुक्त करण्याचे स्वप्न साकारण्याचे काम म्हणजे स्वराज्य आणि ते साध्य करण्याचे साधन म्हणून काँग्रेस पक्ष बरखास्त करा हा त्यांचा सल्ला उद्वेगजनक मन:स्थितीतून दिलेला होता. स्वातंत्र्योत्तर काळातील काँग्रेस ही मूठभर उच्चवर्णीयांचे नेतृत्व प्रस्थापित करणारी होती. परंतु नेहरू, पटेल जरी उच्चवर्णीय असले आणि त्यांच्या वर्तनातही जातिपाती असल्या तरी सामान्य माणसाच्या त्यागातून साकार झालेले स्वराज्य, भारावून गेलेली नवी पिढी यांमुळे काँग्रेसचे विश्लेषण बुद्धीच्या आधाराने फारसे झाले नाही. दीन, दलित, उपेक्षित समाजाला बौद्धिक क्षमता निर्माणच होऊ न दिली गेल्याने मूठभर लोक

जी चिकित्सा करतील, जो अन्वयार्थ लावतील तोच अन्वयार्थ पाठ्यपुस्तकांतून, प्रसारमाध्यमांतून सांगितला जातो. त्यामुळे राष्ट्रपिता महात्मा गांधींना गोळ्या घालून त्यांचा खून केला, तरी त्याला 'वध' असे, म्हटले जाते. 'वध' या शब्दाला मूल्यभाव आहे. त्यामधून 'दुरिताचा नाश' असा अर्थ अभिप्रेत होतो. बुद्धीची मक्तेदारी गांधींनाही दलितापर्यंत पोहोचू देत नाही. डॉ. बाबासाहेब आंबेडकरांचे नाव दलितांघरी गेले, परंतु डॉ. बाबासाहेब आंबेडकर दलितांघरी गेले असे नाही; त्यांनाही खऱ्या अर्थाने दलितांपर्यंत पोहचू दिले जात नाही. लोक शिकतील परंतु जाणिवांचा विकास होणार नाही असेच शिक्षण दिले जाते त्यामुळे मला काय त्याचे हे शिक्षणाचे उद्दिष्ट आहे. यातून ना गांधी समजतो ना आंबेडकर; ना काँग्रेस समजतो ना रिपब्लिकन पक्ष. सारेच आडमाप शहाणे आपापल्या डोक्यातल्या मनूला कौल मागत राहतात. असा कौल दर पाच वर्षांनी आपण मागतो. सामान्य माणूस आजही केंद्र-राज्य शासनांकडे उपेक्षेने पाहतो. त्यामुळे दिल्लीचे राजकारण व गल्लीचे राजकारण यांमध्ये जाणिवांच्या पातळीवर सारा आनंदीआनंद आहे. या पार्श्वभूमीवर अकराव्या लोकसभेच्या प्रस्थापनाचा विचार करावा लागेल.

❖

(१२ मे १९९६)

राष्ट्रपतींचा पक्षपात जातीसाठी तर नव्हे?

लोकसभा-निवडणुका पार पडल्या आहेत. निकाल जाहीर झाले आणि अटलबिहारी वाजपेयी या ब्राह्मण्यवाद्याच्या नेतृत्वाखाली देशातले पहिले प्रतिगामी सरकार जातिवाद्यांच्या कटकारस्थानामुळे 'तात्पुरते' स्थापन झाले आहे. वस्तुतः भारतीय जनता पक्षाला कामचलाऊ बहुमतसुद्धा नाही. तो केवळ सर्वांत अधिक जागा मिळवलेला पक्ष आहे. या पक्षाच्या नेत्याला सरकार बनवण्यासाठी राष्ट्रपतींनी बोलावले, परंतु त्यांच्या या बोलावण्या-संबंधी मतभेदाला पुरेशी जागा आहे असे घटनात्मक तरतुदींचा आढावा घेतल्यास लक्षात येते.

निवडणुकांनंतर राष्ट्रपतींची भूमिका स्पष्ट ठरते. या भूमिकेसंबंधी भारतीय राज्यघटनेत कोणती तरतूद करण्यात आली आहे हे ध्यानी घ्यावे लागते. घटनेच्या ७४ व्या कलमानुसार राष्ट्रपतींना सल्ला-मसलत देणे आणि साह्य करणे यांकरता पंतप्रधानांच्या नेतृत्वाखाली मंत्रिमंडळ असेल (महाराष्ट्र टाइम्स, १५ मे ९६) अशी तरतूद आहे. घटनेच्या ७५व्या कलमानुसार पंतप्रधान हा राष्ट्रपतींनी नेमायचा असून पंतप्रधानांच्या सल्ल्यास अनुसरून राष्ट्रपती इतर मंत्री नेमतील. मात्र या दोन्ही कलमांनुसार पंतप्रधानांची निवड राष्ट्रपतींनी कोणत्या पद्धतीने करायची या संदर्भात कोणतीही बंधनकारक वा मार्गदर्शक तत्त्वे नमूद केलेली नाहीत.

परंतु आज जशी परिस्थिती निर्माण झाली आहे, ती काही देशाच्या इतिहासात

पहिल्यांदा घडून आलेली नाही. अशी परिस्थिती देशात १९६७ साली निर्माण झाली होती. देशातील विविध राज्यांमध्ये संयुक्त विधायक दलाची सरकारे स्थापन झाली होती. या संदर्भात १९६७ सालच्या संसदेमध्ये त्यावेळचे गृहमंत्री यशवंतराव चव्हाण यांनी आश्वासन दिल्याप्रमाणे, १७ मे १९६७ साली सर्वश्री मेहरचंद महाजन, ए. के. सरकार, पी. बी. गजेंद्रगडकर हे भारताचे तीन सरन्यायाधीश आणि एके काळचे ॲटर्नी जनरल एम. सी. सेटलवाड, महाराष्ट्राचे तत्कालीन ॲडव्होकेट जनरल एच. एम. सिरवई या कायदेतज्ज्ञांचा सल्ला त्यांनी मागितला होता. तसे काही करण्याची गरज विद्यमान विद्वान राष्ट्रपतींना कदाचित पडली नसेल, पण त्यावेळी वरील कायदेतज्ज्ञांनी आपापली वेगवेगळी मते नोंदवली होती. १८ जून १९६७ रोजी न्यायमूर्ती मेहरचंद महाजन यांनी आपले दिलेले मत असे 'मुख्यमंत्र्यांची नेमणूक करण्यासंदर्भात राज्यपालांचे अधिकार हे राष्ट्रपतींनी पंतप्रधानांना नेमावयाच्या अधिकाराप्रमाणेच आहेत. राज्यपालांनी सर्वात मोठ्या पक्षनेत्याला मुख्यमंत्री म्हणून सरकार बनवण्याकरता बोलावले पाहिजे असे त्यांच्यावर घटनात्मक बंधन आहेच असे नाही. त्याचबरोबर, सत्तेवर असलेल्या राजकीय पक्षांनी पूर्ण बहुमत मिळवले नाही तर राज्यपालांनी जनादेशाचा आदर करून विरोधी पक्षाला किंवा तशा युतीला स्थिर सरकार देता येणे शक्य असेल तर सरकार बनवण्याकरता विरोधी पक्षनेत्याला वा युतिनेत्याला पाचारण करावे.' (महाराष्ट्र टाइम्स, १५ मे ९६)

ही परिस्थिती राष्ट्रपतींना समजली नाही असे कसे म्हणता येईल? लोकसभेतल्या ३२१ जागा धर्मनिरपेक्ष पक्ष वा गटांना मिळालेल्या आहेत. पुरत्या २०० जागा सुद्धा प्रतिगामी पक्षाला मिळालेल्या नाहीत. मग जनादेश कोणाच्या बाजूचा समजायचा? डावे पक्ष विघटित आहेत. त्यांची एकी होत नाही. ते वेगवेगळे लढतात, आपसातही लढाया करतात. हे सारे गृहीत धरले तरी ते बहुसंख्याक आहेत हे कसे नाकारता येईल आणि ते बहुसंख्य आहेत, परंतु एकसंध नाहीत म्हणून अल्पमतातल्या संघटित टग्यांना बोलावावे, हे राष्ट्रपती कशाच्या आधाराने ठरवत आहेत? घटनेत अशी कोणतीच स्पष्ट तरतूद नाही.

घटनेच्या ७५ (३) या कलमानुसार मंत्रिमंडळ हे लोकसभेला एकत्रितपणे जबाबदार असेल याचा विसर बऱ्याच जणांना पडला आहे; तसा तो राष्ट्रपतींनाही पडला असेल. वस्तुत: काँग्रेस आणि रामो वामो यांची एकत्रित सदस्यसंख्या २८४ आहे. त्यांना पाठिंबा देणाऱ्या अपक्षांची संख्या मिळवली तर ती ३२१ होते. परंतु वरचे सदस्य सोडले तरी २८४ सदस्यांचा भाजपला सरकार बनवू देण्यास कठोर विरोध आहे. याचा दुसरा अर्थ असा, भाजपने जरी सरकार स्थापन केले तरी हे सरकार लोकसभेमध्ये विश्वास प्राप्त करू शकत नाही हे तर

प्रथमदर्शनीच अनुमान काढता येते आणि म्हणून भाजपला सरकार बनवण्याकरता पाचारण करणे म्हणजे राष्ट्रपतींनी घटनाबाह्य वर्तन करणे होय. जर काँग्रेस आणि रामो वामो यांची एकत्रित सदस्यसंख्या बहुमतापेक्षा जास्त आहे आणि त्यांना राष्ट्रपतींनी सरकार बनवण्यास पाचारण केले नाही, उलट अल्पमतातील भाजपला सरकार बनवायला सांगितले, याचा अर्थ राष्ट्रपतींनी खासदारांचा बाजार मांडण्यास प्रवृत्त केले असा होत नाही का?

देशाला राजकीय नेतृत्व देण्याबरोबर नैतिक नेतृत्व देण्याची जबाबदारीही राष्ट्रपतींची आहे. त्यामुळे या कर्तव्यापासून ते दूर गेले असे नाइलाजाने म्हणावे लागेल. ही एकार्थाने आणीबाणीची परिस्थिती आहे.

घटनेचे ८३ (२) हे कलम याबाबत स्पष्ट आहे. विद्यमान संसद भंग न करता तिचे तातडीचे अधिवेशन बोलावावे, या स्थितीचा खासदारांना विचार करू द्यावा, नवीन निवडणुका जाहीर कराव्यात आणि तोपर्यंत विद्यमान संसदेचा कालावधी घटनेच्या ८३ (२) या कलमानुसार वाढवावा. या उलट राष्ट्रपतींनी वाजपेयींना पंतप्रधानपद बहाल केले आहे आणि बहुमत सिद्ध करायला पंधरा दिवसांची मुदत दिली आहे. राज्यसभेच्या निवडणुकीच्या वेळी आमदारांनी पेट्या घेऊन मतदान केले आणि सर्व राजकीय पक्षांनी लोकशाहीच्या नावाने धुळवड केली. कदाचित सध्याच्या केवळ एकमेव पैसा-संस्कृतीतील खरेदी-विक्रीच्या ठेकेदारांना संसदेच्या सभासदांचे लिलाव करता यावेत यासाठी तर पंधरा दिवसांची मुदत दिलेली नाही? सौदेबाजी झाली तरच हे सरकार टिकणार; एरवी औट घटकेचे सरकार ३१ तारखेला उताणे पडणार!

❖

(१९ मे १९९६)

संघाच्या पोटात उठला गोळा!

राष्ट्रीय स्वयंसेवक संघ ही विषमतावादी, मनुवादी जातीयवाद्यांची फौज तयार करणारी, सामाजिकदृष्ट्या वर्णवर्चस्वाचा सांस्कृतिक डांगोरा पिटणारी सनातनी आर्यभट्टांची संघटना आहे. ती अत्यंत उच्च रवाने आपण सांस्कृतिक संघटना आहोत असे तिच्या जन्मापासून सांगत आली आहे. 'हिंदू-हिंदू, बंधू-बंधू' आणि 'हिंदूंचे सांस्कृतिक संघटन' म्हणून मुखवटा धारण केलेले हे लोक, हे अराष्ट्रीय प्रवृत्तीचे लोक आहेत. जे जे यांच्या सोयीचे नाही ते ते तात्काळ अराष्ट्रीय ठरवण्याचे कपटकारस्थान हे लोक करत असतात. मग गैरसोयीची व्यक्ती असो, विचार असो, की पक्ष; उठाव असो, की संघटना असोत उच्चवर्णीय आर्यभट्टांचा स्वार्थ अडचणीत आला, की राष्ट्र संकटात आले असा प्रचार ते लगेच सुरू करतात. अखिल ब्राह्मणांचे हित पाहणारा हा कंपू अत्यंत असहिष्णू आहे. कडव्या ब्राह्मणांचे राज्य लोकशाहीच्या पद्धतीने येत नाही, गांधी, नेहरू आणि काँग्रेस यांच्या साम्राज्यशाही विरुद्धच्या उठावातून, काँग्रेसने या देशाच्या स्वातंत्र्ययुद्धाची घोषणा केली. स्वातंत्र्य मिळवले आणि तब्बल पन्नास वर्षे देशातल्या आम जनतेची सेवा केली. पन्नास वर्षांहून अधिक काळ संघटना एके संघटना असा संघटनेचा तंबोरा घेऊन बसलेले हे लोक देशातील लोकशाही राज्य घटना, धर्मनिरपेक्षता या सगळ्यांच्या विरुद्ध शिमगा करून दमले. फंदफितुरी कटकारस्थाने कोणत्याही

नीती-अनीतीचा कसलाही मुलाहिजा न ठेवता वाट्टेल ते नीच कृत्य करायची तयारी ठेवून सोवळे नेसून बसलेले हे बगळे हजारो मायावी रूपे घेऊन सत्तेच्या सोपानापर्यंत पोचण्याचा प्रयत्न करत आहेत. राष्ट्रीय स्वयंसेवक संघ आणि तिची पिलावळ राष्ट्राच्या स्वातंत्र्यलढ्यात नव्हती. त्यामुळे त्यांनी कोणतीही पर्वा न करता गोळ्या घालून गांधींना ठार केले.

गांधी जाऊनही आता पन्नास वर्षे होत आली तरीही राष्ट्रीय स्वयंसेवक संघाच्या पिलावळीला या देशाच्या रयतेने सत्तेच्या मध्यवर्ती केंद्राकडे जायला लोकशाही पद्धतीने रोखले आहे. परंतु धर्माचा ढोल बडवणाऱ्या या भटांना कटकारस्थाने करण्यापासून कोणतेही नैतिक, धार्मिक बंधन रोखू शकत नाही. आपल्या टिनपाट पुढाऱ्यांसाठी व यत्किंचित राजकीय स्वार्थासाठी या लोकांनी देशामध्ये हिंदुत्ववादी विचारांचा माज उन्मादाने आणला आणि अखिल ब्राह्मोपासक अयोध्येला एकत्र करून जनतेची दिशाभूल करून डोकी भडकावून या शतकातील अत्यंत नीचकर्म केले. हिंदू आणि मुसलमान आपापल्या श्रद्धांसह शेकडो वर्षे या देशात गुण्यागोविंदाने नांदले आहेत. मुसलमानांनी तर तीनशे वर्षे या देशावर हुकूमत गाजवली आहे. परंतु एखाददुसरा अपवाद सोडता कोणाही मुस्लीम राज्यकर्त्याने हिंदूंच्या धर्मात ढवळाढवळ केलेली नाही. परंतु राष्ट्रीय स्वयंसेवक संघाच्या कपटनीतीने, नरसिंहरावांच्या बरोबर कारस्थान करून, या तेलंगी ब्राह्मणाने विद्वत्तेचा आव आणून, काँग्रेसचे मीठ खाऊन भागीदारी मात्र आपल्या मूळच्या भागीदाराशी केली. तिकडे मशीद पडताना नरसिंहराव तेलंगी ब्राह्मण हिरोसारखे फिडल वाजवत बसला आणि या देशातील हिंदू-मुसलमानांमध्ये कायमची तेढ निर्माण करण्यात राष्ट्रीय स्वयंसेवक संघाला मदत केली. हजारो तोंडांनी बोलणारा हा राष्ट्रीय स्वयंसेवक संघाचा ऑक्टोपस आपल्या संस्कृतीनुसार वागत व बोलत असतो, त्याचा प्रचार व प्रसार यांच्याच जातीतील विद्वान पुरवण्यावर पुरवण्या काढून करत असतात. बहुजन समाजास आधार असलेली काँग्रेस संपवणे, बहुजन समाजाचे नेतृत्व संपवणे ब्राह्मणेतर समाजात बुद्धिभेद करून टिनपाट कवडीमोलाची प्यादी वर्तमानपत्री खुराक घालून-सजवून ब्राह्मणेतर समाजाच्या मान्यताप्राप्त पुढाऱ्यांवर सोडणे, बेदिली माजवून, फंदफितुरी करून काँग्रेसला संपवण्याचा विडा उचललेली ही बाळाजीपंत नातूंची औलाद नागपूरहून आदेश काढत असते.

दिल्लीच्या खुर्चीवर तेरा दिवस बसलेले वाजपेयी आपल्या हाताने आपला तेरावा घालून चालते झाले. वाटेल ते करून त्यांना पुन्हा खुर्चीवर बसवायचेच असा चंग बांधलेले राजू भोया काय वाटेल ते पचवा, वाटेल ती किंमत मोजा पण आपल्या वाजपेयींनाच खुर्चीत बसवा असे फतव्यावर फतवे काढून हे हे

आपल्या शागिर्दप्याद्यांना राष्ट्रीय स्वयंसेवक संघ हाकत होते आणि काँग्रेस संपल्याचे भाकीत रोज छापत होते. काँग्रेसचा व बहुजनांचा द्वेष करता करता बेहोश झालेले हे लोक सोनिया गांधींच्या एका निर्णयाने पार होलपटून गेले आहेत. त्यांच्या हातापायाच्या नाड्या थंड झाल्या असून ते आपणच उभ्या केलेल्या भ्रमाच्या आवर्तात सापडले आहेत. मुसळाने टिर्री बडवणारे हे लोक; आपल्या स्वप्नाचा चक्काचूर होईल या भयाने संताजी-धनाजीचे घोडे हे जसे मोगलांना पाण्यात दिसत होते, तशी त्यांची अवस्था सोनिया गांधींच्या राजकीय प्रवेशाने झाली आहे. त्यांना पक्के ठाऊक आहे की गांधी-नेहरूंच्या कुटुंबातील लोक आणि त्यांच्या त्यागाची परंपरा या देशातील मातीत आपली मुळे घट्ट रुतवून बसली आहे.

'जयहिंद' असा नारा देत गर्जना करणारी इंदिरा या लोकांची भंबेरी उडवत होती आणि आपल्या कुबेरी संपत्तीचा त्याग करून ज्या नेहरू पितापुत्रांनी वनवास पत्करला, देशाच्या स्वातंत्र्यासाठी आपले सर्चस्व पणाला लावले, कुटुंबातील एका विधवा स्त्रीला, जिच्या तीन पिढ्यांनी देशासाठी आत्मबलिदान केले आहे, जिचे कुंकू या देशातील आतंकवाद्यांनी छिन्नविच्छिन्न करूनही जिने अत्यंत धैर्याने आपल्या पतीच्या प्रेताचे तुकडे वेचले आणि जिने अतिरेक्यांनी छिन्नविच्छिन्न केलेला आपल्या सासूचा मृतदेह आपल्या मांडीवरून वाहिला आणि जिने पतीच्या अकाली निधनानंतर अत्यंत संयमाने, धैर्याने आणि भारतीय स्त्रीसारख्या सोशीकतेने राजीव गांधींची मुले घडवली, मुलीचे लग्न केले, मुलाचे शिक्षण पुरे केले त्या स्त्रीचा उल्लेख करताना स्वत:ला सुसंस्कृत म्हणवून घेणारे हे अधम लोक 'गोऱ्या चामडीची स्त्री' म्हणवून हेटाळणी करतात! स्वत:ला संस्कृतीचे ठेकेदार म्हणवून घेणारे हे लोक कोणत्या लायकीचे आहेत हे समजते. सोनिया गांधी परदेशी आहेत आणि म्हणून त्या अराष्ट्रीय आहेत, परक्या आहेत असे म्हणणारे संघवाले हे कोणा देशाचे सुपुत्र लागून गेलेत! हेही परकीय, अराष्ट्रीय आहेत, कारण यांना आर्य वंशाचा अभिमान आहे, वेदाचा अभिमान आहे आणि हिटलर हा यांचा आदर्श आहे, कारण हिटलर आर्यवंशीय आहे! म्हणजे ज्यांच्या प्रेरणा आजही परदेशात आहेत, ज्यांचे पूर्वज खैबर खिंडीतून या देशात आले आक्रमक म्हणून आले आणि आल्यापासून आजतागायत ज्यांनी आपल्या स्वार्थापुढे काही पाहिलेले नाही, आपला वंश म्हणजे आपले राष्ट्र, आपल्या वंशाचे हित म्हणजे आपले हित; आपल्या वंशाच्या हिताला प्राधान्य देणारी ही गुंडांची टोळी. त्यांनी इथल्या अवैदिक, अवर्णीय द्राविडियन लोकांना कायमचे गुलाम करून, मानसिकदृष्ट्या अपंग करून गुलामांचे तांडेच्या तांडे तयार केले. सोनिया गांधींच्या कोणत्याही पूर्वजाने आम्हाला गुलाम केले नाही.

उलट, इंग्रज इथे आले आणि आम्ही माणसांत आलो! एवढेच नव्हे, तर जेव्हा जेव्हा ब्राह्मणांच्या हातात इथली सत्ता गेली तेव्हा तेव्हा इथल्या शूद्र आणि अतिशूद्रांनी याचा पराभव करण्यासाठी परकीयांचे स्वागत केले आहे. म्हणून सोनिया गांधी जर परकीय असेल तर अटलबिहारी वाजपेयीसुद्धा परकीय आहेत. आणि अडवाणी तर काय सांगावे? त्यांचा जन्मच परदेशात झालेला आहे. फाळणीनंतर, ते हिंदुस्थानात आलेले आहेत आणि हाच न्याय लावायचा असेल तर आताचे पंतप्रधान इंद्रकुमार गुजराल हेही परकीय आहेत आणि तेही अराष्ट्रीय आहेत. याउलट, राजाने लुटीत आणलेली संपत्ती किंवा स्त्री ही राजाची संपत्ती असते; म्हणून स्त्री परदेशी आहे की देशी आहे ती स्वजातीतली आहे, की परजातीतली आहे याला धर्मशास्त्रामध्ये फार महत्त्व नाही असे याच संघवाल्यांचा धर्म सांगतो. बीज हे महत्त्वाचे क्षेत्र नाही या न्यायाने सोनियाजी क्षेत्र आहेत आणि त्यांची मुले राजीव गांधींची मुले आहेत. तेव्हा त्या अराष्ट्रीय कशा? तीस वर्षांपूर्वी त्यांनी भारतीय राष्ट्रीय नागरिकत्व स्वीकारले आहे. त्यांनी तीस वर्षांपूर्वी युरोपियन संस्कृती त्यागली. सून म्हणून, पत्नी म्हणून आणि आता विधवा म्हणून, त्यांनी एका भारतीय स्त्रीसारखे स्वत:चे वर्तन ठेवलेले आहे. त्यांच्या स्वत:च्या इच्छेपेक्षा देशाचे आणि कुटुंबाचे हित त्यांनी जपले आहे. म्हणून लग्नाच्या अगोदर ती कोणत्या जातीची होती, देशाची होती याचे भांडण काढण्याची संघाला गरज नाही. बदफैली बाईने स्वत:च कुंकू मोठे लावू नये. कुंकवाच्या आकारावरून पातिव्रत्य ठरत नाही. तेव्हा गरतीचा फार आव आणू नये. आपलेही बापजादे तिकडूनच इकडे आले हे लक्षात ठेवावे. ही गोष्ट आमच्या पूर्वजांच्या अडाणीपणामुळे त्यांना कळत नव्हती. आम्ही थोडे शिकल्याने आम्हाला कळू लागले आहे. बेमुर्वत खोटेपणाला मर्यादा असते!

सोनियाजींबद्दल बोलता बोलता, हे रज्जुभैया आणि त्यांचा संघ नेहरूंना शेवटचा इंग्रज म्हणतात. यावरूनही त्यांची लायकी लक्षात येते. ज्या पं. जवाहरलाल नेहरूंच्या पायाजवळ बसण्याची यांची लायकी नाही किंवा त्यांनी लिहिलेली ग्रंथसंपदाही पाहण्याचे कष्ट हे संघवाले कधी घेणार नाहीत. गेली पन्नास वर्षे, देशाने केलेली प्रगती ही जवाहरलाल नेहरूंच्या प्रयत्नाने घडली हे या संघवाल्यांना सांगून काय उपयोग! संघ ही निर्बुद्ध लोकांची संघटना आहे. ती केवळ आदेशावर चालते. तिला कसले नेहरू कळतात? ज्यांनी गांधींना ठार मारले, त्यांना नेहरू कसे कळणार? आणि ज्या सर ॲलन ह्यूम या माणसामुळे काँग्रेसचा जन्म झाला त्या ह्यूमने स्थापन केलेल्या काँग्रेसने स्वातंत्र्य मिळवले आहे. सर ॲलन ह्यूमची काँग्रेस, डॉ. ॲनी बेझंटची काँग्रेस जेव्हा ब्रिटिशांच्या विरुद्ध लढत होती तेव्हा हे भडभुंजे संघवाले कोणत्या उंदराच्या बिळात यक्षदक्ष

करत होते? ज्या संघटनेने देशाच्या स्वातंत्र्याच्या चळवळीत काडीचे काम केले नाही; उलट इंग्रजांनाच मदत केली, त्यांनी उंटाच्या बुडख्याचा मुका घेण्याचा प्रयत्न करू नये; दात पडतात. परंतु ज्यांची संस्कृती अपराधी आहे, गुन्हेगारी परंपरेची आहे. त्यांच्याकडून सुसंस्कृतपणाची अपेक्षा ती काय करणार?

संघवाल्यांनो, हे लक्षात ठेवा, दिल्लीच्या तख्तापर्यंत तुम्ही कधीच पोचू शकत नाही. तुम्हाला या देशातली सामान्य जनता ओळखून आहे. ती तुम्हाला तुमची जागा दाखवल्याशिवाय सोडणार नाही. हा देशही तुम्हाला समजणार नाही. भारतीय संस्कृती आणि हिंदू संस्कृती या दोन वेगवेगळ्या गोष्टी आहेत. भारतीय संस्कृती जगातील कोणत्याही माणसाकडे, परंपरेकडे, तत्त्वज्ञानाकडे तुच्छतेने पाहत नाही. भारतीय संस्कृती फक्त भारतीय स्त्रीचा नव्हे तर एकूण स्त्रीत्वाचाच सन्मान करते. विषमता आणि पिळवणूक करणारी जातिव्यवस्था हा खऱ्या भारतीय संस्कृतीचा गाभा नव्हे. भारतीय संस्कृतीच्या विशाल गंगेत जे अनेक विकृत प्रवाह मिसळले गेले त्यांपैकी तो एक. भारतीय संस्कृतीचा या शतकातील सर्वांत महान उद्‌गाता (ज्याला तुम्ही गोळ्या घालून ठार मारले) म्हणजे म. गांधी. गांधीजींनी तर ब्रिटिशांना शत्रू मानले नाही. गांधींनी फक्त ब्रिटिश साम्राज्यशाहीला 'चले जाव'चा आदेश दिला. गांधीजींच्या वैश्विक तत्त्वज्ञानाने दक्षिण आफ्रिकेचे नेल्सन मंडेला, अमेरिकेचे कृष्णवर्णीय नेते डॉ. मार्टिन ल्युथर किंग ज्युनिअर, खान अब्दुल गफारखान, आयर्लंडच्या स्वातंत्र्यलढ्यात सामील झालेले हजारो सत्याग्रही, गांधींवर फिल्म करणारा रिचर्ड अँटेनबरो; अगदी मदर टेरेसापासून भगिनी निवेदिता म्हणून ओळखल्या जाणाऱ्या मार्गरिट नोबेल असे गोऱ्या कातडीचे कितीतरी युरोपियन म. गांधींच्या सत्याग्रहाच्या, अहिंसेच्या, आत्मशुद्धीच्या प्रयोगातून स्फूर्ती घेऊन भारतात आले. आचार्य विनोबा भावे यांनी तर 'जय-जगत' असा मंत्र दिला.

वसुधैव कुटुंब असे स्वप्न गांधीवाद्यांनी पाहिले. गांधीवाद संघाच्या बापालाही समजणार नाही. गल्लीबोळामध्ये कुचाळक्या करणारी टारगट कार्टी आणि संघातली ही उपद्‌व्यापी कार्टी म्हणजे राष्ट्र नव्हे. नेहरू, गांधी, विनोबा, साने गुरुजी ते एस.एम.जोशींपर्यंत जगलेले सारे गांधीवादी, संघाला समजोत न समजोत - देशाला समजतात. म्हणून देश संघाला वाळीत टाकतो. त्यांना अकराव्या लोकसभेत एकही खासदार फोडता आला नाही. त्यांना एकही मित्र मिळाला नाही ही राजकीय अस्पृश्यता. संघावर कुणी विश्वास ठेवत नाही. संघ विश्वासार्ह नाही हेच पुन:पुन्हा सिद्ध होते. गुडघ्याला बाशिंग बांधून बोहल्यावर चढायची घाई संघाला झाली आहे. संघाच्या नेत्यांचे नेत्र पैलतीरी लागलेले आहेत. मोठ्या कष्टाने अडवाणी व वाजपेयी ही दोन बाळे प्रदीर्घ काळानंतर

चक्रवर्ती होण्याची शक्यता आहे. या दोघांनंतर, पुन्हा पन्नास वर्षे संघाकडे नेतृत्व नाही. संघाची वीण कच्ची आहे. संघाची घाई समजू शकते, पण नेहरू, गांधींच्या कुटुंबांनी या देशाच्या स्वातंत्र्यासाठी दिलेले बलिदान देश कधी विसरू शकत नाही. संघाचा तिळपापड समजू शकतो. फक्त संस्कृतीचे ढोल बडवू नका!

❖

(१९ जानेवारी १९९८)

नाईक, दिल्लीच्या नादाला लागू नका!

मी उत्तम शिकारी आहे. 'सावज टप्प्यात आलं की मी शूट करतो.' असे बोलून सुधाकरराव नाईक, आपण मुख्यमंत्री असताना लढायला सुरुवात केलीत. तेव्हाच महाराष्ट्राने ओळखले, की खाल्ल्या घरचे आपण वासे मोजू लागलात! आपल्याला हाळी कोणी दिली? दिल्लीने की गल्लीने की कोणा चेटुकाने चेटूक केले? ते आम्हास ठावे नाही. सुधाकरराव, आपले खायचे दात वेगळे आहेत, हे समजलेच नाही शरदरावांना! आणि हेही समजले नाही, की सत्ताभिलाषेपायी आपल्याच घराला आग लावण्याची कारवाई आपल्या सग्या-सोबत्यांनी केली आहे.

सुधाकरराव, आपल्याला माहीत असेलच म्हणा, पण तांड्यावरील एका नाईकाची आम्ही आपल्याला गोष्ट सांगतो- एका तांड्यावर खाता-पिता, मालदार, बागायतदार एक नाईक होता. नाईकाचा तांड्यावर जबरदस्त प्रभाव होता. त्याच्याशिवाय तांड्याचे पान हलत नव्हते. नाईक लालभडक मंदील बांधून मिश्यांचे आकडे कुरवाळत, आपले राजेपण मिरवत तांड्यावरून ऐटीत, आखडत गावात जायचा. गावही नाईकाला टरारून घाबरायचे. सुधाकरराव, अहो! कोपऱ्या कोपऱ्यावर गोरगरीब बिचारे दुरूनच नमस्कार करायचे! पानाच्या तोबऱ्याच्या नशेत नाईक घोड्यावरून क्षत्रिय राजपुत्रासारखा जायचा. नाईकाचा रुबाब व दरारा क्षत्रिय बाण्याचा असे. कमरेची तळपती कट्यार व्यक्तिमत्त्वाला

भारदस्तपणा आणून देत असे. असा शूर मर्द कैक शतकांत झाला नव्हता आणि पुढे कैक शतकांत होणार नाही असा नाईकाचा बोलबाला होता, परंतु बामणवाड्यातील एका हुशार माणसाला (भटजीला) या नाईकाचा हा मोठेपणा काही बघवत नव्हता. त्याने मनाशी विचार केला आणि तो गावच्या चावडीवर येऊन बसला. तेवढ्यात, समोरून नाईकाची स्वारी आली. सवयीनुसार सारे मागे सरू लागले, तेव्हा हा भटजी हळूच पुढे गेला आणि नाईकाला म्हणाला, 'सरदार, आपण फार मोठे आहात असा आपला लौकिक आहे. आपण आम्हा सर्वांचे नाईक आहात. परंतु ही गोष्ट आजपासून मी कबूलच करणार नाही. रात्री माझ्या स्वप्नात येऊन ईश्वराने सांगितलं की उद्यापासून तू नाईकाला घाबरू नको. त्याला सरदार आणि राजा मानू नको.'

नाईक एकदम संतापला. आणि गर्जून म्हणाला 'खबरदार, मी पट्टीचा शिकारी आहे. सावज टप्प्यात आलं की मी शूट करतो आणि म्हणून या मिश्यांचे आकडे बाळगले आहेत.'

तेव्हा भटजी म्हणाला, 'नाईकसाहेब, ईश्वराने मला सांगितलं आहे की जर नाईकाने मी सांगीन ते केले तरच उद्यापासून गाव तुम्हाला नाईक मानील आणि तुमच्या मिश्या वर पिळता येतील; नाहीतर आम्ही तुम्हाला नाईक मानणार नाही. ईश्वराचा असा आदेश आहे, परंतु माझी खात्री आहे, की मी सांगीन ती गोष्ट तुम्ही कधीच करणार नाही.'

हे ऐकून नाईक मोठा संतापला. तलवारीच्या मुठीवर हात ठेवून म्हणाला, 'बोला, काय सांगितलं आहे तुझ्या ईश्वराने? आम्ही काय नामर्द आहोत? अशा हजारो गुंड-पुंडांची आम्ही व्यवस्था करत आलो आहोत. हवे असलेले सारे भोग भोगत आलो. इत:पर खबरदार, जे व्हायचं ते होवो. मात्र आम्ही मागे हटणार नाही, भले शेंडी तुटो अथवा पारंबी तुटो,'

भटजींनी बरोबर डाव टाकला होता, तो म्हणाला, 'नाईक, ईश्वराची शपथ घेऊन सांगतो, त्याने मला असं सांगितलं, नाईक जर शब्दाचा पक्का आणि मर्द असेल तर तो घरी जाईल आणि आपल्या बायका-पोरांची कत्तल करून त्यांची धडावेगळी झालेली शरीरं चावडीवरच्या देवाला आणून अर्पण करील.' नाईकाने गर्वानं भटजीकडे पाहिलं आणि नाईक गरजले, 'ठीक आहे. आता घेऊन येतो शिरं, पण मी जर शिरं आणली तर तुम्ही काय करणार?' कावेबाज भटजी शांतपणे म्हणाले, 'सरदार, ईश्वराने सांगितलं आहे. त्यानंतर मी मिशी वर नाही पिळणार आणि आपण फक्त मिशीचा आकडा वर पिळाल.' नाईकाने घोड्याला टाच दिली. घोडा परत तांड्यावर आला. नाईकाने स्वत:च्या पोटची पोरंबाळं कापली, बायको कापली, आणि घोड्यावरून त्यांची शिरं मिरवत, नाईक भटजींजवळ आला.

भटजींनी हे दृश्य पाहताच त्यांना कापरं भरलं. त्यांच्या तोंडातून शब्द फुटेनात.

'बोला भटजी औलाद कोणाची?' नाईक (मिश्यांवरती ताव देऊन म्हणाले). भटजींनी वाकून नमस्कार केला. 'फत्ते झाली सरकार!' 'अरे पण तुम्ही काय करणार?' नाईक भटजींना म्हणाला. भटजींनी शांतपणे आपल्या मिश्या खाली पिळल्या, 'उद्यापासून वर पिळणार नाही हुजूर.' म्हणाला.

भटजींनी मिश्या खाली फिरवल्या. नाईकाने घोडा टाच देऊन पुढे उडवला. सुधाकरराव, गोष्टीचा मथितार्थ आम्ही सांगत नाही, परंतु काँग्रेस पक्षाचे घर जळत असताना आपण तांड्यावरच्या नाईकासारखे वागू नका. पक्ष जिवंत राहील तरच सुधाकरराव, तुमच्यासारखे टिकतील. एरवी, आपण अशी कोणती असामान्य कर्तबगारी केलीत जिच्यामुळे; गेली वीस वर्षे महाराष्ट्राच्या मंत्रिमंडळात, त्या अगोदर जिल्हा परिषद; शेवटी मुख्यमंत्रिपदी व आता राज्यपालपदी बसला आहात? सुधाकरराव, वसंतराव नाईकांचे राजकीय वारसदार म्हणूनच आपण पुढे आलात ना? सोन्याचा चमचा तोंडात घेऊन जन्माला आलेले आपण काकांच्या पक्षांच्या पुण्याईमुळे येथवर आलात, हे तरी खरे आहे ना?

एरवी, आपल्याहून हजारपट कर्तबगार माणसे, कुवतीची माणसे, विमुक्त बंजारा समाजात वाळून गेली. कर्तबगारांचे कोळसे झाले. ती बिचारी पंचायतीपर्यंतही पोचू शकत नाहीत. हे आम्ही आपल्याबद्दल मत्सराने बोलत नाही. सत्य सांगायचे, तर ते असे आहे. पक्षाने वाढवले, सत्तेवर चढवले, सत्तेच्या नादाने बिघडले. आता घर फिरले, वासेही फिरू लागले आहेत. आता तरी शहाणे व्हा. राहत्या घराला काडी लावू नका. दिल्लीच्या चेटकाला हवे तर उतारा टाका, पण दिल्लीच्या सल्ल्याने चालू नका. दिल्लीच्या डोक्याने चालणाऱ्या कोणाचेही कल्याण झाल्याचा इतिहास नाही. सारे बरबादच झाले आहेत. याउपर काळ मोठा कठोर न्यायाधीश आहे, इतकेच लक्षात ठेवा.

❖

(१९ एप्रिल १९९५)

काँग्रेस हे जळते घर आहे!

'**काँ**ग्रेस हे जळते घर आहे' असे डॉ. बाबासाहेब आंबेडकरांनी म्हणून ठेवले आहे, या विधानाची सत्यता पटवण्याचे काम बहुधा काँग्रेसचे आजचे अध्यक्ष सीताराम केसरी यांनी पार पाडल्याचे दिसते. काँग्रेसचा प्रवास नेमस्तवादाकडून जहालवादाकडे, जहालवादाकडून सविनय कायदेभंगाकडे झाला आणि महात्मा गांधींच्या नेतृत्वाखाली काँग्रेस देशातील आमजनतेच्या गळ्यातील ताईत झाली. गांधी हे खऱ्या अर्थाने तेल्या-तांबोळ्यांचे पुढारी होते. महात्मा गांधींनी काँग्रेस पक्षाला नैतिक मूल्यांची बैठक देऊन एका नव्या मूल्यव्यवस्थेवर काँग्रेस पक्ष उभा करण्याचे काम केले. अनेक प्रकारच्या विकल अवस्था, विषमतेचे प्रचंड षड्यंत्र आणि त्यामध्ये भरडला जाणारा ब्राह्मणेतर समाज शेतकरी, कामगार, महिला या सर्वांची अन्नान्नदशा झाली असताना केवळ ब्रिटिशांना घालवून स्वराज्याची प्राप्ती होईल, हे शक्य नाही किंवा चार गोरे अधिकारी जाऊन त्यांच्या जागेवर चार काळे अधिकारी आले म्हणजे स्वराज्य आले हेही शक्य नाही. स्वराज्याचा अर्थ, स्वातंत्र्याचा अर्थ केवळ सत्तेतील बदल असा नव्हे. म्हणजे इंग्रज गेल्यावर पुन्हा उच्चवर्णीय हिंदू आणि मुस्लीम समाज या राज्यकर्त्यांनी सत्ता संपादन करावी असा अर्थ गांधींच्या स्वराज्याचा नव्हता. स्वराज्य हा माझा जन्मसिद्ध हक्क आहे आणि तो मी मिळवीनच अशी भूमिका गांधींनी घेतली नाही, याउलट 'स्वराज्य हा आमचा जन्मसिद्ध अधिकार आहे व

भंग्याची मुलगी जोपर्यंत राष्ट्रपती बनत नाही तोपर्यंत स्वराज्य साकार झाले असे मी मानणार नाही' अशी सर्वाधिक क्रांतिकारक भूमिका गांधींनी घेतली होती, म्हणून गांधी राष्ट्रपिता आहेत आणि राष्ट्रपित्याने पाहिलेले हे स्वप्न साकार व्हावे म्हणून भारतीय जनतेने काँग्रेसवर नितांत प्रेम केले. काँग्रेसला गंगेसारखे पवित्र मानले. काँग्रेसला शक्ती, सामर्थ्य दिले, सत्ता दिली आणि देशाच्या सर्वांगीण विकासासाठी गांधींच्या भाषेत सांगायचे झाले तर अगदी शेवटच्या माणसाला उभे करण्यासाठी त्याला अन्न, वस्त्र, निवारा, आरोग्य व शिक्षण या मूलभूत गरजांची पूर्तता करण्यासाठी लोकांनी काँग्रेसला सर्वशक्तिमान केले. काँग्रेस हा एकमेव पक्ष या देशाच्या स्वातंत्र्यासाठी लढला, त्याने स्वातंत्र्य , मिळवले हे सगळे लक्षात घेऊन जनतेने काँग्रेसला आपल्या भविष्याचे, कल्याणाचे भाग्यविधाते या रूपामध्ये पाहिले.

अशी सर्वत्र लोकप्रिय असलेली काँग्रेस पंडित जवाहरलाल नेहरू, लाल बहादूर शास्त्री यांच्यानंतर ढासळू लागली. पंचवार्षिक योजना हीच आमची घोषणा असे सांगणारी काँग्रेस केवळ दोन पंचवार्षिक योजना यशस्वीपणे राबवू शकली. त्यानंतर एकही पंचवार्षिक योजना यशस्वी झालेली नाही. योजनाबद्ध विकास ही घोषणा केवळ कागदावर राहिली. पं. नेहरूंनंतर देशाला दुर्दम्य इच्छाशक्ती असलेले नेतृत्व लाभू शकले नाही. त्या उंचीचे नेते काँग्रेसने घडवलेच नाहीत. काँग्रेस ही खऱ्या अर्थाने आजही भारतातल्या खेड्यापाड्यात, वस्त्यांवर पोचलेली एकमेव संघटना आहे. हजारो-लाखो कार्यकर्ते आणि सामान्य गोरगरीब जनता आजही काँग्रेसच्या पाठी ठामपणे उभी आहे, परंतु लक्षावधी लोकांचा हा पक्ष खुज्या नेतृत्वाच्या हातात सापडल्याचे दिसते.

खरेतर, हे पाप देशाच्या सर्वोच्च नेत्या श्रीमती इंदिरा गांधी यांनी आपल्या अहंकारासाठी व सत्तेच्या खुर्चीसाठी १९६९ साली काँग्रेस पहिल्यांदा फोडली तेव्हाच झालेले आहे. १९६९ सालापर्यंतचा पक्ष 'पक्ष' म्हणून स्वत:ची प्रकृती सांभाळत होता. गावपातळीवरच्या ब्लॉक काँग्रेसपासून तालुका, जिल्हा, आणि राष्ट्र अशी या पक्षाची लोकशाहीच्या पद्धतीने बांधणी होत होती. कोणाही सामान्य माणसाला काँग्रेसचे सभासद होता येत होते. जोपर्यंत पक्षांतर्गत लोकशाही होती तोपर्यंत गरिबातल्या गरीब कार्यकर्त्याला भविष्य होते. सामान्य खेड्यापाड्यातील शेतकरी कुटुंबातील हजारो कार्यकर्ते पक्षामध्ये दाखल होत होते. आपापल्या कर्तबगारीने माणसे मोठी होत होती.

काँग्रेसजवळ असलेली अंतर्गत लोकशाहीची नेतृत्वविकासाची ही व्यवस्था काँग्रेसने १९६९ साली मोडली. अंतर्गत लोकशाहीमुळे राष्ट्रीय चळवळीमध्ये

प्रभावी असलेले नेते हे ज्याप्रमाणे काँग्रेसचे नेतृत्व करत होते त्याचप्रमाणे सर्वसामान्य कुटुंबात वाढलेले खेड्यापाड्यातील यशवंतराव चव्हाण असतील, वसंतदादा पाटील असतील, निजलिंगप्पा असतील किंवा अगदी कामगार चळवळीमध्ये वाढलेले श्रीपाद अमृत डांगे असतील; हे सर्व नेतृत्व हस्तिदंती मनोऱ्यात राहिलेल्या लोकांचे नव्हते, सर्वसामान्य कष्टकरी जनतेतून उभे राहिलेले नेतृत्व होते. स्वत:च्या अंगच्या कर्तबगारीने उभे राहिलेले, जनतेच्या चळवळीतून तयार झालेले हे नेते होते. स्वातंत्र्यासाठी सर्वस्वाचा त्याग करणारी ही पिढी कोणत्याही स्वार्थी प्रेरणेने, काही मिळवण्यासाठी हेतुतः चळवळीत आलेली नव्हती. त्यामुळे हजारो-लाखो कार्यकर्त्यांच्या बळावर काँग्रेस पक्ष उभा होता. काँग्रेसची अंतर्गत रचना एवढी अभेद्य होती, की तिला इंग्रजही फोडू शकत नव्हते. आताच्या गुलछबू छटाक-पावशेर पुढाऱ्यांपेक्षा ब्रिटिश अधिक सामर्थ्यशाली होते. त्यांच्या साम्राज्यावर सूर्य मावळत नव्हता आणि राणीच्या वाड्यावर सोन्याची कौले मढवली गेली होती अशा सर्व सत्ताधीशापुढे काँग्रेस ताठपणाने उभी होती. एक बाबू गेनू, एक शिरीषकुमार, एक मोतिलाल नेहरू आणि एक सरोजिनी नायडू नव्हती; ती सारी एक काँग्रेस होती आणि त्यामध्ये जे ऐक्य होते ते ऐक्य इंग्रजांचे तोफगोळे तोडू शकत नव्हते. हे सारे यश या पक्षाच्या अंतर्गत लोकशाहीचे होते. पक्षांतर्गत निवडणूक, शिबिर, अधिवेशन सारे व्यवस्था म्हणून चालवले जात होते. पक्षाला शिस्त होती.

काँग्रेस कार्यकर्त्यांची जात, त्यांच्याजवळ असलेला पैसा, प्रभावशाली गुंडगिरी यांपैकी कोणती गोष्ट बाबू गेनू जवळ होती? विनोबा भावे यांच्याकडे होती? साने गुरुजींकडे, एस. एम. जोशींकडे होती? यशवंतराव चव्हाणांकडे होती? ही सर्व गरीब कुटुंबातील मुले होती. हे कोणी राजेमहाराजे नाहीत, सरदार नाहीत किंवा प्रस्थापितही नाहीत आणि तरीसुद्धा ही माणसे काँग्रेसने मोठी केली. कारण त्या वेळी काँग्रेसला कर्तबगारीची जाण होती, त्यागाची किंमत होती. त्यामुळे जात, धर्म, पंथ किंवा पैसा या कशाहीपेक्षा कर्तबगार आणि गुणवान माणूस आणि त्याचा त्याग आणि सचोटी या गोष्टी महत्त्वाच्या होत्या. बहादुरी आणि पराक्रम या गुणांना, प्रामाणिकपणाला काही अर्थ होता आणि अशा गुणांच्या बळावर कार्यकर्ता मोठा होत होता. पै-पावणे, नातीगोती, जात, पैसा या गोष्टींना थारा नव्हता, म्हणून काँग्रेस गावपातळीवर पोचली होती. तेच पक्षाचे सामर्थ्य होते. 'जयहिंद', 'भारत माता की जय' या घोषणा होत्या. या घोषणा सामान्य माणसाला आत्मबलिदानाची प्रेरणा देत होत्या. 'जयहिंद' ही शेवटची आकाश दुमदुमून टाकणारी घोषणा इंदिरा गांधींच्या बरोबरच, परंतु खऱ्या अर्थाने ती १९६९ साली एका अर्थाने संपली असेही म्हणता येईल. १९६९

साली ती काँग्रेस तिच्या पूर्वासुरींच्या बरोबर संपली आणि देशात एका अशुभ प्रवाहाचा आरंभ झाला, ज्याची फळे आज आपण भोगतो आहोत. सीताराम केसरींची पैदास ही १९६९ सालाची आहे. कोणतीही लायकी नसताना, असामान्य कर्तबगारी नसताना सत्ताधाऱ्यांचे बूट चाटत लाचारांच्या फौजा सत्ताधिकाऱ्यांनी आपल्याभोवती उभ्या केल्या. त्याला नाव दिले 'काँग्रेस'. कार्यकर्त्यांचे अध:पतन त्या दिवशी घडण्याला सुरुवात झाली. म्हणून देशाच्या इतिहासामध्ये १९६९ साल हे निर्णायक ठरले.

बेजबाबदार कार्यकर्ते, स्वार्थांध आपमतलबी आणि भोगवादी सत्तापिपासू सत्तेसाठी वाटेल ते करदलाल अशांच्या या पक्षामध्ये पहिल्यांदा इंदिराजींनी जवळ केले ते सीताराम केसरी, आर. के. धवन, प्रणव मुखर्जी, शंकरराव चव्हाण, बॅरिस्टर अंतुले, गाडगीळ यांना. अशी कितीतरी पिलावळ सांगता येईल, जिला गल्लीमध्ये काडीची किंमत नव्हती आणि सुमार दर्जाची माणसे म्हणजे काँग्रेस बनली. यशवंतरावांसारखी शक्तिशाली, सामर्थ्यवान माणसे जनतेचे प्रचंड पाठबळ असूनही पक्षाने बाजूला सारली. अंतर्गत निवडणुका संपल्या. इंदिराबाईंनी पहिल्यांदा पक्षांतर्गत लोकशाही ठार मारली. पक्ष पक्ष म्हणून वागण्याच्या ऐवजी तो बटीक झाला. पक्षाला देशात काडीचीही किंमत राहिली नाही. सत्तेपुढे पक्षाचे शहाणपण चालेना. करीन ती पूर्व, मी मी म्हणीन तो पक्ष, मी सांगीन तो नेता या हिटलरी पद्धतीने काँग्रेस चालायला लागली. अशाच वेळी सीताराम केसरी नावाचे भूत जन्माला येत असते! स्वार्थांध, सत्तापिपासू, सुमार दर्ज्याची माणसे, ज्यांची लायकी गावाच्या टेकडीहून मोठी नाही, ती हिमालयाशी स्पर्धा करू लागतात आणि दिल्लीतले सर्व सत्ताधीश पक्षाला सांगकाम्या होयबाचे स्वरूप देतात, तेव्हा तो पक्षच मेलेला असतो. पक्षातला रसरशीतपणा, तेज, कर्तबगारीची भरारी हे सारे संपून जाते आणि उरतात त्या लाचार गांडुळांच्या फौजा, आजही तालुका पातळीवर, जिल्हा पातळीवर, पातळीवर, सिंहासारखे काम करणारे कार्यकर्ते काँग्रेसजवळ आहेत. परंतु परोपजीवी, ऐतखाऊ, अत्यंत थर्डक्लास लोक जोवर दिल्लीच्या आश्रयाला उभे आहेत तोवर वरच्याला माथा आणि खालच्याला लाथा असे चालणारच आहे.

आज काँग्रेसला एका बंडाची गरज आहे. बंडखोरांची गरज आहे. गावागावांमध्ये उभे असलेले हे कर्तबगार नेते आपल्या अंगच्या तेजाने पुन्हा उभे राहतील तरच केसरीचे तमाम तमाशे थांबतील. एरवी, काँग्रेसला सामुदायिक आत्महत्या करावी लागेल. आम्हाला दु:ख काँग्रेसच्या आत्महत्येचे नाही, आम्हाला दु:ख याचे आहे, की हा एकमेव पक्ष काश्मीर ते कन्याकुमारी गोरगरिबांच्या पाठबळावर

उभा राहणारा पक्ष होता आणि हा पक्षच भविष्यात गोरगरीब रयतेला सामर्थ्य देऊ शकतो. हा पक्ष संपणे किंवा या पक्षाची मानसिकता पराभूत होणे हे भारताला परवडणार नाही. म्हणूनच काँग्रेसला बंडाची गरज आहे, अंतर्गत लोकशाहीची गरज आहे आणि आम्हाला असा विश्वास आहे, की काँग्रेसच पुन्हा उभी राहील, कारण काँग्रेसला बंडाची परंपरा आहे.

❖

(१९ एप्रिल १९९७)

‘आम्ही चिमणीच्या दिव्यात घासलेट घालत घालत मोठे झालो’

महाराष्ट्र हे देशातील प्रगतिशील राज्य आहे. या राज्याला मोठी परंपरा आहे. सबंध देशाचे आर्थिक नेतृत्व महाराष्ट्र करत होता. किंबहुना देशाच्या आर्थिक तिजोरीत करांच्या रूपाने जमा होणारा पैसा सर्वाधिक प्रमाणामध्ये महाराष्ट्र आणि विशेषतः मुंबई भरत होती. दिल्ली ही देशाची राजधानी असेल तर मुंबई ही आर्थिक राजधानी होती. मुंबईच्या शक्तीशिवाय दिल्ली दुबळी होते. आज ज्या कुठल्या स्थितीमुळे देशाची अर्थ-व्यवस्था उभी आहे तिचा मुख्य कणा मुंबई आहे. आंतरराष्ट्रीय क्षेत्रामध्ये देश ओळखला जातो तो मुंबईमुळे. जगाच्या बाजारपेठेमध्येसुद्धा उलाढाल आणि गुंतवणूक होते ती मुंबईमधून. देशातले, परदेशातले गुंतवणूकदार, अनिवासी भारतीय गुंतवणूकदार सर्वाधिक किफायतशीर व सुरक्षित समजत होते, ती मुंबई आणि महाराष्ट्र, महाराष्ट्रातल्या ग्रामीण भागातली कोट्यवधी रुपयांची गुंतवणूक. आज नाशिक, औरंगाबाद, पुणे, ठाणे, कोल्हापूर, सोलापूर, नागपूर या शहरांच्या परिसरामधल्या कारखानदारीची वाढ पाहिली, म्हणजे देशात महाराष्ट्र हे एक नंबरचे प्रगतिशील राज्य आहे हे कोणी नाकारू शकत नाही. कोट्यवधी रुपयांची गुंतवणूक, उद्योगधंद्यांची भरभराट महाराष्ट्राने सामुदायिक पुरुषार्थाने उभी केली आहे, आणि गेली चाळीस वर्षे सत्तेवर असलेल्या काँग्रेसचे ते श्रेय आहे.

काँग्रेसच्या नेतृत्वाने, विशेषतः कै.

यशवंतराव चव्हाण, कै. वसंतराव दादा पाटील आणि अलीकडे काँग्रेसचे राष्ट्रीय नेते शरदराव पवार या दूरदृष्टीच्या नेत्यांमुळे काँग्रेसला हे राज्य उभे करता आले. काँग्रेसच्या नावाने कितीही बोटे मोडली तरी काँग्रेसचे टीकाकारही ही गोष्ट मान्य करतात. काँग्रेसच्या महाराष्ट्रातील नेतृत्वाने या दगडाधोंड्यांच्या राज्यात अगदी सर्वदूर वाडी, वस्ती, तांड्यांवर पहिल्यांदा काही मोठे काम केले असेल तर ते १२०० रुपयांच्या आतल्या उत्पन्नाची अट घालून. शिक्षणाचे सार्वत्रिकीकरण केले, मागासवर्गीय विद्यार्थ्यांना विशेष शिष्यवृत्ती दिल्या, खेड्यापाड्यात शिक्षणक्षेत्रामध्ये हजारो कार्यकर्ते तयार केले. या शिक्षण संस्थांना अनुदाने दिली, जिल्हा परिषदांच्या माध्यमातून दूर डोंगरदऱ्यांपर्यंत प्राथमिक शिक्षणाचे जाळे विणले. अक्षरश: लक्षावधी विद्यार्थी आज शिक्षण घेतात. जात, धर्म, पंथ, लिंग या सर्वांच्या पलीकडे जाऊन शिक्षणाचे काम चालू आहे.

ज्या गावांमध्ये रस्ते नव्हते, वीज नव्हती, पिण्याचे पाणी नव्हते, शिक्षण नव्हते, आरोग्याच्या सोयी नव्हत्या; धुळींनी माखलेल्या अंधाराच्या साम्राज्यात बुडालेले अन्याय, अत्याचार आणि कमालीचा मागासलेपणा हे खेड्यांचे स्वरूप होते. टेंबे घेऊन पालख्या निघायच्या. आमच्या लहानपणी गोडेतेलाचे दिवे, समया यांचा वापर व्हायचा. दिवे गेले, समया गेल्या. रॉकेलचे कंदील, गॅसबत्ती, चिमण्या, सुंदऱ्या अशी प्रगती झाली. पुढे गावोगाव विजेचे खांब आले, तारा आल्या, एक बटण दाबल्याबरोबर सारे गाव उजेडात न्हाऊन निघते याचा अनुभव दारिद्र्याने पिंजलेल्या, अंधश्रद्धांनी खचलेल्या, रोगराईने पीडलेल्या. निरक्षरतेने छळलेल्या लोकांनी घेतला. खेड्यापाड्यांतील माणसांना त्यांच्या गावात पडलेला विजेचा लखलखाट म्हणजे त्यांच्यासाठी जणू इंद्रप्रस्थ होते. या नव्या प्रकाशाने भुताखेताच्या कथा, अंधारात दबा धरून बसलेले गतानुगतिक आयुष्य दूर पळाले. त्यापूर्वी धुळीने माखलेले रस्ते; मळकटलेले व कळकटलेले गुडघा-गुडघा फुफाटा तुडवत अनवाणी चालणारे पांथस्थ दे माय धरणी ठाय करत होते. कोणत्याही रस्त्यावर बैलगाडीशिवाय दुसरी गाडी नव्हती. एका गावाहून दुसऱ्या गावाला जोडणारा रस्ता नव्हता. नदी, ओढे, नाले यांच्यावर कोठेही पूल नव्हते. नीरा पार करणे असो, की कृष्णा पार करणे असो नद्यांवर होड्या, मचवे घेतल्याशिवाय एका गावाहून दुसऱ्या गावाला जाता येत नव्हते. पावसाळ्यात तर सारे जनजीवन ठप्प होऊन पडत होते. जीवनाला कोणतीही गती नव्हती. सारा गाव गावगाड्यामध्ये गुरफटून गेला होता. हे धुळीचे साम्राज्य हटवले काँग्रेसने. धुळीत पहिल्यांदा खडी टाकली काँग्रेसने, खडीवर डांबरही पहिल्यांदा टाकले काँग्रेसने. आज खेड्यापाड्यांना जोडणारे रस्ते खडीचे, डांबराचे, सिमेंटचे झालेत. गाव तेथे एस.टी. ही घोषणा केली काँग्रेसने, नद्यांवर पूल

बांधले काँग्रेसने, गावागावांतले अंतर कमी केले काँग्रेसने. आमच्या लहानपणी प्रचंड धुरळा उडवत येणारी एस.टी. आम्ही पाहिली तेव्हा गावातली सारी पोरे एस.टी.च्या मागून उडणाऱ्या धुरळ्यात धावत सुटली होती. नाका-तोंडात जाणाऱ्या धुळीने आम्हा सर्वांची अक्षरश: धुळवड केली होती. मात्र आमचा तो आनंद स्वर्गसुखाहून मोठा होता, कारण आमच्या गावाला एस.टी. आली होती! देशात सोन्याचा धूर निघत होता की नाही हे माहीत नाही, परंतु डोंगरासारखे धुळीचे लोटच्या लोट वावटळींप्रमाणे आम्ही पाहिले आहेत. आज हात वर केला की एस.टी. थांबते. आधुनिक महाराष्ट्रामध्ये दळणवळणाची क्रांती झाली. ही एस.टी. काँग्रेसने आणली आणि खेड्यापाड्यातल्या माणसांच्या जीवनाला गती आली. म्हणजे महाराष्ट्राच्या भविष्याची नाळ काँग्रेसबरोबर गेली चाळीस वर्षे जोडलेली आहे. काँग्रेसला वजा करून महाराष्ट्राच्या प्रगतीचा आलेख काढताच येत नाही. शून्यापासून सुरुवात केली ती काँग्रेसने.

काँग्रेसवाल्यांनी सिमेंट, खडी खाल्ली नाही असे मी म्हणत नाही. महापुरात सारेच वाहून चाललेले असते. हवशे, गवशे, नवशे सारेच या महापुरामध्ये होते. त्यामुळे काँग्रेसमध्ये लबाडांचाही भरणा होता हे खरे आहे. परंतु चाळीस वर्षांच्या समाजजीवनामध्ये काँग्रेसने खेड्यापाड्याचा चेहरा कसा बदलला हेही आम्ही पाहत आहोत. आमच्या निरगुडीमध्ये किंवा सोमथळीमध्ये पाहुणा आला अगदी तो पाटलाच्या घरी येवो किंवा आमच्या घरी येवो - गावातल्या शेरड्या शोधण्याचे काम आम्ही पोरे करत असू. मग कुणाच्या तरी शेळीचे कपभर दूध काढले जायचे आणि ज्याच्या कुणाच्या घरी पाहुणा आला असेल त्याचे नरडे शेकाया चहा बनायचा. आज त्याच माझ्या गावाची परिस्थिती अशी आहे, की जर दूधसंघाची गाडी आली नाही तर शेकडो कॅन दूध नदीत फेकून द्यावे लागते. पंधरवड्याला माझ्या गावात दुधाचे काही लाख रुपये येतात. हे काही लाख रुपये आता पाटलाच्या वाड्यावर जात नाहीत. गावातल्या गोरगरीब शेतकरी, शेतमजूर, भूमिहीन, कामगार, बलुतेदार, अलुतेदार आणि पूर्वास्पृश्यांसह सर्व गावगाडा या सर्वांकडे हा लक्षावधी रुपयांचा पैसा जातो आहे. शंभर-शंभर लिटर दूध देणाऱ्या गायी आता गावातल्या लोकांकडे आहेत. आज एक-एक दूधपुरवठा संघ काही कोटी रुपये तालुक्याच्या गावाला वाटतो आहे, हे आम्ही आमच्या डोळ्यांनी रोज पाहत आहोत. आता, काँग्रेसवाले दुधात पैसे खात, नसतील असे काही मी म्हणत नाही, खातही असतील. त्यांना शिक्षा करणारा सहकारी कायदाही आहे.

परंतु कोणीतरी पैसे खातो म्हणून दूधसंघ बंद करा, शेतकऱ्यांच्या गायी विकून टाका ही अलीकडची क्रांती आहे! त्याविषयी स्वतंत्र लिहावे लागेल.

विकासाचा एक-एक बिंदू घेऊन त्याचे सामाजिक, आर्थिक परिणाम समाजामध्ये काय झाले या संबंधीही स्वतंत्रपणे लिहावे लागेल. कोणाची वकिली करणे, याच्यासाठी आम्ही 'बंद दरवाजा' हे नियतकालिक चालवत नाही. पत्रकारिता ही सत्याच्या अधिष्ठानावर उभी असावी लागते. वर्णव्यवस्थेची झापडे बांधून आपली जात म्हणजे राष्ट्र, आपल्या जातीचा विकास म्हणजे राष्ट्राचा विकास अशी जातीची राष्ट्रीय अस्मितेची कल्पना ज्यांच्या टाळक्यात असते, त्या मनुवाद्यांच्या आपमतलबी पत्रकारितेसारखी पत्रकारिता आम्ही करत नाही. जे काँग्रेसने केले ते लोकांपर्यंत नेण्याचे काम काँग्रेसकडे वक्रदृष्टीने पाहणारे उच्चवर्णीय समाजातील पत्रकार आपल्या जातबांधवांच्या, जाती-उपजातींच्या जोखडातून अजून मुक्त व्हायचे आहेत. त्यामुळे त्यांच्या मनाचे दरवाजे आपल्या जातीशिवाय इतर जातींसाठी बंद आहेत. हे बंद दरवाजे उघडण्याचे काम, दरवाजा ठोकण्याचे काम लक्षावधी रयतेच्या हक्कांसाठी आम्ही करत आहोत.

❖

(५ मे १९९७)

यादव नेतृत्वविरोधी हल्ल्यातून काय साधणार?

सध्या प्रसारमाध्यमांतून कोणाविरुद्ध हल्ला सुरू असेल तर तो लालुप्रसाद यादव यांच्याविरुद्ध. गल्लीबोळातल्या वर्तमानपत्रांपासून ते राष्ट्रीय म्हणवल्या जाणाऱ्या इंग्रजी, हिंदी वर्तमानपत्रांतून 'लालू हटाव' हीच मोहीम राबवली जात आहे. गंमत ही, की सीबीआयने लालुप्रसाद यांच्या विरोधात प्रत्यक्ष याचिका दाखल करण्याच्या आधीच ते देशातील एकमेव भ्रष्टाचारी आहेत असे समजून त्यांच्यावर विरोधक तुटून पडत आहेत. अलीकडे देशाच्या राजकारणात भ्रष्टाचाराचे जे महाभांडार खुले झाल्याचे दिसत आहे, त्यांपैकीच पशुखाद्य विभाग घोटाळा हे प्रकरण आहे. बाबरी मशीद पाडण्याच्या प्रकरणात भाजपला किती प्रमाणात वर्तमानपत्रांनी धारेवर धरले? सेंट किट्स प्रकरणात नरसिंहरावांनी ४२०चा गुन्हा केला तेव्हा त्यावर वर्तमानपत्रांनी किती प्रमाणात हल्ला केला? किती पक्ष राष्ट्रपतींना भेटले व त्यांचा राजीनामा मागितला? बावीस हजार कोटी रुपयांच्या शेअर घोटाळ्यात अडकलेल्या हर्षद मेहता या दलालाची वर्तमानपत्रांनी किती प्रमाणात नाचक्की केली होती? हे सारे आठवून पाहिले तर लालुप्रसाद यादव त्यांच्या तुलनेत नगण्य वाटावे. 'रामराज्य' स्थापू पाहणारे 'रामरथ' यात्राफेम अडवाणी हे हवाला घोटाळ्यात अडकले तेव्हा प्रसारमाध्यमांनी त्यांच्याविरुद्ध मोहीम उघडणे तर सोडाच; उलट ते निर्दोष कसे आहेत हे सांगण्याचा प्रयत्न केला आणि आता, अपुऱ्या

पुराव्याअभावी त्यांना कोर्टातून जी सूट मिळाली आहे तीही अंतिम नाही. सीबीआय पुन्हा अपिलात जाण्याच्या तयारीत आहे आणि हवाला प्रकरण हे नुसते पैसे खाण्याचे वा भ्रष्टाचाराचे प्रकरण नाही तर दुबईहून (अरब देशातून) राष्ट्रीय गुपिते फोडण्यासाठी देण्यात आलेल्या रकमेचे ते प्रकरण आहे. म्हणजे त्यात राष्ट्रद्रोह; आणि विशेष म्हणजे हे हवालाचे ६५ लाख रुपये सुरेश जैन या दलालाने त्यांच्या घरी जाऊन दिले नाहीत, तर अडवाणी आणि खुराणा हे भाजपचे नेते त्याच्याकडे गेले होते अशी साक्ष सुरेश जैन या दलालाने ११ मार्च ९५च्या आपल्या स्टेटमेंटमध्ये दिली आहे. हवालाकांड उघडकीस आणणारे आधीचे भाजपप्रेमी विनीत नारायण यांनीही अलीकडच्या एका लेखात हे मांडले आहे.

या सर्व बाबींत हे दिसून येते, की ब्राह्मणवादी वर्तमानपत्रे ही ब्राह्मणेतरांना व आजकाल ओबीसी नेतृत्वाला नष्ट करण्यासाठी प्रचंड आटापिटा करत आहेत. बिहारचा घोटाळा हा लालुप्रसाद मुख्यमंत्री होण्यापूर्वीपासून सुरू आहे. या घोटाळ्यात राजकारणी नेत्यांची संख्या छत्तीसपैकी सहा आहे. इतर नोकरदार आणि व्यापारी आहेत. उच्च नोकरदार उच्च जातीय असल्याने त्यांच्या विरोधात ओरड होत नाही. त्यांना बदनाम करण्यात येत नाही. सीबीआयने सुट्टीच्या दिवशी पत्रकार परिषद घेऊन लालुप्रसाद यादव यांच्या विरोधात जबाब देणे व अटलबिहारी वाजपेयींजवळ गोपनीय कागद आधीच पोचणे यांवरून चाराघोटाळा प्रकरणात आर्थिक भ्रष्टाचार लक्ष्य बनवण्याऐवजी प्रमुख लक्ष्य आणि भक्ष्य लालुप्रसाद यादव आहेत एवढेच कळते. कारण लालुप्रसाद यांचे राजकीय जीवन बरबाद केल्याशिवाय बिहारमध्ये भाजपला आपले बस्तान बसवता येणार नाही हे त्यांनी आता पक्के हेरले आहे. लालुप्रसाद यादव यांना पदच्युत करण्यासाठी भाजप आणि डावे पक्ष एकत्र आले आहेत. (या डाव्या पक्षांतही बिहारमधील नक्षलवादी गट जास्त सक्रिय आहेत.) ज्या ज्या पक्षांना मागास जातींचे राजकारणी प्रभावी राहू नयेत असे वाटते ते लोक डाव्या-उजव्या पक्षांच्या माध्यमातून आपले ध्येय साकार करायला निघाले आहेत. विरोधात बिहारात विविध पक्षांतील उच्चजातीय एकवटले आहेत. त्याचप्रमाणे भाजपसोबत समता पक्ष हा मागास जातींचाही पक्ष आहे. याउलट उत्तर प्रदेशात मुलायमसिंग यादव यांच्या विरोधात भाजपने जी मोर्चेबांधणी लालुप्रसादांच्या केली आहे ती बसपा या दलितबहुल पक्षाची साथ घेऊन. म्हणजे उत्तर प्रदेशात या प्रभावी नेत्याविरुद्ध ब्राह्मण आणि दलित एकत्र आले आहेत तर बिहारात ब्राह्मण आणि काही प्रमाणात मागासजाती एकत्र आहेत. या दोन्ही ठिकाणी ब्राह्मणवादी भाजप नेतृत्वस्थानी आहे. या सूत्राचा आणखी अर्थ हा निघतो, की उत्तर भारतात

'यादव' नेतृत्व हे ब्राह्मणवादी भाजपचे प्रमुख लक्ष्य आहे. भाजपच्या या यादवविरोधी पवित्र्याने काय साधणार आहे? लालुप्रसाद यांचे राजकीय जीवन नष्ट होईल? त्यांनी ज्यांच्या विरोधात दलित मागासवर्गीयांचा विरोध केला ते नष्ट होण्याऐवजी वाढत गेले. उदा. व्ही. पी. सिंग, कांशीराम, मुलायमसिंग इत्यादी आणि शेवटी, भाजपलाच यांपैकी किमान कांशीराम यांची साथ घेऊन सत्ता मिळवावी लागली. मनुवादाच्या शत्रूसंगे लढाई न करता शरणागती पत्करावी लागली. हे उदाहरण त्यांनीच ध्यानात घेतले तर विरोधी युद्धात विजयी होतील याची खात्री नाही. लालुप्रसाद, मुलायमसिंग यांना विरोध करून ते मागास जातींना उत्तेजन देत आहेत आणि त्यामुळे खुद्द भाजपमधील मागासवर्गीय जागे होतील. भाजपचा पाया उत्तर प्रदेशात जर यादवविहीन मागासवर्गीय आहेत असे वाटत असेल तर आज ना उद्या भाजपच्या कमंडलूत वाढणारा मंडल स्फोटक होईल. गुजरातमध्ये वाघेलांनी ते करून दाखवले, उत्तर प्रदेशात कल्याणसिंगांच्या डोळ्यांतील रागही काही काळाने उफाळून येणारच नाही असे नाही. प्रभावी मागास जातीय नेत्यांना नेस्तनाबूद करण्याचे ब्राह्मणी मनसुबे आजकाल साकार होताना दिसत नाही. आगामी काळातील भिंतीवरचे लिखाण भाजपला वाचता येत नाही असे वाटते. सईद नकवी या पत्रकाराने अलीकडेच 'शेवटचा ब्राह्मण पंतप्रधान' (दी लास्ट, ब्राह्मीन प्राईमिनिस्टर) या शीर्षकाचे पुस्तक लिहिले आहे. त्या पुस्तकात सईद नकवी लिहितात, 'नरसिंहराव हे, शेवटचे ब्राह्मण पंतप्रधान होत.' यानंतर या देशाचा पंतप्रधान ब्राह्मण होणे नाही. परंतु भाजपला आणि वर्तमानपत्रातील (अपवाद वगळता) तमाम ब्राह्मण संपादक आणि वार्ताहरांना अटलबिहारी पंतप्रधान व्हावे असे वाटते.

सईद नकवी पुढे म्हणतात, 'सत्तेवर कब्जा ठेवण्यासाठी म्हणून जो ब्राह्मण्यवाद वापरला गेला, विशेषतः उत्तरेकडे, त्याला प्रत्युत्तर म्हणून ब्राह्मणविरोध वाढत आहे. जात वापरूनही घ्यायची आणि जातीयवादी राजकारणाचे परिणाम मात्र सहन करायचे नाहीत या दोन्ही गोष्टी एका वेळी घडू शकणार नाहीत. समाजात आणि राजकारणात जी नवी परिस्थिती निर्माण होत आहे त्यामुळे ब्राह्मणांना पुन्हा राजकीय प्रभाव टाकता येणार नाही हे निश्चित.' (किर्लोस्कर, सप्टेंबर १९९६ पृष्ठ १८)

'भाजपची किंवा ब्राह्मणवादी संघटनांची राजकारणातील ही धडपड केविलवाणी आहे. हिंदुत्वाच्या नावाखालील ब्राह्मण्यवाद इतरांना दिसत नाही, अशी ते आपली समजूत करून घेत आहेत. उत्तर भारतातील (विशेषत: बिहार, उत्तर प्रदेश) ब्राह्मण्यवादविरोध त्यांच्या यादवनेतृत्वविरोधी पवित्र्याने कमी होण्याऐवजी वाढणार आहे. मुलायमसिंग, लालुप्रसाद गेल्यामुळे मंडल दबणार नाही, कारण

तो कमंडलूच्या गर्भातही वाढण्याची शक्यता आहे आणि त्याचमुळे ब्राह्मण्यवादी पक्षांना षड्यंत्राच्या कपटनीतीचा अवलंब करून आपले स्थान टिकवण्याचा खटाटोप करावा लागतो. परंतु काळाची गती मात्र काही वेगळेच सांगते आहे. सईद नकवी म्हणतात त्याचप्रमाणे ब्राह्मणांनी आता राजकारणातील वर्चस्वाचे स्वप्न पाहणे सोडून द्यावे. त्याचप्रमाणे ज्या ज्या स्थळी त्यांच्या वर्चस्वाचा विरोध होतो आहे ती ती स्थाने त्यांनी खाली केली व अन्याय्य व्यवस्था मोडीत काढण्यासाठी प्रयत्न केले तर त्यांना समानतेच्या नात्याने सन्मानाने राहणे शक्य होईल.'

❖

(५ जुलै १९९७)

बाळाजीपंत, आता तरी राजासारखे बोला!

लोकशाही राज्यपद्धतीमध्ये नागरिकांच्या बोलण्याचे स्वातंत्र्य हे त्याच्या मूलभूत अधिकारांच्या स्वरूपात त्याला मिळते. या अधिकाराचा फायदा हजारो वर्षे पिढ्यान्‌पिढ्या मुके करून ठेवलेल्या जनसमूहांना करून घेता येतो आणि गुलामगिरीच्या विरुद्धची गाणीही त्याला म्हणता येऊ शकतात, पण या लोकशाही मंदिरात हौशे, गवशे, सारेच बोलू लागतात. आणि आठ, आठ कमांडोची सशस्त्र पथके स्वत:भोवती तैनात करून वाट्टेल ते अकलेचे तारे तोडता येतात. छंदीफंदी आणि बुवाबाजी यांच्या रुद्राक्षांच्या माळांना तर परंपरांचे पाईक 'हृदयसम्राट' म्हणून गोंजारत राहतात. या गोंजारण्यामुळे आपण फार बुद्धिमान आहोत, चतुर सेनापती आहोत असा भ्रम काही लोकांना होतो आणि या भ्रमात लोकशाहीने दिलेल्या मूलभूत अधिकाराचा वापर करूनच आपल्या प्रतिगामी विचारांचे गरळ ओकणे चालू राहते.

सेनाप्रमुख श्रीमान बाळाजीपंत ठाकरे हे असेच भ्रमात जगणारे गृहस्थ आहेत. वाटेल ते भन्नाट बोलणे, चालणे, जसे श्रीमंत योगी! दिवास्वप्ने पाहणाऱ्या बाळासाहेबांना दिवस फारच छान आले आहेत. ते दिवसाढवळ्या मनोहारी स्वप्ने पाहू लागले आहेत. येशूचा पुत्र किंवा प्रेषिताचा अखेरचा दूत किंवा ईश्वराचा अवतार अशी काहीबाही स्वप्ने त्यांना हल्ली पडत असावीत. या स्वप्नातले बोलणे अनुयायांना भले झुलवणारे

असेल, तरी कायद्याने त्याची दखल घेतली गेलीच पाहिजे.

हल्ली त्यांना तमिळी वाघांच्या प्रेमाचा पान्हा फुटला आहे. आपल्याला त्याचा अभिमान वाटतो. त्याच्यावर होणारे अन्याय, अत्याचार, आम्ही कदापि सहन करणार नाही असा दम त्यांनी भ्रमिष्टपणे दुसऱ्या देशातील सरकारला दिला आहे. हे ठाकरे कोण? यांना कुणी हे अधिकार दिले. ते ना पंतप्रधान, ना राष्ट्रपती, ना राष्ट्रप्रमुख; पण म्हणाले, आम्ही सहन करणार नाही, म्हणजे काय करू? आक्रमण? आणि ते कशासाठी? तर तामिळी वाघ हे हिंदू आहेत म्हणून? श्रीलंका हा एक वेगळा व स्वतंत्र देश आहे. तो सार्वभौम आहे; असे असताना त्या देशातील हिंदूसाठी, त्यांच्या रक्षणासाठी तळमळणारे बाळासाहेब या देशातील हिंदूंसाठी काय करत आहेत? केवळ भाषणे? भाषणाने तर कोणाचे पोट भरत नाही. 'हिंदू हिंदू-बंधू बंधू' म्हणूनही पोट भरत नाही. या देशातील दलित सुरक्षित आहेत? इथेतर रोजच बेलचीची हत्याकांडे चालू आहेत, बायापोरांची अब्रू जात आहे. आम्ही बाळासाहेबांना विचारू इच्छितो, हे कोण आहेत? हे अस्पृश्य, दलित, आदिवासी, उपेक्षित, वंचित समाजातील लोक हिंदूच आहेत ना? अरे, यांच्या रक्षणाची कोणती व्यवस्था केली? परदेशातील हिंदूंबद्दल प्रेम दाखवता. तेच तमिळनाडूतील हिंदू मुंबईत आले, की 'लुंगी हटाव, मराठी बचाव!' सुरू करता. मुंबईमध्ये मराठी भाषिकांची तोंडी लावण्यापुरती अस्मिता वापरता? मराठीच्या नावाने गळा काढता? आणि परदेशातील तमिळींबद्दल प्रेम बाळगता. केवळ प्रेम बाळगणे आम्ही समजू शकतो, परंतु दुनियेच्या पाठीवरले कोणतेही अतिरेकी लोक, मग ते काश्मीरमधले असोत, पंजाबमधले असोत, बोडोलँडवाले असोत आसामातले असोत, की तामिळनाडूतले असोत त्यांना थारा देताच कामा नये. भारतीय संविधानाने निर्माण केलेला आसेतुहिमालय असा हा भारत देश कोणाही अतिरेक्यांना, बाळासाहेब, आपण आंदण देणार आहात काय? आपल्याला जर हिंदू अतिरेक्यांचे प्रेम असेल तर पाकिस्तानमधल्या मुस्लीम अतिरेक्यांनी काश्मीरमध्ये मुडदे पाडू नयेत आणि कोणी मुडदे पाडत असेल तर इस्लामिक अस्मिता वापरून पाकिस्तानने त्यांना मदत करणे, खलिस्तान मागणाऱ्यांना जगभरच्या शिखांनी मदत करणे व हिंदू म्हणून बाळासाहेबांनी तमिळांची काळजी करणे हे सर्व एकच नाही काय? कोणत्या तोंडाने तुम्ही पाकिस्तानला पाकड्या म्हणता? ज्या तमिळ वाघांची तुम्ही तारीफ करता त्या तमिळ वाघांवर अन्याय तरी काय झालाय? श्रीलंकेच्या राष्ट्रप्रमुख श्रीमती चंद्रिका कुमारतुंगा यांनी तमिळींना प्रादेशिक स्वायत्तता देण्याची गोष्ट जाहीर केली आहे. हा प्रश्न आजचा नाही, ब्रिटिश काळापासूनचा आहे. श्रीलंकेत पोट भरण्यासाठी गेलेल्या तमिळ वांशिक लोकांना श्रीलंकेतील सिंहली लोकांनी हीन

पद्धतीने वागवले. त्यांचे प्रचंड प्रमाणामध्ये अन्याय-अत्याचारामध्ये रूपांतर झाले. म्हणून तमिळ वांशिक सर्व पक्षांतील लोकांनी भारतातून हस्तेपरहस्ते या तमिळी वाघांना मदत केली. शासनानेही मदत केली. प्रांतिक स्वायत्ततेच्या नावाने जो पर्यंत हे चालू होते तोपर्यंत त्या मर्यादेमध्ये ते ठीक होते. परंतु आता तमिळी वाघांना स्वायत्तता नको आहे. स्वातंत्र्य हवे आहे. असे स्वातंत्र्य कोणते सरकार देईल? आपल्या प्रदेशातून फुटून निघण्यास कोण मान्यता देईल? बाळासाहेब, जो न्याय आपण तमिळ वाघांना लावता तोच न्याय भारतात लागू केला तर काय होईल? काश्मीर, ईशान्य भारत, पंजाब, तमिळनाडू हे स्वतंत्र देश होतील की नाही? अरे, लांब कशाला, स्वतंत्र स्वायत्त विदर्भ करायला आपला पाठिंबा आहे का?

ज्यांचे रक्तलांच्छित हात आमच्या देशाच्या उमद्या पंतप्रधानाच्या कै. राजीव गांधींच्या रक्ताने रंगले आहेत त्या मारेकऱ्यांचे समर्थन करण्याचे बाळासाहेबांना कारण काय? म्हणजे श्रीलंकेत स्वायत्तता की स्वातंत्र्य हा विकल्प आहे आणि त्यात नाक खुपसण्याचे बाळासाहेब ठाकरे यांना काही काम नाही. या संघटनेचा प्रमुख प्रभाकरन हा बाळासाहेब ठाकरे यांच्यासारखाच ठोकशाहीवाला आहे. दुनियेच्या पाठीवरून कोठूनही हत्यारे आणून त्याला त्याच्या देशातून फुटून निघायचे आहे. त्याच्या हिटलरी वृत्तीचा पुरस्कार श्रीमान ठाकरे करत आहेत. हा स्पष्टपणे राष्ट्रद्रोह आहे आणि म्हणून भारताचे पंतप्रधान नरसिंह राव व महाराष्ट्राचे सुविद्य मुख्यमंत्री मनोहरपंत जोशी यांनी बाळासाहेब ठाकरे यांना तातडीने अटक करून त्यांच्यावर राष्ट्रद्रोहाचा खटला चालवला पाहिजे. त्या बाळासाहेब ठाकऱ्यांना दुसरे मुस्लीम अतिरेकी ठार मारण्याची धमकी देत आहेत. पंतप्रधान नरसिंहराव व मनोहरपंत यांना आमची अशीही विनंती आहे, की बाळासाहेबांना कडेकोट बंदोबस्त द्या. त्यांच्या केसालाही धक्का लागता कामा नये, कारण बाळासाहेब ठाकरे हे भारतीय राज्यघटनेप्रमाणे या देशाचे सन्माननीय नागरिक आहेत आणि या देशातील नागरिकांचे रक्षण करणे हे देशाचे कर्तव्य आहे. याला लोकशाही असे म्हणतात. खूनखराबा व मुडदे पाडणे ठोकशाही परंपरेत बसते. लोकशाही परंपरेत बसत नाही.

❖

(२६ नोव्हेंबर १९९५)

बरे झाले, दांभिकांची पंढरी उद्ध्वस्त झाली!

धोबी का कुत्ता ना घर का ना घाट का अशी अवस्था स्वत:ला देशातल्या तमाम दलितांचे नेते म्हणवून घेणाऱ्या बहुजन समाज पक्षाच्या नेत्यांची झाली आहे. आपला देशच मुळी दांभिक लोकांचा आहे, त्यामुळे कथनी आणि करणी यांचा काही केल्या मेळ बसत नाही. याला कोणतीही जात, धर्म, पंथ अपवाद नाहीत. दांभिकता व ढोंगबाजी ही केवळ उच्चवर्णीय वर्गाची मिरासदारी नाही. स्वत:ला क्रांतिकारक, परिवर्तनवादी पक्ष म्हणवणाऱ्यांनाही याची बाधा होत असते. चार वर्षांपूर्वी बहुजन समाज पक्ष काही मूठभर लोकांच्या मनात होता. पंजाब या राज्याने पहिल्यांदा बहुजन समाज पक्षाला आत्मविश्वास दिला आणि तेव्हापासून बहुजन समाज पार्टीच्या नेत्यांचा सत्ताकांक्षी प्रवास सुरू झाला. सुरुवातीला, या पक्षाला काही मिळाल्याने देशभरातील दलितांच्या आशाआकांक्षा पल्लवित झाल्या. महाराष्ट्रातील रिपब्लिकन पक्षाच्या नेत्यांना जे जमले नाही ते काम बसपाचे कांशीराम करून दाखवतील असा विश्वास दलित जनतेला वाटू लागला, महात्मा गांधी, काँग्रेस आणि भारतीय जनता पार्टी यांना सारख्याच जागा न्यायाने कांशीराम, मायावती जाहीर सभांतून, पत्रकांतून शिव्या घालत होते. राष्ट्रीय स्वयंसेवक संघ आणि काँग्रेस हे सारेच मनुवादी पक्ष आहेत, म्हणून ते प्रतिगामी आहेत, त्यांचा पराभव केला पाहिजे या जिद्दीने अत्यंत तुटपुंज्या साधनांनी कांशीराम,

मायावतीचा पक्ष उत्तर प्रदेशात निवडणुका लढला. बाबरी मशीद उद्ध्वस्त होत असताना भारतीय जनता पार्टीने केलेली कपट-कारस्थाने, सर्वोच्च न्यायालयात मारलेली टांग, मुंबईतील बॉम्बस्फोट, देशभरातील जातीय दंगली आणि या सर्वांविरुद्ध ठामपणे उभे असलेले मुलायमसिंग यांचा समाजवादी पक्ष कांशीराम-मायावती यांचा ब.स. पक्ष असा संघर्ष उत्तर प्रदेशात घडला व कल्याण सिंगांचे काळतोंडे सरकार उत्तर प्रदेशाच्या सत्तेपासून दूर फेकले गेले.

समाजवादी पार्टी व बहुजन समाजवादी पार्टी एकत्र आल्या. प्रतिगामी पक्षांच्या पोटात गोळा उठला तर काँग्रेस अधिक दुर्बल झाली. कांशीरामांना स्वर्ग दोन बोटे उरला. ते दिल्लीवर दावा करू लागले. त्यांनी जितंमया म्हणून गांधींच्या नावाने ठणाणा सुरू केला. समाजवादी पार्टी आणि बहुजन समाज पार्टी यांचा हनिमून कालांतराने मायावती, कांशीराम यांच्या राजकीय महत्त्वाकांक्षांनी संपला. मुलायमसिंग यांच्या पक्षाला दिलेला पाठिंबा बहुजन समाज पार्टीने काढून घेतला आणि कांशीराम-मायावती यांना जळी-स्थळी-काष्ठी-पाषाणी मनुवादी पक्ष म्हणून भारतीय जनता पक्ष दिसत होता, त्याच्याशी कांशीराम-मायावतीने निर्लज्ज चुंबाचुंबी सुरू केली. ही भारतीय राजकारणाची शोकांतिका होय. स्वत:ला परिवर्तनवादी, फुले-आंबेडकर-शाहूंचे अनुयायी म्हणवणाऱ्या बोलभांडांनी निर्लज्जपणे केलेली ही कृती होती. त्या कृतीतून मायावती नावाचे मायाजाळ तयार झाले. त्या उत्तर प्रदेशच्या पहिल्या दलित महिला मुख्यमंत्री झाल्या. या चांडाळांनी याचाही राजकीय लाभ उठवण्याचा प्रयत्न केला.

कोण ही मायावती आणि कोण हा कांशीराम? कांशीराम हे महाराष्ट्रातील पहिले उत्तर भारतीय फॅडिस्ट गृहस्थ. त्यांची राजकीय वाटचाल पुण्याच्या पेशव्यांच्या तालमीत झाली. सामाजिक परिवर्तनाचे बाळकडू ते पेशवेवाड्यात प्यायले. फुले, आंबेडकर, शाहू आणि त्यांचा समतावादी विचार पुण्याच्या याच पुण्यात त्यांनी तीर्थ म्हणून घेतला, पण तो घेतला पुण्यात. त्यामुळे संघाची सही सही नक्कल करणाऱ्या, एकचालकानुवर्तित्व मानणाऱ्या बामसेफ सारख्या संघटना त्यांनी बांधल्या. सब कुछ कांशीराम, तोंडात फुले-आंबेडकरांचे नाव, ओठावर लोकशाही, संघटनेत एकाधिकारशाही शिस्तीचे तसेच ढोंग, पैसे जमा करण्याची पद्धतही संघासारखीच. म्हणून याला अनेकदा दलितांचे आर. एस. एस. असे आम्ही म्हणत होतो. महाराष्ट्रातल्या परिवर्तनवाद्यांना शिव्या देत. आंबेडकरवाद्यांची निंदानालस्ती करत देशभर येशूचा पुत्र असल्यासारखे साऱ्यांना उपदेशाचे डोस पाजत, हे महाभाग हिंडत होते. लोकशाही, समाजवाद, धर्मनिरपेक्षता, विज्ञाननिष्ठा या भारतीय राज्यघटनेतील मूलभूत ध्येयवादाला तोंडाने जपत डोक्यात संघाचा पॅटर्न पक्का करत हे उत्तरेकडे चालते झाले. तेव्हापासून त्यांनी फुले-आंबेडकर,

शाहू, पेंरियार रामस्वामी नायकर या महापुरुषांना वापरायला सुरुवात केली. त्यांना उत्तर प्रदेशात थोडेफार यश मिळाले. एवढ्या यशाने अर्ध्या हळकुंडाने पिवळे व्हावे तशी यांच्या डोक्यात हवा शिरली. त्यांच्या मायावतीनामक खासदार, साध्वी ऋतंभरा स्टाइलने अकलेचे तारे तोडू लागल्या. राष्ट्रपिता महात्मा गांधी यांच्यासंबंधीची त्यांची विधाने ही पराकोटीची संतप्त प्रतिक्रिया निर्माण करणारी होती. खरेतर, महात्मा गांधीसंबंधी . बदनामीकारक वक्तव्य करणाऱ्यांना सामान्य लोकांनी सामाजिक जीवनात बहिष्कृत करून शिक्षा केली पाहिजे. गांधीवादाचा विरोध हेच कांशीराम आणि राष्ट्रीय स्वयंसेवक संघ आणि त्यांची पिलावळ एकत्र येण्याच्या मधला समान दुवा होते; एरवी भारतीय जनता पार्टीसारखे दुटप्पी लोक, ज्यांची विश्वासार्हता शून्य आहे, जे मनुवादी आहेत, ज्यांच्या तोंडामध्ये परिवर्तन आणि सोंडेमध्ये दुधाची धार असते, जे समाजाच्या विकासाचे चाक उलटे फिरवू इच्छितात, त्यांच्या मांडीला मांडी लावून बसायचे पाप कांशीरामाने केले, मायावतीने केले. निर्लज्जपणे केलेल्या तडजोडींचे हे असेच व्हायचे.

मुलायमसिंग यादव आणि त्यांचा समाजवादी पक्ष यांत किमान काही सुसंगती होती, परंतु, महत्त्वाकांक्षेचा वारू एकदा उधळला की तो सर्वनाशानेच थांबत असतो हे आपण समजावून घेतले पाहिजे. दलितांचे आपण एकमेव उद्धारकर्ते आहोत, राष्ट्रीय स्वयंसेवक संघ, भारतीय जनता पक्ष यांचे कट्टर विरोधक आहोत असे सांगत हिंडणाऱ्या कांशीरामाचे पितळ उघडे पडले. आमच्या राज्यातल्या काही क्रांतिपुत्रांना कांशीराम छापाच्या क्रांतीची स्वप्ने पडत होती. बरे झाले, दांभिकांची पंढरी उद्ध्वस्त झाली, आता कुणी टाळ कुटाया जमणार नाही. विंचवाच्या बरोबर दोस्ती केली, त्याला तूपसाखरेचा नैवेद्य घातला म्हणून विंचू आपला मूळचा गुणधर्म सोडत नाही, संधी सापडल्यानंतर तो डंख मारतो. एवढा उपदेश हे उत्तरेतील खुळे पुढारी शिकले तरी मायावतीचे सोंग बुडाले याची खंत वाटणार नाही.

❖

(१९ ऑक्टोबर १९९५)

स्वतंत्र विदर्भ झिंदाबाद!

आपले नितीनभाऊ गडकरी अखेर मंत्री झाले अभिनंदन! महाराष्ट्र राज्याच्या विधान परिषदेत गेली अनेक वर्षे ते आमदार होते. संघ परिवाराला आजकाल सोनियाचे दिवस आले आहेतच.

उत्तम झाले नितीनराव, आपण मंत्री झालात; आम्हालाही आनंद झाला! परिषदेतील आपली भाषणे आपण वाचली असतीलच म्हणा. नाही कसे म्हणावे! परवा आपल्या नागपूर नगरीत आपण काही बोललात, छापूनही आले. आम्ही आपले वाचून गप्प होतो. आपण विधिमंडळात आणि विधिमंडळाबाहेर अनेकदा जे म्हणालात त्याच्याशी अगदी कॅबिनेट मंत्री झाल्यावरही बांधून राहिलात. आपले कौतुक करावे तेवढे थोडे. अहो, म्हणून तर युतीला लोकांनी सत्ता दिली. राजा हरिश्चंद्रानंतर आपल्याच शासनाचा नंबर लागतो. दिलेली वचने पाळणाऱ्यांपैकी आपण एक, नितीनराव. अरे, राव नाही बरोबर वाटत. नितीनपंत, आपण दिलेला शब्द पाळलात. अभिनंदन, त्रिवार अभिनंदन!

आता 'स्वतंत्र विदर्भ' होणारच. अरे, नुसता विदर्भ का? महाविदर्भ होणार, वा, फारच छान! नितीनपंत आपण, आपल्या पक्षाने स्वतंत्र

विदर्भाच्या भूमिकेस पाठिंबा दिलात आणि संयुक्त महाराष्ट्राच्या मंत्रिमंडळातही आपण बसलात. हे मात्र आम्हा पामरांस कळले नाही बुवा. अहो, ज्या महाराष्ट्रासाठी मराठी भाषकांनी हौतात्म्य पत्करले; मुंबईसह संयुक्त महाराष्ट्र हे

आपल्या आधीच्या पिढीचे स्वप्न होते. त्यासाठी अखखा मराठी माणूस पेटून उठला, चळवळीच चळवळी झाल्या. एस. एम., भाई डांगे, आचार्य अत्रे, जयंतराव टिळक अशी कितीतरी दिग्गज मंडळी देशातल्या प्रस्थापितांविरुद्ध लढली. सामान्यातला सामान्य माणूस, त्याची मराठी अस्मिता आणि छत्रपती शिवरायांचा भगवा, हा तर आपला आणि आपल्या युतीतल्या नटसम्राटाचा हातखंडा वग. पण ते कार्टूनसम्राट काही म्हणत असोत, नितीनराव आपण, दिलेल्या शब्दाला जागलात. अहो, आपल्यासारखे सत्यवचनी राम या कलियुगात कुठून भेटतात? आपण मात्र मा. ना. मुख्यमंत्र्यांना ठणकावून सांगितले ते बरे झाले.

मराठी भाषिक जनता धन्य झाली! आपला, नाहीतरी संघ परिवारात वाढल्याने असेल, पण भारतीय राज्यघटना, संयुक्त जबाबदारीचे तत्त्व वगैरे फालतू गोष्टींशी संबंधच नसेल म्हणा! भूदेवांना कुठे नियम, कायदे, घटना असते का भाऊ? नाही! तसे तुम्ही भूदेव! तुम्हाला कसली आली आहेत बंधने? संयुक्त जबाबदारी म्हणून नसतेच मुळी. निदान बारा धान्यांचे कडबोळे असेल. तर नाहीच नाही. नितीनपंत, मनोहरपंतांना सांगा, म्हणावं, आम्ही सारे विश्व खिशात घालणारे लोक. एका भाषिक प्रांतापुरते नसतोच नसतो. सोईचे जे जे असेल ते ते तेव्हा तेव्हा आम्ही वापरतो. अट एकच, आमच्या धर्मात, तत्त्वात कोणीही ढवळाढवळ करायची नाही. नितीनपंत, यासाठी एवढेच करा. जरा सेनाप्रमुखांनाही विश्वासात घ्या आणि होऊन जाऊ द्या स्वतंत्र विदर्भ. काळजी करू नका. नासिकराव तिरपुड्यांना घेऊन जा मदतीला. स्वतंत्र विदर्भाचे राज्य झालेच पाहिजे. ना. मनोहरपंत जोशी झिंदाबाद. वा रे मुख्यमंत्री, वा रे युती, एकजण ऐलतीरी दुसरा पैलतीरी. मध्ये स्वार्थाची गंगा. करा नितीनपंत, तीर्थस्नान करा.

नाहीतरी हा अडाण्यांचाच देश आहे. तुम्ही सांगाल ते धोरण तुम्ही बांधाल तेच तोरण. तुमच्या पायाचे तीर्थ घेऊनच तर आपले बापजादे जगले. आम्ही तरी कसे वेगळे असू? नितीनपंत, तुमचे बरोबर आहे. आम्हीच चुकलो. क्षमा करा राजे, भारतीय राज्यघटनाच चुकली आहे, पंत, घटनाच चुकली आहे आता ती बदलावीच!

❖

(५ जून १९९५)

संघाच्या शिस्तीचा बेंडबाजा

‘सौ चूहे खाके बिल्ली चली हाजको’ अशी हिंदीमध्ये म्हण आहे आणि आमच्या खेडेगावात लोक म्हणतात, ‘मी न्हवं त्यातली.................’ या म्हणीची आठवण झाली, याचे कारण राष्ट्रीय स्वयंसेवक संघ या संघटनेचे सर-संघचालक राजेंद्रसिंह ऊर्फ रज्जुभय्या यांनी नागपूरच्या रेशीमबाग मैदानावर संघ स्वयंसेवकांना पाजलेला हितोपदेश. संघचालक म्हणाले, ‘महात्मा गांधी यांच्या धोरणाप्रमाणे समाजविकासाचे काम संघाने सतत सुरू ठेवले आहे.’ आहे की नाही गंमत? सारी हयातभर ज्यांनी गांधींचा द्वेष केला, ज्यांनी गांधींचा द्वेष राष्ट्राच्या तरुण पिढीला पाजला; असा दीर्घद्वेष प्यालेले सैनिक देशभर तयार केले; मुस्लिमांचा अनुनय करणारा, हिंदुविरोधी, पाकिस्तानला, पंचावन्न कोटी रुपये द्यायला लावले, ज्यांनी पाकिस्तानच्या निर्मितीला मदत केली... म्हणून महात्मा गांधींना राष्ट्रद्रोही ठरवणारे हे आर.एस.एस.वाले किती निर्लज्जपणे, निर्ढावल्यासारखे आज गांधींचे नाव राजकीय लोभासाठी घेत आहेत! महात्मा गांधींना गोळ्या कोणी घातल्या हे साऱ्या राष्ट्राला ठाऊक आहे. गांधींना गोळ्या घालणाऱ्या नथुराम गोडसेचे देव्हारे कोणी नाचवले तेही राष्ट्राला माहीत आहे. गोडसेची जयंती कोण साजरी करतात हेही लोकांना ठावे आहे. गांधींनी कोणता राष्ट्रवाद सांगितला या विषयाच्या खोलात आम्ही जाऊ इच्छित नाही. पण करणी व कथनी यांत कोणताही संबंध नसलेले, सत्तेसाठी

लाचारांच्या फौजा तयार करणारे इतरांना हसत असतात. शेंबूड आपल्या नाकाला आणि आपण हसावे लोकांना अशी अवस्था सरसंघचालकांची झालेली दिसते. आयुष्यभर एखाद्या संघटनेने उठता-बसता शिस्त, शिस्त, शिस्त आणि फक्त शिस्त असे कानीकपाळी ओरडून आपल्या स्वयंसेवकांचा मेंदू भादरून पेपरवेटमध्ये घातला. ज्यांनी सातत्याने चारित्र्याच्या गप्पा मारल्या त्यांची अवस्था गुजरातच्या शंकरसिंह वाघेला यांनी शेळपटासारखी करून टाकली आहे. एकचालकानुवर्तित्व व आदेश यांवर बांधलेला हा उच्चवर्णीय हितांचा बंगला वाघेलांनी उद्ध्वस्त केला आहे. दिल्लीच्या सोपानाकडे उधळलेला संघाचा घोडा चारी पायांना कळवे घालून पालथा पडला आहे. अडवाणी म्हणाले, गुजरातमधील बंडखोरीचा प्रश्न किरकोळ आहे. ही अंतर्गत बाब आहे. हे उत्तर आमच्या काँग्रेसवाल्यांचेच आहे ना? आता, स्वयंसेवक म्हणतात ही कीड एवढी खोलवर रुजलेली आम्हास कळलीच नाही. राष्ट्रीय स्वयंसेवक संघ या पोलादी संघटनेला सत्य आणि सत्ता हे एकत्र राहतात असे नाही हे कळले असेलच. या बंडाचा शाखेला मागमूसदेखील लागला नाही. त्या पक्षाचे सरचिटणीस नरेंद्र मोदी आणि आमच्या महाराष्ट्र प्रांताचे तिरंदाज तीसमारके प्रमोदजीपंत महाजन यांनाही कळले नाही. बंडासंबंधी अंधारात चाचपडणारे संघनेते अजूनही काळोखात तोंड खुपसून बसले आहेत.

आता म्हणे, काँग्रेसने फोडाफोडी केली! वादासाठी असे गृहीत धरू की काँग्रेसने फोडाफोडी केली. तर हे अडवाणी कोण साधुपुरुष लागून गेले आहेत. उत्तर प्रदेशात मुलायमसिंगांचे सरकार फोडाफोडीत पाडले तेव्हा लाज नाही वाटली? मायावतीचे राज्य कोणी टेकू देऊन तारले हे राष्ट्राला माहीत आहे. संघवाला असला की पाक, चारित्र्यसंपन्न, नीतिमान असतोच असे काही नाही. सत्तेच्या कुरणात संघवाले संपन्न होताना आम्ही पाहिले आहेत.

शंकरसिंह वाघेला या बहाद्दराने बंड केले. मग हे म्हणाले, की त्यांना हाकलून देतो. त्यांना वाटले, आता बंड विरेल. बंडखोर परत येतील. पण कसले काय? बंडखोर परत येईनात. मग वाघेला यांना भाजपातून हाकलले नाही असे जाहीर केले गेले. म्हणजे चर्चेचे दरवाजे उघडे राहून वाघेला यांच्या तावडीतील आमदार सुटतील असा त्यांचा होरा होता. दुसरीकडे, ज्या गावच्या बोरी त्याच गावच्या बाभळी. वाघेला यांचे स्वयंसेवक ओळख पटल्याशिवाय कोणाला वाघेला यांना भेटू देईनात. लोहा लोहेको काटता है याची प्रचिती अडवाणी यांना आली असेलच. मग संघवाल्यांनी त्यांचे दात दाखवायला सुरुवात केली. वाघेला यांनी आपल्या आमदारांना चराडा गावी हलवले तेव्हा सुरुवात संघवाल्यांनी धनुष्यबाणासह सशस्त्र त्या गावात घुसून शंकरसिंह वाघेला यांच्या आमदारांवर दगडफेक केली. या हल्लेखोरांत एक मंत्री सामील झाले

होते. प्रसंग पडला तर आपण किती खालच्या पातळीवर जाऊ शकतो हे या संघ स्वयंसेवकांनी दाखवले!

या बंडाने अडवाणींचा रथ आडवा झाला; भावी पंतप्रधानांच्या पायाखालची सतरंजी काढून घेतली व सरसंघचालकांच्या स्वप्नाच्या ठिकऱ्या उडवल्या. शिस्तीचे धिंडवडे काढले गेले. गेले अर्धे शतक आपण राजकारणात नाही; आपले संघटन सांस्कृतिक आहे असे सतत ढोंगीपणाने सांगत चोरून, पडद्यामागचे सूत्रधार म्हणून संघ राजकीय अभिलाषा भागवत होता. तो आता खुलेआम राजकारणात आला आहे. त्यांना अनेक राज्यांत सत्ता चाखायला मिळाल्याने सत्तेची चव कळली आहे. त्यांच्या राजकीय महत्त्वाकांक्षेला धुमारे फुटले आहेत. कालपर्यंत आपण ध्येयवादी, चारित्र्यसंपन्न आहोत, आपण प्रसिद्धिपराङ्मुख आहोत असे सांगत हिंडणारे प्रचारकांचे थवे भोंदू बुवाबाबांसारखे एकदम राजकारणातील सूत्रधार बनले. आपण म्हणू ते धोरण आणि आपण बांधू ते तोरण ही त्यांची आकांक्षा बनली. इतके करूनही, विश्वास टाकून निर्धास्त राहावे असे कोणी दिसेना. सारेच जातीपातीच्या प्रचाराला बळी पडत चालले. संघात जात नाही, संघ एकसंघ आहे म्हणून 'हिंदू-हिंदू बंधू-बंधू'चा मंत्र जपणारे हे साळसूद बगळे आता समजून चुकले आहेत. वीस-वीस वर्षे संघात काढणारे जातीचा प्रश्न अधिक प्रतिष्ठेचा कसा बनवू शकतात? अशा कडव्या संघजनांच्या डोळ्यांतून खळखळून पाणी वाहिले. दोनवरून नव्वद, नव्वदवरून एकशेवीस आणि आता एकशेवीसवरून संपूर्ण सत्ता असे म्हणत धुरळा उडवणाऱ्यांचा बोऱ्या वाजला. गुजरातच्या जनतेने दोन तृतीयांशापेक्षा जास्त बहुमत दिले असताना या तोंडाळ बहाद्दरांना तेथे सहा महिनेसुद्धा सत्ता टिकवता आली नाही. त्यांनी काँग्रेसचे उठता-बसता काय माप काढावे? काँग्रेस तर जनसागर आहे. ती महात्मा गांधींची जनचळवळ आहे. राष्ट्र उभे करणाऱ्या गांधी-नेहरूंची फौज आहे. तिथे आम जनता आहे. 'जनांचा प्रवाह चालला दिल्लीकडे आता घुबडांनी बंदिस्त व्हावे आपापल्या बुंध्यांच्या डोल्यांमध्ये,' हेच बरे...

❖

(५ ऑक्टोबर १९९५)

ठाकरे आणि ठाकऱ्यांचा बाप!

देशाने नुकताच सुवर्ण महोत्सवी वर्धापनदिन साजरा केला आणि एक चमत्कार घडला. शिवसेनेचे सर्वेसर्वा बाळासाहेब ठाकरे यांनी, सापाने पलटी खावी तशी पलटी खाल्ली. त्यांनी शिवसेनेच्या जन्मानंतर पहिल्यांदाच शिवसेना भवनावर तिरंगा फडकावला आणि शिवसैनिकांना धर्मनिरपेक्षतेची शपथ दिली. यात ढोंग किती. प्रामाणिकपणा किती, सत्तेची लालसा किती, राज्य-बरखास्तीच्या टांगत्या तलवारीमुळे आलेली अगतिकता किती आणि हृदयपरिवर्तन किती? यांबद्दल आम्हाला पूर्वानुभवामुळे प्रामाणिक शंका आहेत. तरीही लोकशाहीत मतपरिवर्तन होत असते, किंबहुना माणूस बदलतो, त्याचे हृदयपरिवर्तन होते यावर अढळ विश्वास असणारी व्यक्तीच खरीखुरी लोकशाही-वादी असते. म्हणून अत्यंत सावधानतेने बाळासाहेब ठाकरे व शिवसैनिक यांचे आम्ही अभिनंदन करतो. मराठी भाषिक जनतेच्या अस्मितेचा उद्घोष करत निघालेली बाळासाहेब ठाकऱ्यांची वारी देवाच्या आळंदीला गेली. मराठी अस्मिता सोडून 'हिंदू हिंदू सकलबंधू' ही हिंदुत्ववाद्यांची, विशेषत: संघ आणि तिच्या पिलावळीची घोषणा बाळासाहेब ठाकऱ्यांनी आवेशात द्यायला सुरुवात केली. हिंदुत्वाचे आपणच खरे रक्षणकर्ते, मुसलमानांचे कट्टर वैरी, सनातनी कडवेपणामध्ये आपण संघवाल्याच्या पुढे दोन पावले आहोत अशा थाटात मशीद पाडण्याच्या प्रकरणाचे श्रेय घेण्यात

ठाकऱ्यांना काही वाटले नाही. बाटगे अधिक कडवे असतात. बाळासाहेब ठाकऱ्यांना 'ग'ची बाधा झाली. ते राजापेक्षा राजनिष्ठ झाले आणि विकृत मानसिकतेचे बळी ठरले. त्यांनी सामना या दैनिकातून १९९३-९४ साली जी अक्कल पाजळली, जो हिंदुत्वाचा उबग आणणारा अनुनय केला आणि राज्याला एका गर्तेत लोटले, लोकांच्या धार्मिक भावना सतत चेतावल्या. हिंदुत्वाचा उन्माद लोकांमध्ये पैदा केला... हजारो कुटुंबांची मुंबईमध्ये राखरांगोळी झाली. हिंदू-मुसलमान, सारेच गोरगरीब मेले. कोणीही मुल्लामौलवी मेला नाही. तसेच, डरकाळ्या फोडणाऱ्या बाळासाहेब ठाकऱ्यांच्या केसाला धक्का लागला नाही. बुडाले ते सारे निरपराध लोक. राजकीय सत्ता संपादन करण्यासाठी प्रतिगामी लोक कोणत्या पातळीवर जातात हे पाहिले असता स्वत:चे वंदनीय पिताजी प्रबोधनकार ठाकरे हे सामाजिक समता आणि न्याय यांच्यासाठी का झगडत होते ते ठाकऱ्यांच्या लक्षात येईल. विषमतेचे समर्थन करणाऱ्या राष्ट्रीय स्वयंसेवक संघ आणि तत्सम आर्यभटांच्या विरोधी प्रबोधनकार ठाकरे आयुष्यभर का संघर्ष करत राहिले? बाळासाहेब ठाकऱ्यांना कळेल, की त्यांच्या वडिलांनी सत्यशोधक समाज आणि विशेषतः ब्राह्मणेतर समाजाचे नेतृत्व केले. ते आज हयात असते तर आम्हाला खात्री आहे, की आपल्या हातातल्या काठीने प्रवाहपतित झालेल्या आपल्या मुलाला त्यांनी मोळापोटी केरसुणी म्हणून झोडपून काढले असते.

बाळासाहेबांना त्यांच्या वडिलांच्या भाषेतच सत्य सांगायला पाहिजे. निदान, आपल्या वडिलांनी लिहिले आहे ते तरी त्यांनी वाचावे. आधुनिक प्रसारमाध्यमांच्या अगोदरही या देशामध्ये वैदिकांनी बौद्धिक दहशत निर्माण करून सत्याला भ्रम आणि भ्रमाला सत्य म्हणून उभे केले होते. सत्यसुद्धा निखळ सत्य नसते. परलोकीचे सत्य वेगळे आणि इहलोकीचे सत्य वेगळे अशी सत्याची फारकत करून बुद्धिभेद करण्याचे कसब आर्यवंशीय वैदिकांनी या देशात दाखवले होते. बाळासाहेबांनी हेही लक्षात घ्यावे, की ते काही वैदिक नव्हते. त्यांचा वेदांचा अधिकार कोणीही कबूल केलेला नाही किंवा ते वेदप्रामाण्य मानणारे वेदाध्यायी नाहीत. म्हणून त्यांना द्विज होण्याचा अधिकार नाही. बाळासाहेब ठाकऱ्यांनी भटांची कितीही वकिली केली तरी ते शूद्र आहेत आणि एका शूद्राच्या मुखातून आपल्या गुणगौरवाचे पोवाडे म्हटले जात असतील त त्यांना आनंदाच्या उकळ्या फुटणारच. जो स्त्री-शूद्रांचा, अतिशूद्रांचा समाज संख्येने मोठा आहे, तो नगण्य गणंग, भणंग, रोजीरोटीला महाग आणि म्हणून दारिद्र्यात खितपत पडलेला शूद्र आणि जो संख्येने मूठभर तीन ते साडेतीन टक्के तो मात्र सर्वगुणसंपन्न सर्वाधिकारी, हरहुन्नरी आणि बुद्धिजीवी ठरवलेला असतो. बाळासाहेबांनी हाही विचार केला पाहिजे, की एकही ब्राह्मण झोपडपट्टीत राहत नाही. असलाच तर

अपवादाने एखादा असेल. एकही ब्राह्मण अंगठाबहाद्दर, अडाणी नाही. एकही ब्राह्मण तुपाशिवाय जेवत नाही. ब्राह्मण दरिद्री नाहीत असे नव्हे. त्यांच्यातही दारिद्र्य खूप आहे; दैन्य आणि दु:खही आहे, परंतु कितीही दरिद्री ब्राह्मण असला तरी त्याच्या भातावर तूप घेतल्याशिवाय तो जेवत नाही. भटभिक्षुक गोरगरीब जनतेला नाडून दान-दक्षिणा आजही मिळवत आहे. बाळासाहेब, स्वातंत्र्यपूर्व काळातली हजारो वर्षांची ही परंपरा स्वातंत्र्य मिळाल्याने खंडित झालेली नाही. आजदेखील ही परंपरा अव्याहतपणे चालू आहे. एवढेच नव्हे, तर पाश्चिमात्यांनी लावलेल्या अत्याधुनिक शोधांच्या, तंत्रज्ञानाच्या आधाराने इथली मनुवादी परंपरा आणखी प्रभावशाली करण्याचे काम या भिक्षुकशाहीने केले आहे आणि समाजातील आपल्या श्रेष्ठत्वाचा फायदा उपटत त्यांनी शिक्षणक्षेत्राच्या माध्यमातून गेल्या पन्नास वर्षांत आपल्या बरहुकूम मनूच्या मेंदूचा माणूस समाजातल्या सर्व स्तरांमध्ये तयार केला. म्हणून आज प्रत्येक जातीत ब्राह्मण निर्माण झाले आहेत. ब्राह्मणांचे हे मॉडेल आजच्या अराजकाचे मूळ कारण आहे.

लोकशाही प्रक्रियेत लोकांच्या संख्येला महत्त्व आहे. आपण कितीही ठोकशाही म्हणत असलात, तरी बाळासाहेब, ठोकशाही म्हणण्याचे स्वातंत्र्य लोकशाहीनेच आपल्याला दिले आहे. चांद्रसेनीय कायस्थ प्रभूचा इतिहास आणि त्या समाजाची परंपरा आपण, खरेच एकदा डोळ्यांखालून घालण्याची गरज आहे, तर आपल्याला आपले पिताजी नीट समजू शकतील. तेव्हा, लोकशाही प्रक्रियेमध्ये लोकांच्या संख्येला महत्त्व आहे. परंतु जातीयवादाच्या ब्रह्मराक्षसाने, आपल्या पूर्वजांच्या पुण्याईने, आपण निर्मिलेल्या जात नावाच्या भ्रमात अडकल्याने आपली भूठभर असलेली जात राजकीय लोकशाहीमध्ये कायमची अल्पसंख्य असणार आणि आपल्या पूर्वजांच्या पापामुळे आणि सध्याच्या आपल्या व्यापामुळे जर आर्यभटांना कोणी राजकीयदृष्ट्या आपल्यात सामावून घेत नसेल तर काय करायचे? या प्रश्नाला सामोरे कसे जायचे? आपणच निर्माण केलेल्या जातिव्यवस्थेनुसार लोक वागत असतील, आपले गुण त्यांना ठाऊक असतील, बहुसंख्य लोक आपला नेता निवडत असतील तर जातीच्या निकषानुसार राज्य आपल्याला कधीच मिळणार नाही आणि ते मिळवायचे असेल तर ब्राह्मणी कसबच केले पाहिजे. हे करण्यात तर ही मंडळी पटाईत होती. त्यांनी माणसांच्या चिंध्या चिंध्या करून वाटून ठेवल्या आहेत. ब्राह्मणसुद्धा एक ठेवलेले नाहीत. चित्पावन, कऱ्हाडे, देशस्थ ऋग्वेदी, यजुर्वेदी अशा शेकडो जाती ब्राह्मणांच्यात तयार झालेल्या आहेत. मग इतरांचे तर काय? लोकशाहीत राज्य मिळवायचे असेल, आपले वर्णवर्चस्व अबाधित ठेवायचे असेल तर आम प्रजेला भ्रमात जगायला शिकवणे, असत्य सांगत राहणे, लांड्यालबाड्या करणे, फंदफितुरी करणे,

फोडा आणि झोडा या नीतीचा अवलंब करून कोणताही विधिनिषेध न ठेवता आपला अधिकार अबाधित ठेवण्यासाठी कटकारस्थाने-कपट सारे बिनधास्तपणे करायचे. बहुसंख्याकांचा एखादा नेता त्यांच्यासाठी खस्ता खाऊन, त्यांना न्याय मिळवून देण्याचा प्रयत्न करत असेल तर त्याला बदनाम करणे, त्याच्या बदनामीच्या खऱ्या-खोट्या मोहिमा चालवणे, कांगावा करणे, आग पाखडणारी भाषणे करणे, धार्मिक भावना चेतवणे, त्याने न केलेल्या न शाबित झालेल्या गुन्ह्यांसाठी जेलची हवा खायला लावणे, त्याचा सतत पाणउतारा करणे, त्याला माकडासारखे माध्यमांच्या साहाय्याने मर्कटासमान चित्रित करणे आणि लोकांमधले लोकांचे नेतृत्व संपल्यानंतर जी पोकळी तयार होते त्या पोकळीत आपली पोळी भाजून घेणे व वाटेल तो हलकटपणा करून सत्ता मिळवणे हे मनुवाद्यांचे आधुनिक शास्त्र आहे. जननायकाला जनतेमधून अशा पद्धतीने उठवल्यानंतर, काही काळानंतर तो त्या गुन्ह्यातून सुटतो, परंतु तोपर्यंत त्या लोकनेत्याचा उमेदीचा काळ संपून गेलेला असतो आणि सत्तेच्या वारूवर बांडगुळे वाढत असतात. ती छाटण्याचे काम आपण इमानदारीने केलेत तर प्रबोधनकार ठाकऱ्यांच्या, ते मानत नसलेल्या आत्म्याला शांती मिळेल. एरवी काळ लिहून ठेवील 'कुऱ्हाडीचा दांडा गोतास काळ'!

❖

(२६ ऑगस्ट १९९७)

गांधीहत्या आणि हिंदुत्ववाद्यांची कारस्थाने

आपल्यासाठी स्वराज्य आणायचे आहे आणि ते स्वराज्य गोरगरीब रयतेचे. सर्वदूर डोंगरदऱ्यांमध्ये असलेल्या शेतकऱ्यांचे, कामगारांचे, दलितांचे, दुर्बलांचे, स्त्रियांचे असे यच्चयावत भारतमातेच्या लेकरांचे स्वराज्य आणायचे आहे ही भावना सर्वसामान्य माणसांत निर्माण झाली पाहिजे व तशी त्याची खात्री झाली पाहिजे, तरच ही लढाई व्यापक होईल हे ओळखून महात्मा गांधींनी सर्वसामान्यांच्या आशाआकांक्षांचे राजकारण केले. त्यांनी त्यांच्या जीवनाच्या मूलभूत प्रश्नांची सांगड स्वातंत्र्य चळवळीशी जोडली. गांधींच्या नेतृत्वामुळे स्वातंत्र्याची चळवळ खेड्यापाड्यात पोचली. त्यांनी अधिकात अधिक लोकांचा सहभाग मिळवला. एका जातीची, विशिष्ट समाजाची मूठभर लोकांच्या ऐशारामाची स्वातंत्र्यचळवळ बनली तर ती यशस्वी होणार नाही हे ओळखून गांधींनी सर्व जाती-जमातींना काँग्रेस ही आपली वाटेल असे राजकारण केले. हे टिळकांच्या राजकारणात नव्हते. टिळकांच्या चळवळीकडे आकृष्ट झालेला वर्ग आपले वर्ण, आपले वर्चस्व पुन्हा प्रस्थापित होईल या भावनेने त्यात सामील झाला होता. गांधींच्या धडाक्यामुळे, आपले वर्चस्व पुन्हा प्रस्थापित होईल या आशेने जो वर्ग टिळकांच्या चळवळीत आणि म्हणून काँग्रेसमध्ये गेला होता त्याची पीछेहाट सुरू झाली. टिळकांनीही राजकारणात धर्माला प्राधान्य दिलेले होते. त्यामुळे टिळकप्रेमाची ढाल पुढे करून पुरोहितवर्ग, वर्चस्व लादू सांगणारा वर्ग

हिंदुत्वाच्या राजकारणाची कास धरत गेला. आपले गेलेले वर्चस्व पुन्हा प्रस्थापित करायचे झाले तर त्यांचा विचार, तत्त्वज्ञान, चळवळीचे मार्ग यांचा प्रभाव पसरता कामा नये याची खूणगाठ या वर्गाने बांधली. गांधींच्या राजकारणात सर्व धर्म, जाती, पंथ होते. या कारणांनी गांधींच्या चळवळीमुळे स्वातंत्र्य मिळाले तर सर्व जाती-जमाती व पंथ यांच्या घटकांची सत्ता येईल याची जाणीव पुरोहितवर्गाला झाली. म्हणून त्यांनी गांधींच्या प्रवाहात येण्याचे नाकारले. या नकारात्मक भूमिकेमुळे स्वातंत्र्याच्या चळवळीपासून त्यांनी स्वत:ला दूर ठेवले.

हिंदू महासभेचे एक प्रमुख पुढारी आणि जनसंघाचे आरंभीचे नेते डॉ. श्यामाप्रसाद मुखर्जी यांनी २६ जुलै १९४२ रोजी गव्हर्नरला पत्र लिहून बंगालमधील काँग्रेसची चळवळ कशी दडपून टाकता येईल हे कळवले होते. ते आपल्या पत्रात म्हणतात, की युद्धप्रयत्नांच्या वेळी सामूहिक आंदोलनाची भावना निर्माण करणे, त्यातून अंतर्गत अशांतता माजवणे व असुरक्षितता वाढवणे हे कोणत्याही सरकारने रोखले पाहिजे. प्रश्न आहे तो बंगालमधील ही चळवळ कशी दडपायची हा. काँग्रेसने कितीही प्रयत्न केले तरी काँग्रेसची चळवळ बंगालमध्ये मूळ धरून वाढणार नाही व ती अपयशी होईल यासाठी मी उपाय सुचवत आहे. श्यामाप्रसाद मुखर्जी यांच्यासारख्याने स्वातंत्र्य चळवळ ऐन भरात असताना गव्हर्नर जॉन हर्बर्ट यांना हे पत्र का पाठवले या प्रश्नाच्या उत्तराची बीजेसुद्धा हिंदुत्ववाद्यांनी स्वातंत्र्याच्या चळवळीपासून आपल्याला अलग का ठेवले होते यात पाहावयास मिळतात. हिंदुत्व व हिंदू राष्ट्रवाद या संकल्पना जोपासणारा राष्ट्रीय स्वयंसेवक संघ त्यामुळेच स्वातंत्र्याच्या चळवळीत सामील झाला नव्हता. कारण गांधींच्या नेतृत्वाखाली मिळणारे स्वातंत्र्य हे फक्त उच्चवर्णीयांचा लाभ करणारे स्वातंत्र्य नव्हते. म्हणूनच हिंदुत्ववाद्यांनी १५ ऑगस्ट १९४७ रोजी स्वातंत्र्यदिन न मानता मनोमन सुतक दिवस पाळला होता! आजही, त्यांना राजकीय, सामाजिक, आर्थिक न्याय व समता प्रस्थापित करण्याची हमी देणारी भारतीय राज्यघटना मान्य नाही. ते प्रजासत्ताकाच्या ऐवजी धर्मराष्ट्राचा पुरस्कार करतात. त्याचे कारणही हेच आहे. धर्मराष्ट्रामध्ये धर्माचे नियंत्रण राखण्याचे काम किंवा कर्तव्य धर्मशास्त्राने उच्चवर्णीयांवर सोपवले आहे. हे लक्षात घेता हिंदुत्ववाद्यांनी गांधींच्या काळात धर्म व धर्मराष्ट्र या भावनांना हात घालूनही जनता गांधींच्या चळवळीपासून दूर झाली नाही. उलट, महात्मा गांधींचा प्रभाव देशभर वाढत गेला. थोडक्यात, गांधींचे विचार आणि त्यांचे नेतृत्व ही आपल्या मार्गातील मोठी अडचण आहे असे हिंदुत्ववाद्यांना वाटत होते, म्हणून गांधींना नाहीसे करावे हा विचार हिंदुत्ववाद्यांत बळावत गेला आणि गांधींना ठार मारण्याचे प्रयत्न सुरू झाले. हा अतिरेक्यांचा गट महाराष्ट्रात होता. टिळकांना मानणारा

होता. टिळकपंथीय महाराष्ट्रात, त्यातही पुण्यात मोठ्या संख्येने होते. म्हणून हा गट महाराष्ट्रात सक्रिय होता. गांधीहत्येच्या प्रयत्नांमागे सातत्याने होता. महाराष्ट्रातून होणाऱ्या गांधीविरोधाचे विश्लेषण गांधींचे चिटणीस प्यारेलाल यांनी केलेले आहे, 'महाराष्ट्र हा कर्मठ व कट्टर ब्राह्मणांचा बालेकिल्ला आहे.' महात्मा गांधींच्या उदयामुळे लोकमान्य टिळकांच्या स्मृती मागे पडल्या आहेतच. गांधींची विचारसरणी आणि त्यांचे लढ्याचे तंत्र त्यांच्या (टिळकांच्या) कार्याची महती कमी करणारे आहे. देशाच्या राजकारणातील लो. टिळकांचे स्थान महात्मा गांधींमुळे कमी झाले आहे अशी भावना (काहींनी) करून घेतली आहे. त्यामुळे महात्मा गांधींच्या विचारांचा प्रभाव जसा वाढत गेला आणि गांधींची अहिंसक चळवळ पसरत चालली तसे (या गटाने) गांधींविषयी, त्यांच्या विचारांविषयी आणि लढ्याच्या तंत्राविषयी हाडवैर आरंभले. त्यांच्या नैराश्यातून व वैफल्यातून त्यांनी गांधींच्या निंदानालस्तीची मोहीमच काढली.

महाराष्ट्रातील सर्वच ब्राह्मणजात यात मोडत नाही. गांधींच्या प्रारंभीच्या काळात महाराष्ट्रात अनेक ब्राह्मण गांधींचे अनुयायी झाले; एवढेच नव्हे तर गांधींचा विचार पुढे नेण्यात महाराष्ट्रातील ब्राह्मणांचा वाटा मोठा आहे. मात्र बहुसंख्य ब्राह्मणांचा गांधींना पाठिंबा होता असेही म्हणता येणार नाही. त्यांची सहानुभूती गांधींविरोधी ब्राह्मणी गटाला होती. काही या गटाच्या मागे उघडपणे तर काही छुपेपणाने होते. तरी सर्वच ब्राह्मण गांधीद्वेष्टे नव्हते. कृष्णाजी प्रभाकर खाडिलकर, शंकरराव देव, काकासाहेब गाडगीळ, आचार्य जावडेकर, आचार्य स. ज. भागवत, साने गुरुजी, आचार्य विनोबा भावे अशी कितीतरी ब्राह्मण मंडळी गांधींच्या प्रभावाखाली आली. त्यामुळे हिंदुत्ववाद्यांचे पित्त आणखी खवळले. गांधींना ठार मारल्याशिवाय त्यांचा विचार रोखता येणार नाही या विचाराप्रत ते आले आणि गांधींना गोळ्या घालून, ठार मारून या प्रवृत्तीचे समाधान झाले!

गांधींना ठार मारल्यानंतर लोकमानसात आपली प्रतिमा अतिशय बदनाम होईल म्हणून गांधींना ठार तर मारले पाहिजे, परंतु हे करताना गांधींना टोकाचे बदनाम केले पाहिजे, त्यांची टिंगलटवाळी करून निर्भर्त्सना केली पाहिजे, गांधीच्या संबंधीचा दीर्घ द्वेष जनमानसात पसरवला पाहिजे, गांधींची प्रतिमा जनमानसात कलंकित केली पाहिजे, गांधी राष्ट्रद्रोही आहेत - गांधींनी राष्ट्राची फाळणी केली - गांधींनी ५५ कोटी रुपये पाकिस्तानला द्यायला लावले आणि गांधीनी मुस्लीम जातीयवाद्यांचा अनुनय केला व कट्टर हिंदूचे वाटोळे केले असा भ्रम निर्माण करण्याचे काम या कट्टरपंथीय जातीयवादी प्रतिगामी शक्तीनी केले. आज, गांधींच्या खुनाचे समर्थन करणारे त्यांचे भाऊबंद आहेत. गांधींच्या कटामध्ये भाग घेणाऱ्यांचा सत्कार १९९३ साली होतो. महात्मा गांधींचा खून होऊन

पंचेचाळीस वर्षे लोटली आहेत. गांधींच्या खुनाबद्दल पश्चात्ताप तर सोडाच, पण या खुनाचे उदात्तीकरण केले जात आहे. बेमुर्वतपणे गांधींचा 'वध' झाला असे पाठ्यपुस्तकात शिकवले जाते. वध दुष्टांचा होतो, महात्मा गांधी राष्ट्रपिता होते. राष्ट्रपित्याचा वध करणाऱ्याची औलाद बेगुमानपणे गांधींच्या खुनाच्या समर्थकांचा सत्कार करू लागली आहे.

महात्मा गांधींचा खून भारताची फाळणी किंवा ५५ कोटी रुपये देण्याच्या घटनेतून झाला नाही. तसे असते तर १९४७ पूर्वीच, जेव्हा देश केव्हा स्वतंत्र होणार हेही ठाऊक नव्हते त्याकाळापासून, म्हणजे १९३४ पासून गांधींच्या खुनाची कटकारस्थाने का रचली गेली? पुण्यातील एका जीवघेण्या घटनेत, मृत्यूच्या जबड्यातून सहीसलामतपणे सुटल्यावर महात्मा गांधींनीच म्हटले होते, 'परमेश्वराच्या कृपेने मी सात वेळा मृत्यूच्या जबड्यातून सहीसलामतपणे सुटलो आहे.' म्हणजे गांधींचा खून होण्याच्या चौदा वर्षे आधी जून १९३४ मध्ये गांधींना ठार मारण्याचा प्रयत्न पुण्यात झाला होता. त्यात सातजण जखमी झाले होते. सुदैवाने गांधी वाचले. त्या वेळेला फाळणी नव्हती आणि ५५ कोटींचे प्रकरणही नव्हते. मग तेव्हा का हिंदुत्ववादी गांधींच्या जिवावर उठले होते? हा कटही नथुराम गोडसे यांनीच केला होता. म्हणजे ३० जानेवारी १९४८ रोजी गांधींना ठार मारणारा माणूसच २५ जून १९३४ रोजी बॉम्ब टाकतो, हा माथेफिरूपणा आहे, की नियोजित कटकारस्थान आहे? १९३४ सालीच १६ जुलै रोजी कराचीला महात्मा गांधींच्या जिवास धोका होण्यासारखी परिस्थिती परशू घेतलेला एक सनातनी गांधींना भेटण्यास जात होता, पण त्याला पोलिसांनी वेळीच अडवून परशू काढून घेतला. (१६ जुलै १९३४, टाइम्स ऑफ इंडिया). त्यानंतर दहा वर्षांनी, १९४४ साली सुरा घेऊन गांधींच्या अंगावर जाणाऱ्या नथुराम गोडसेला पाचगणी येथे मी पकडले असे सुरती लॉजचे मालक मणिशंकर पुरोहित यांनी स्वतः कपूर आयोगापुढे सांगितले. सातारा जिल्हा काँग्रेस कमिटीचे अध्यक्ष, माजी आमदार भि. दा, भिलारे गुरुजी, जे आज हयात आहेत; ते स्वयंसेवक म्हणून पाचगणी येथे हजर होते व त्यांनी सुरा गांधींच्या अंगावर जाणाऱ्या नथुराम गोडसेला पकडल्याचे मला सांगितले. त्यानंतर १९४६ साली सेवाग्राम येथे नथुराम गोडसे व थत्ते गांधींजवळ येऊ लागले तेव्हा आश्रमवासीयांनी त्यांना रोखले. तेव्हा त्यांना एकाजवळ सुरा सापडला अशी साक्ष डॉ. सुशीला नायर यांनी दिली आहे. मात्र हा सुरा गांधींच्या गाडीचा टायर पंक्चर करायला आणला होता असे सांगितले.

त्यानंतर २६ जून, १९४७ रोजी पुण्याच्या मध्यवस्तीत असलेल्या वाचनालयाच्या इमारतीजवळ बॉम्ब फेकण्यात आला. या प्रकरणात एन. आर.

आठवले या इसमाला पकडण्यात आले. तो हिंदू महासभेचा कार्यकर्ता होता. समाजवादी नेते रावसाहेब पटवर्धन यांच्या सभेत अहमदनगर येथे करकरे व मदनलाल या दोघांनी बॉम्ब फेकला होता. मदनलालला १६ जानेवारी १९४७ला व करकरेला २४ जानेवारी १९४७ ला अटक करण्याचे आदेश दिले गेले होते. डिस्ट्रिक्ट मॅजिस्ट्रेटनी करकरे व मदनलाल यांना अटक करण्याची कारवाई केली नाही. त्यानंतर २९ जून १९४६ रोजी महात्मा गांधी मुंबईहून पुण्याला रेल्वेने येत असता नेरळ-कर्जत रेल्वे स्टेशनांच्या दरम्यान महात्मा गांधींच्या रेल्वेला अपघात करून त्यांना ठार मारण्याच्या उद्देशाने रेल्वेच्या मार्गावर मोठमोठ्या दरडी टाकण्यात आल्या होत्या. रेल्वेचा ड्रायव्हर एल. एम. परेरा याच्या प्रसंगावधानाने अपघात टळला व गांधी सहीसलामत सुटले आणि ३० जानेवारी १९४८ ला दिल्लीत नथुराम गोडसे यांनी त्यांना जवळून त्यांच्या पायाला हात लावून मुस्लिमांच्या वेशात जवळून गोळ्या घालून प्रार्थनासभेत ठार मारले. खरेतर, असल्या पापातून वाचण्यासाठी हिंदुत्ववाद्यांना सहजपणे मुक्त होता येणार नाही. खरेतर, महात्मा गांधींमुळे फाळणी झाली नाही, तर शेवटच्या क्षणापर्यंत फाळणी टाळण्याचे प्रयत्न महात्मा गांधींनी केल्याचे दिसते. कट्टर हिंदुत्ववाद हे फाळणीचे एक कारण होते. फाळणी झाल्यानंतर त्याविरुद्ध आवाज उठवणे म्हणजे खून केल्यावर त्यास आपली मान्यता नाही हे खुनी इसमाने सांगावे तसा हा विरोध होता. एक गोष्ट स्पष्टपणे लक्षात घेतली पाहिजे, की अखंड भारताची उच्च स्वरात घोषणा करणारा जनसंघ आणि हिंदुत्वाचा भ्रष्ट पुरस्कार करणारे त्याच्या आधीचे हिंदुत्ववादी यांनी ब्रिटिशांना व मुस्लीम लीगला फाळणीच्या कामी वास्तविक साहाय्य केले आहे. मुसलमानांनी हिंदूंबरोबर एकत्र राहावे म्हणून या लोकांनी (हिंदुत्ववाद्यांनी) कोणतेही प्रयास केले नाहीत. (गिल्टी मेन ऑफ पार्टिशन, डॉ. राम मनोहर लोहिया) हिंदुत्ववादी अखंड भारताच्या लंब्याचवड्या गप्पा मारतात, पण फाळणीच्या विरोधात त्यांनी स्वत: काय केले? त्यांनी आपली जी काही ताकद असेल त्या ताकदीनुसार का नाही आंदोलन केले?

राष्ट्रीय स्वयंसेवक संघाला तर अखंड भारताबद्दल बोलण्याचा नैतिक अधिकार नाही. कारण मुळात संघाने स्वातंत्र्यलढ्यात भागच घेतला नव्हता. मग त्यांनी फाळणीविरुद्ध लढा करण्याचे नावच घ्यायला नको. स्वातंत्र्यलढ्यात भाग न घेणाऱ्या संघटनांना व तिच्या नेत्यांना स्वातंत्र्य आणि फाळणी यांबद्दल बोलण्याचा नैतिक अधिकार नाही. फाळणी होऊन का होईना पण भारताला स्वातंत्र्य मिळाले ना? फाळणी ही दुर्दैवी गोष्ट आहे. ब्रिटिशांच्या, हिंदुत्ववाद्यांच्या आणि मुस्लीम लीगच्या राजकारणाचे ते अपत्य आहे. स्वातंत्र्याचा सूर्य उगवत असताना ज्यांनी

सुतक दिवस पाळला, त्यांना या देशाबद्दल बोलण्याचा काय अधिकार आहे? अशांनी फाळणीबद्दल महात्मा गांधींना दोष का द्यावा? ज्या संघटना स्वातंत्र्यलढ्यात होत्या त्यांनाच, फारतर, गांधींना दोष देण्याचा अधिकार पोचतो.

आता प्रश्न राहिला पंचावन्न कोटी रुपयांचा. देशाची फाळणी नक्की झाल्यावर हिंदुस्थान-पाकिस्तान या दोन राष्ट्रांमध्ये व्हाइसरॉयच्या संमतीने जो क़रार झाला, त्या करारात दोन राष्ट्रांच्या दरम्यान जो पहिला करार झाला त्याचा उल्लेख होता. त्या करारानुसार देशातल्या तिजोरीतील गंगाजळीचे वाटप ठरले. त्या वाटपानुसार हिंदुस्थानाने पाकिस्तानला पंचावन्न कोटी रुपये द्यावेत असे ठरले व ते पंचावन्न कोटी रुपये गांधींमुळे द्यावे लागले असा कांगावा हिंदुत्ववाद्यांनी केला. गांधींनी १३ जानेवारी १९४८ रोजी दिल्लीत झालेल्या हिंदू-मुस्लीम दंगलींच्या विरोधी उपोषण सुरू केले. हे उपोषण पंचावन्न कोटी रुपयांसाठी नव्हते, दिल्लीत शांतता प्रस्थापित व्हावी म्हणून होते. उपोषणाच्या वेळी सरदार वल्लभभाई पटेल यांनी व्ही. शंकर यांच्यामार्फत गांधींना निरोप पाठवला आणि 'मी काय करू शकतो?' असे गांधींना विचारले. त्यावर गांधीजी म्हणाले, 'पाकिस्तानला पंचावन्न कोटी रुपये द्या. या एका वाक्याचा राईचा पर्वत हिंदुत्ववाद्यांनी केला. खरेतर, अनेक विद्वानांनी गांधींवर भाराभर ग्रंथ लिहिले, परंतु कुणीही पंचावन्न कोटी रुपयांसाठी गांधींनी उपोषण केले असे लिहिले नाही. पंचावन्न कोटी रुपये देण्याचा निर्णय दोन राष्ट्रांच्या करारातील आहे आणि तो कॅबिनेटने घेतलेला आहे. त्याची जबाबदारी फारतर कॅबिनेटची असेल, गांधींची नाही. गांधींनी मुस्लिमांचा अनुनय केला यासाठी जर गांधींना दोषी ठरवायचे असेल तर न्या. रानडे, गोखले, लो. टिळक या सर्वांनाच दोषी धरावे लागेल. द्विराष्ट्रवादाचा सिद्धान्त गांधींना बिलकूल मान्य नाही. उलट गांधींसारखा बनिया आणि राजकीय मुत्सद्दी कोणीही झालेला नाही. हिंदू-मुस्लिमांमध्ये जो लखनौ करार झाला तो लो. टिळकांनी केलेला आहे. लोकमान्य टिळकांनी कराराच्या समर्थनार्थ केलेले भाषण हे त्याचे उदाहरण आहे. आम्हास परकीय सरकारशी भांडायचे आहे, हे भांडण यशस्वी करायचे असेल तर आपापसातील भांडणे मिटवली पाहिजेत आणि सर्व जातिभेद, धर्मभेद व मतभेद मिटवून आपण एकमुखी मागणी केली पाहिजे. असे करताना मुसलमानांना अधिक हक्क मिळाले; किंबहुना सर्व राज्य ब्रिटिशांनी मुसलमानांना किंवा हिंदुस्थानातील कोणत्याही जमातीला दिले तरी हरकत नाही, पण हिंदुस्थानातून परकीय सत्ता जाऊन हे राष्ट्र स्वतंत्र होऊ दे या वृत्तीने आपण हा करार (लखनौ करार) केला.

त्यानंतर खिलाफत चळवळ त्यांच्याच प्रेरणेने झाली. गांधींनी एवढा राजकीय अनुनय कधीही केलेला नाही. न्या. रानडे व गोखले यांचीही अशीच मते आहेत.

गांधींनी स्वतंत्र मतदारसंघाला विरोध केला, त्यासाठी उपोषण केले, तुरुंगवास भोगला. त्याप्रमाणे हिंदुत्ववाद्यांनी काय केले? त्यांनी फक्त मुस्लिमांचा व गांधींचा द्वेष केला आणि गोबेल्सच्या तंत्राने प्रसारमाध्यमातल्या आपल्या पिलावळीच्या साहाय्याने तो दीर्घ द्वेष धार्मिक भावनांना उत्तेजन देणे, रामरथ काढणे, मुस्लिमांच्या मशिदी तोडणे, राखीव जागांना विरोध करणे, धर्माच्या शिळ्या कढीला ऊत आणणे, माणसामाणसांत भेदभाव करणे, विषमतेचे परोपरीने समर्थन करणे आणि समतावादी विचारसरणीला विरोध करणे, स्वातंत्र्य- समताबंधुत्व याच्या विरोधी जेवढे म्हणून लिहिता-बोलता येईल तेवढे लिहिणे-बोलणे-खासगीत कंड्या पिकवणे, कुजबुजणे, बदनामीचे कारखाने चालवणे, विशेषतः लोकनेत्यांची बदनामी करणे, कोर्ट-कचेरीतील आपल्या जातभाईंच्या साहाय्याने बेदिली माजवणे, घटना पायदळी तुडवणे व रोज बेगुमानपणे खोटे बोलणे, सत्यापलाप करणे, आपल्या डोक्यातला मनू आणि त्यांची संस्कृती, आपले वर्णवर्चस्व, आपले श्रेष्ठत्व राखण्यासाठी वाट्टेल त्या थराला जाणे, राष्ट्रद्रोहासारख्या शेकडो गोष्टी करणे, आपल्या स्वार्थासाठी वाटेल त्या तडजोडी करणे, प्रसंगी राष्ट्रीय गुपिते विकणे, कोट्यवधी रुपये खाणे, बाईला पायातली वहाण समजणे आणि गंमत अशी, की सर्वांत जास्त आपणच भ्रष्टाचाराच्या विरुद्ध बोलणे, म्हणजे हिंदुत्वनिष्ठा असणे आणि राष्ट्र, राष्ट्रध्वज, राज्यघटना या सगळ्यांबद्दल ओठात एक आणि पोटात एक अशा कपटीपणाने वागणे याला ब्राह्मण्य असे म्हणतात.

नथुराम गोडसेला १५ नोव्हेंबरला फाशी दिली. त्यामुळे हिंदुत्ववादी हा दिवस हुतात्मा दिवस म्हणून पाळतात. मुंबईत १५ नोव्हेंबर १९९३ रोजी गोपाळ गोडसे आदी गांधी खुनातील नथुरामचे साथीदार व खुनाचे समर्थक यांची भाषणे झाली. त्यात गांधींना देशद्रोही व रक्तपिपासू म्हटले गेले आणि महात्मा गांधींची रक्षा देशातील नद्यांमध्ये विसर्जित केली असल्यामुळे या नद्या अपवित्र झाल्या आहेत असेही म्हटले गेले. जर या नद्या अपवित्र झाल्या असतील तर मग, काही वर्षांपूर्वी हिंदुत्ववाद्यांनी गंगेचे पाणी पवित्र म्हणून त्याचा बाजार का मांडला? गंगेच्या पाण्याची विक्री केली नव्हती का? आणि रामनामाचा जप करत जमवलेल्या लक्षावधी विटा कुठे गेल्या? हिंदुत्ववाद्यांची अशी ही दुटप्पी विधाने व वागणूक सातत्याने आढळून येईल. त्यांच्या प्रचारतंत्राचा हा एक महत्त्वाचा भाग आहे. त्यांनी गोंधळ उडवणे, खोटी विधाने करणे, उलटसुलट प्रचार करणे यांचाही बाबरी मशीद प्रश्नात उपयोग केला होता. न्यायाधीशापुढे केलेले प्रतिज्ञापत्र उधळून देऊन त्यांनी ६ डिसेंबरला या देशाच्या राष्ट्रवादावर केलेला आघात राष्ट्र कधीच विसरणार नाही. काही लोकांना काही काळ फसवता येते, पण सर्वच लोकांना सदासर्वकाळ फसवता येईल ही गोष्ट शक्य नाही हे

हिंदुत्ववाद्यांनी लक्षात ठेवले पाहिजे. तरच गांधींच्या नावाने गळा काढणे व प्रसंगी गळा दाबणे असले प्रकार राष्ट्र खपवून घेणार नाही.

हे टिपण लिहिताना आमचे सहकारी मित्र जगन फडणीस यांनी लिहिलेल्या व मुळातूनच अत्यंत मौलिक असे लेखन असलेल्या 'महात्म्याची अखेर' या पुस्तकाचा वारंवार वापर करावा लागलेला आहे. त्यांनी त्यांच्या ग्रंथाचा वापर करण्याची परवानगी दिली याबद्दल मी त्यांचा आभारी आहे!

❖

(१९ सप्टेंबर १९९७)

आता जनताच समुद्रात फेकून देईल!

महाराष्ट्राच्या दुर्दैवाचे दशावतार अजूनही संपलेले नाहीत. प्रतिगाम्यांच्या गोळ्यांना किती लोक बळी पडणार आहेत हे ठाऊक नाही आणि किती लोक मेल्यावर कायदा आणि सुव्यवस्था धोक्यात येते हेही आम्हाला ठाऊक नाही. नेमका किती माणसांचा मुडदा पडल्यावर कायदा आणि सुव्यवस्था धोक्यात येते, किती लोक मेल्यावर आणि तेही सरकारी गुंडांनी मारल्यावर कायदा आणि सुव्यवस्था धोक्यात येते ते ही आम्हाला माहीत नाही. राजरोसपणे दलित व अल्पसंख्याक यांच्यात दहशत निर्माण व्हावी, त्यांनी सरकार व सरकारी पक्षाच्या विरुद्ध शब्द काढता कामा नये. हजारो वर्षे ज्यांना टाचेखाली रगडून टाकले होते, ज्यांचा स्पर्शही अमंगल ठरवला गेला होता, ज्यांच्या सावलीचाही विटाळ होत होता त्या अतिशूद्र समाजातील लोकांना अशाच प्रकारच्या मनुशासित दडपशाहीने गलितगात्र करून सोडले होते. हजारो वर्षे गुलामांच्या टोळ्याच्या टोळ्या धर्माच्या नावाने गावागावातील गावकुसाबाहेर वाढवल्या गेल्या होत्या. गावकुसाबाहेरच्या गुलामांच्या या वस्त्या डॉ. बाबासाहेब आंबेडकरांच्या तत्त्वज्ञानामुळे ज्वालाग्राही, अग्निशिखांच्या रूपात तेजाने तळपू लागल्या. गुलामांमध्ये चेतना निर्माण करण्याचे सामर्थ्य म. जोतीराव फुले आणि डॉ. आंबेडकर यांच्या तत्त्वज्ञानामध्ये आहे आणि मनुशासित ठाकऱ्यांचे साम्राज्य उद्‌ध्वस्त करण्याचे सामर्थ्य फुले-आंबेडकरी

जनतेमध्ये आहे याची पक्की जाणीव इथल्या मनुवाद्यांना आहे. युतीच्या सरकारला सर्वांत मोठे वैचारिक आव्हान याच समाजातून निर्माण होईल ही सूर्यप्रकाशाइतकी स्पष्ट गोष्ट आहे. म्हणून डॉ. बाबासाहेब आंबेडकरांसारख्या विभूतीचे पुतळे आपणच भ्रष्ट करायचे आणि लोकांना भडकावून दंगली घडवायच्या, दंगलीमध्ये प्रचंड हिंसा करायची. मुंबईच्या दंगलीत ज्याप्रमाणे प्रचंड हिंसा घडवून शिवसेनेने अल्पसंख्याकांना कायमचे दहशतीत ठेवलेले आहे त्याप्रमाणे हिंसेचे हे रौद्र रूप दाखवून गोरगरीब रयत, पिचलेले दीन-दलित फुले-आंबेडकरवाद्यांना, विशेषत: पूर्वाश्रमीच्या महारांना एकदा दाबून टाकले म्हणजे दहशतीचे दमनचक्र वेगाने फिरवता येते आणि मग कोणीच अल्पसंख्य आपल्याविरुद्ध ब्र काढू शकणार नाही, या दुष्ट कपटनीतीचा भाग म्हणून शिवसेनेच्याच गुंडांनी वाघाचे कातडे पांघरून दलित जनतेवर अमानुष गोळीबार केला.

खरेतर, मोर्चा काढण्यात आमची आजवरची हयात गेली. अनेक लाठीमार आणि गोळीबार आम्ही अनुभवले आहेत. तुरुंगवासही आम्हाला नवीन नाही. आंदोलनामध्ये जनता आणि पोलीस समोरासमोर असतात, जमाव हिंसक होतो, पोलिसांना बळाचा वापर करावा लागतो, परंतु हा बळाचा वापर करत असताना समोर निःशस्त्र स्त्री-पुरुषांचा समूह आपल्यावर झालेल्या अन्यायाला दाद मागत असतो याचे भान पोलीस कधीच विसरत नाहीत. परिस्थिती हाताबाहेर गेली तर पहिल्यांदा लाठीमार करावा लागतो. इशारा देऊन अश्रुधूर सोडला जातो. अश्रुधूर सोडूनही उपयोग होत नाही असे दिसले तर मॅजिस्ट्रेटच्या परवानगीने गोळीबाराच्या पाच फैरी आकाशात झाडल्या जातात आणि एवढे करूनही लोक ऐकत नसतील तर पोलीस गोळीबार करतात आणि तो कमरेच्या खाली करायचा असतो. माणसाला ठार मारणे हा पोलीस गोळीबाराचा हेतू असत नाही. त्यातूनही शे-पाचशे गोळ्या झाडल्यावर एखाद्या माणसाला केवळ कमरेच्या वर गोळी लागते व त्याचा जीव जातो. परंतु मुंबईच्या गोळीबारात हुतात्मा झालेले झालेले सर्व लोक कमरेच्या वर गोळ्या लागून हुतात्मा झाले आहेत. जे जखमी आहेत त्यांनाही कमरेच्या वर गोळ्या घातल्या आहेत. पोलिसांनी नेमक्या फैरी झाडल्या आणि अकरा लोक ठार झाले आहेत. याचा अर्थ टिपून लोकांना गोळ्या घातल्या आहेत. याचे समर्थन बाळ ठाकरे आणि त्यांची पिलावळ सोडली तर बाकी कुणी केलेले नाही. इतका अमानुषपणा, अधमपणा करूनही मनोहर जोशींचे सरकार राजीनामा द्यायला तयार नाही! उलट, विरोधी पक्षनेते छगन भुजबळ व मधुकर पिचड यांना जिवानिशी मारण्याचा प्रयत्न शिवसेनेचे नगरसेवक, आमदार व खासदार करतात.

मंत्र्याच्या बंगल्यातून हल्ल्याचे नियोजन होते, हे राज्यात यापूर्वी कधीही

घडलेले नाही. मंत्रालय, विधिमंडळ परिसरात नेहमी १४४, १३७ कलमे लागू असतात. जेथे दहा किंवा दहापेक्षा जास्त लोक जमू शकत नाहीत तेथे विधिमंडळाच्या आणि मंत्रालयाच्या समोरच्या बंगल्यात विरोधी पक्षनेत्यांना ठार मारण्याचा प्रयत्न होतो आणि संरक्षणाला असणारे पोलीस काही करू शकत नाही. म्हणजे जिथे गोळीबार करायला पाहिजे तिथे करत नाहीत आणि जिथे गोळीबार करायला नको तिथे गोळीबार करतात. याचा अर्थ पोलीस मनोहरपंत, गोपीनाथ मुंडे या गुंडांचे ऐकत आहेत. त्यांना कायद्याचे देणेघेणे राहिलेले नाही.

केंद्रातल्या शिखंडींचे राज्य नेमके करते काय आहे? हे आम्ही समजूच शकत नाही. इंद्रजित गुप्तांबद्दल आम्ही असे ऐकले, की त्यांना आता म्हातारचळ लागला आहे. विस्मृतीचा रोग जडला आहे आणि डोळ्यांनाही दिसत नाही, कानाला ऐकू येत नाही. वैदिकांची एक गंमत असते ते आयुष्यभर क्रांतिकारक असू शकतात. परंतु मरण जवळ आले की ते पुन्हा स्वगृही परत जातात. त्याला काही अपवाद असतील, परंतु भल्याभल्यांना आम्ही तपासले आहे, जातीचे अंतिम ममत्व साठीनंतर, सत्तरीनंतर दिसू लागते. त्यामुळे कदाचित गुप्तांना जोश्यांचे सरकार बुडवायला नको झाले आहे. एका वैदिकाने दुसऱ्या वैदिकाचे राज्य कसे बुडवावे बरे!

इंद्रजित गुप्ता भारताचे गृहमंत्री आहेत. संसदेतले ज्येष्ठ सदस्य आहेत. विद्वान आहेत आणि जो साध्या ग्रामपंचायतीचा सभासद नाही, ज्यांनी उभ्या आयुष्यात कधी लोकशाही पाहिलेली नाही अशा भंपक माणसाच्या आश्वासनावर आमचा इंद्रजित उभा आहे. म्हणून किती लोक मेल्यावर कायदा आणि सुव्यवस्था धोक्यात येते हे एकदा गृहमंत्र्यांनी सांगावे. या प्रसंगी इतर कोणकोण कसे वागले याचे दाखले देण्याचे कारण नाही. लोकशाहीत लोकांना सर्वच कळते. अपघाताने मिळालेली दोघांची सरकारे जनताच सागरात बुडवील हे लक्षात ठेवा.

❖

(१२ ऑगस्ट १९९७)

खऱ्याचे खोटे, लबाडाचे त्वांड मोठे!

राष्ट्रीय स्वयंसेवक संघ, भाजपच्या मंडळींनी काही शब्द फार 'पॉप्युलर' केले आहेत. तुष्टीकरण हा एक असाच त्यांचा लाडका शब्द आहे. अल्पसंख्याकांचे तुष्टीकरण म्हणजे अल्पसंख्याकांचे लाड. म्हणजे अल्पसंख्याकांचा अनुनय करणारे म्हणजे मुस्लिमांना सुसंस्कृत माणसांनी दिलेली ही खास तुपातली शिवी होय. खरेतर, या देशात वरण-भात आणि तूप खाऊन पिढ्यान्‌पिढ्यांचे तुष्टीकरण झाले असले तर ते मूठभर उच्चवर्णीयांचे झाले आहे. हा मूठभर पुरोहितांचा वर्ग कोणताही विधिनिषेध न बाळगता, भल्याबुऱ्यांची कोणतीही चाड न ठेवता; अगदी लाज गुंडाळूनही आपल्या भातावरचे तूप कमी होणार नाही यासाठी वाटेल त्या थराला जायला तयार असतो. खोटेपणा आणि लबाडी यांत तर हा वर्ग पटाईत आहे! यांनी मूढ बहुजन समाजाला अज्ञानात ठेवून पिढ्यान्‌पिढ्या आपण सांगू ते धोरण व आपण बांधू ते तोरण असे दाती तृण धरून मानावयास शिकवले आहे. दोन तोंडाच्या मांडुळासारखी यांची अवस्था असते. एका तोंडाला चटका बसला की दुसऱ्या तोंडाने ते चालू लागते. उदाहरण म्हणून भारतीय जनता पक्षाची समान नागरी कायद्याची भूमिका घेता येईल. सत्य असे आहे, की हिंदूंसाठी असलेले हिंदू कोड बिलच या मुखंडांना मान्य नाही. हिंदूंसाठी स्वतंत्र कायद्याची गरजच काय इथपासून सुरुवात करून बालविवाह, सतीची चाल, बालहत्या,

अस्पृश्यता, स्त्रीदास्य या सर्व गोष्टींची पुरोहितवर्गाने भलावण केल्याचे दिसते. द्विभार्या प्रतिबंधक कायद्याने तर यांच्या काळजाला फार घरे पडलेली आहेत. वैदिक काळापासून हा कायदा होईपर्यंत एका पुरोहिताने किती स्त्रियांशी लग्न करावे यावर काही बंधन नव्हते. हे महापुरुष वयाच्या नवव्या वर्षापासून चौघांच्या खांद्यावर जाईपर्यंत सर्व काळ लग्न करणे, अंगवस्त्र बाळगणे (रांडा ठेवणे), जनानखाने पोसणे असले उद्योग करत असत. एवढेच नव्हे, तर आपले भोचक शौक पुरे करण्यासाठी यांनी दगडाच्या देवालादेखील वेठीला धरले. गोरगरीब, अडाणी समाजातल्या मुलींना देवाला वाहिल्याने या अडाणी माणसांचे दैन्य, दुःख, दारिद्र्य नष्ट होईल अशा भूलथापा मारून अजाण वयातील कोवळ्या मुलींना देवास नवसास लावले. या कोवळ्या पोरी या भूदेवांची करमणुकीची साधने होती. देवाची भूक आणि या सनातन्यांची भूक भागवण्यासाठी देवागणीक जथे बाळगले. यांचे चोचले पुरवण्यासाठी यांनी देवदासी, भाविणी, मुरळ्या अशा कितीतरी स्त्रियांचे वर्ग जात म्हणून देव, धर्म, रूढी आणि परंपरा यांच्या नावाने बहुजन समाजाच्या बोकांडी मारले आणि हे आपला भोगविलास अखंड शमवत राहिले. 'सारे जगच आम्ही निर्मिले, इतर सारे भाडोत्री आहेत. ते कष्टाने खात असले, स्वतःचा घाम गाळून - कष्ट करून राबून खात असले तरी ते अन्न त्यांचे नाही; तर ते ब्राह्मणांच्या मेहरबानीनेच उदरभरण करत असतात. हे जगच ब्राह्मणांच्या मालकीचे आहे, डायरेक्ट ईश्वराचा करंट घेऊन आलेले आहेत,' असे यांचे म्हणणे. या घमेंडीवर व मिजाशीवर वाढलेला हा वर्ग या द्विभार्या प्रतिबंधक कायद्याने दुखावलेला आहे आणि पेशवाई बुडाल्यानेही, साम्राज्य गेल्याचे दुःख जेवढे झाले नसेल तेवढे प्रचंड दुःख या द्विभार्या प्रतिबंधक कायद्याने यांना झालेले आहे; आणि हे सर्व करणारा डॉ. आंबेडकर हा महापुरुष! त्याने केलेली राज्यघटना यांच्या डोळ्यांमध्ये सतत खुपते आहे. म्हणून मुसलमानांच्या भुताचा भोज्या करून, एक काल्पनिक शत्रू उभा करून पुन्हा एकदा बहुजन समाजाची दिशाभूल करण्याचे हे भडभुंजे करत आहेत. कारण ते कारस्थान दुःख काय? मुस्लिमांना चार-चार बायका करता येतात आणि आपल्याला करता येत नाहीत! आता, आपल्याला म्हणजे कुणाला? आमच्या माहितीनुसार ज्या समाजामध्ये म्होतूर लावणे, पाट लावणे असे विधी आहेत, ज्या जमातींना कुलचिन्ह (टॉटेम) आहेत, त्यांना दोनच काय पाच-दहा बायका करण्याचीसुद्धा. परवानगी आहे व पहिल्या बायकोची संमती असेल तर सर्वांनाच आहे. ज्यांना गोत्र आहे तो पुरोहितांचाच वर्ग आहे आणि या वर्गाला मात्र सप्तपदीने, यज्ञयाग करून देवाब्राह्मणांच्या साक्षीने लग्न करावे लागत असल्याने द्विभार्या प्रतिबंधक कायदा लागतो. मग हे नुसत्या मुस्लिमांच्या नावाने का बोंबलतात? ख्रिश्चन, यहुदी,

पारशी व ब्राह्मणेतर हिंदू यांच्या नावाने का कोकलत नाहीत? ते कोकलत नाहीत, याचे कारण - ते अत्यंत अल्पसंख्य आहेत व हिंदुत्वाच्या नावाने बहुजन समाजाच्या चिखलाचा गोळा कोणाच्याही अंगावर भिरकावून फेकण्याचा उचापतखोर उद्योग यांनी पिढ्यान्‌पिढ्या केलेला आहे व हीच गोष्ट ते आजही करत आहेत. ओठात एक आणि पोटात एक हीच यांची परंपरा आहे. हे डावे पक्ष व परिवर्तनवादी चळवळी यांनी नीट समजावून घेण्याची गरज आहे.

मुस्लिमांची एकगठ्ठा मते मिळावीत म्हणून काँग्रेस समान नागरी कायदा करत नाही किंवा एकसारखा नागरी कायदा करत नाही असा प्रचार राष्ट्रीय स्वयंसेवक संघ परिवारातील संघटना सातत्याने करत आल्या आहेत. खरेतर, समान नागरी कायद्याची मागणी समतावादी संघटना, समाजवादी, कम्युनिस्ट, शेकाप हे डावे पक्ष करत होते. त्या कालखंडात राष्ट्रीय स्वयंसेवक संघाचे सरसंघचालक गोळवलकर गुरुजी हे समान नागरी कायद्याच्या विरोधात बोलून चळवळ करत होते. किंबहुना, स्वातंत्र्यपूर्वकाळात पुरोहितवर्गाने मुस्लिमांच्या वेगळ्या कायद्याला हरकत घेतली नव्हती. उलट, लोकमान्य टिळकांसारख्या लोकाग्रणी नेत्याने मुस्लीम लीग बरोबर सूत जमवले हा इतिहास आहे. परंतु हिंदूंच्यातला 'तुष्टीकरण' झालेला पुरोहितवर्ग आपल्या सोयीने बोलत राहतो. सर्वोच्च न्यायालयाने एकसारखा नागरी कायदा करण्याचा प्रयत्न करावा असे म्हटल्यानंतर २४६ कलमाच्या आधारे भाजपच्या सरकारांनी आपल्या राज्यात एकसारखा कायदा करावा. कारण हा कायदा करण्याचा अधिकार राज्यालाही आहे. सर्वोच्च न्यायालय म्हणते, राज्यातील सर्व भागासाठी राज्य सरकार एकसारखा कायदा करू शकतेच, पण एखाद्या राज्याला सर्व राज्यात असा कायदा करायचा नसेल तर राज्याच्या काही भागांसाठीही राज्य सरकार एकसारखा नागरी कायदा करू शकते. मात्र धर्मनिरपेक्षतेच्या घटनेच्या मूलभूत गाभ्याशी सुसंगत असा एकसारखा नागरी कायदा व समान नागरी कायदा असला पाहिजे. हे घटनेला अभिप्रेत असल्याचे सर्वोच्च न्यायालयाने ठणकावून सांगितले आहे.

काँग्रेसविरोधी प्रचाराचे रान उठवण्यासाठी भाजप व संघपरिवारातील संघटनांनी खऱ्या-खोट्याचा कसलाही विधिनिषेध पाळला नाही आणि समान नागरी कायदा, घटनेतील तरतुदीनुसार झाला पाहिजे असा धोशा लावला. या धूळफेकीने जनतेची फसवणूक झाली. ती भाजपच्या प्रचाराला फसली. पण जनतेला सदासर्वकाळ असे फसवता येत नाही, म्हणून सर्वसाधारण नागरिकांनी, काँग्रेससह सर्व डाव्या पक्षांनी समान नागरी कायद्यासाठी भाजपला व शिवसेनेला सळो की पळो करून सोडले पाहिजे. कारण याच एका समान नागरी कायद्याच्या मागणीवर सर्व डावे

पक्ष व काँग्रेस एकत्र येऊ शकतात; आणि असे केल्यानेच, भाजपने वाघाचे जे कातडे पांघरले आहे, ते काढून वाघाच्या कातड्यामागे ते लपलेल्या जातीयवादी लांडग्याचे दर्शन लोकांना होईल व धर्मनिरपेक्ष घटनेला बळकटी येऊन राष्ट्रीयत्वाची भावना वाढीस लागेल. समान कायदा करावा अशी त्यांची मनापासूनची भूमिका नाही. तसे भाजपचे धोरण नाही. भाजपचे अध्यक्ष लालकृष्ण अडवाणी यांनी पत्रकारांना मुलाखत देऊन भाजपचा एकसारखा नागरी कायदा करण्यास विरोध दर्शवला आहे. (इंडियन एक्स्प्रेस, २९ जून ९५) अडवाणींनी त्रिवेंद्रम येथे पत्रकारांना सांगितले, 'एकसारखा नागरी कायदा करण्यासंदर्भात सर्वोच्च न्यायालयाने जो आदेश दिला आहे त्यानुसार केंद्रात आमच्या पक्षाचे सरकार सत्तेवर असते तरीही आम्ही सर्वोच्च न्यायालयाच्या आदेशानुसार कायदा केला नसता. सर्वोच्च न्यायालयाच्या निकालापेक्षा आम्ही लोकांचा कौल मानू.' त्यावर पत्रकारांनी विचारले, 'आज भाजपची सरकारे आहेत त्या राज्यांत एकसारखा नागरी कायदा करणार का?' तेव्हा ते म्हणाले, 'असा कायदा लादण्यापेक्षा सहमतीने असा कायदा करावा या मताचा मी आहे.'

भाजपने अशी भूमिका यापूर्वी घेतली नव्हती. समान नागरी कायदा झाला पाहिजे ही भाजपची मागणी होती. लोकांच्या समोर कातडे पांघरलेल्या या विकृत वाघाचे स्वरूप उघडेनागडे करण्यासाठी, समान नागरी कायद्यासाठी डाव्या पक्षांनी संघटित चळवळी केल्या पाहिजेत. कारण समान नागरी कायदा सहमतीने करावा ही काँग्रेससह इतर पक्षांची भूमिका आहे. परंतु त्या सर्व पक्षांना भाजपने मुस्लिमधार्जिणे ठरवले आणि आता मात्र पलटी खाऊन सहमतीच्या गरजेची भूमिका ते घेत आहेत. मग इतकी वर्षे लोकांना समान नागरी कायद्याच्या प्रश्नावर भाजप का भडकावत होता? भाजपची तेव्हाची आणि आत्ताची भूमिका ही लबाडीचीच आहे.

❖

(१९ जुलै १९९५)

'हा तर, जुन्याच कातड्याचा नवा बूट!'

शिळ्या कढीला ऊत आणणे, अशी एक म्हण मराठीत आहे. युतीचे सरकार आल्यापासून कढी कायम उतू जाते आहे! तसेच आता, 'गोवंश हत्याबंदी' असा एक जुन्याच कातड्याचा नवा बूट सरकारने काढलाय! म्हणजे असे आहे, की इंदिराबाईंच्या काळात, १९७६ साली राज्याच्या काँग्रेस सरकारने राज्यात गोहत्या बंदीचा कायदा केला. विनोबांच्या हट्टामुळे तो कायदा झाला. त्यापूर्वी, २ एप्रिल १९५३ रोजी एका महाराजाने मुंबई प्रांताच्या असेंब्लीपुढे गोहत्या बंदीचे विधेयक आणले होते. त्या वेळी त्यांनी तीन प्रकारचे मुद्दे उपस्थित केले होते. एक आर्थिक स्वरूपाचा, दुसरा बिनआर्थिक स्वरूपाचा आणि तिसरा घटनात्मक स्वरूपाचा. त्यावेळी त्या बिलावर उलटसुलट चर्चा होऊन ते अशासकीय विधेयक फेटाळले गेले होते. आमच्या मते, या शिळ्या कढीला वारंवार जो ऊत येतो आहे तो यांपैकी कोणत्याही कारणाने येत नसून भलत्याच कारणासाठी येतो आहे; आणि ते कारण पूर्णतः भावनिक आहे. खुद्द सरसंघचालक गोळवलकर गुरुजी यांनी स्वतः असे म्हटले म्हटले आहे, काही लोक या प्रश्नाचा आर्थिक भूमिकेवरून विचार करतात. परंतु या प्रश्नाकडे म्हणजे गोवधाच्या प्रश्नाकडे मी आर्थिक दृष्टीने पाहत नाही. या बाबतीत मला केवळ भावनात्मक विचार अभिप्रेत आहे. कौन्सिलमध्ये असेच बिल १९५० साली आले होते. याचा अर्थ राष्ट्रीय स्वयंसेवक

संघाच्या जन्मापासून या प्रश्नाचे भावनिक भांडवल करण्याचा प्रयत्न संघिष्ट मंडळी करत आहेत असा होतो.

आता, खरे म्हणजे गोहत्या बंदीचा कायदा झाला आहे. मग तरीसुद्धा यांच्या पोटात सारखे का खुटखुटते आहे? खरेच, यांना गाईचे प्रेम आहे की गाईच्या आड दुसरेच काही खुसपट काढायचे आहे? यांनी गाई तर कधी राखल्याचे दिसत नाही. बैल-बारदाना, गोटा-पाणी, औत-काटी, किंबहुना यांच्या कोणत्याच पिढीत चिखलात हात घालून कोणी घाम गाळल्याचे आमच्या वाचनात, ऐकिवात नाही. यांनी कधी वैरणीच्या दोन पेंढ्यासुद्धा कापून गाईला घातलेल्या नाहीत, की हौसेखातरही खिल्लारी बैलजोड्या पाळलेल्या नाहीत. मग यांना गाई आणि तिच्या वंशाबद्दल एवढी कळकळ का? गरिबातला गरीब शेतकरी बेंदूर, पोळा साजरा करतो. ऐपत नसेल तर 'रीन' काढतो, पण दारातल्या बैलाची, गाईची एक दिवस का असेना मनोभावे पूजा करतो. गोडाधोडाचे अन्न करतो. आपण खातो, बैलाला भरवतो, हौसेमौजेने त्याला नटवतो. शेतकऱ्याला गाय, बैल जीव की प्राण! या बिचाऱ्याचा बारदाना गोमूत्राच्या वासाशिवाय चालत नाही. यातले काहीच तर हे पंतोजी करत नाहीत. मग या बिचाऱ्या मुक्या जनावरांसाठी यांचे आतडे तीळतीळ तुटते आहे ते कोणत्या कारणाने? यज्ञाच्या नावाने अपरिमित पशुहत्या करणारे हे; ज्यांची वेदामध्ये रसभरित वर्णने आहेत. गाईचा कोणता भाग कुणी खावा, लुसलुशीत कवळी गाय कशी निवडावी, ती चवीने कशी खावी याची वर्णनेच्या वर्णने वेदामध्ये सापडतात. किंबहुना तथागत गौतम बुद्धाने यज्ञातल्या पशुहत्येवर हल्ला करीपर्यंत यज्ञाचे हे स्तोम प्रचंड माजवले गेले होते. अहिंसेचा प्रचार केला तो बुद्ध, जैन यांनी. पुरोहितांचा, त्यांच्या यज्ञसंस्कृतीचा गाई खाणे हा तर छंदच होता. मग यांना गाईच्या प्रेमाचे पान्हे कसे बरे अचानक फुटावेत?

तर ओठात एक आणि पोटात एक अशी यांची संस्कृती आहे. आम्ही भारतीय शेतकरी गाईला गोमाता समजतो, तिची पूजा करतो हे या चोरांना पक्के ठाऊक आहे. या भोळ्याभाबड्या माणसांच्या श्रद्धेचा आपल्या सत्तेसाठी लग्गा मारता येतो का? आणि तो मारता येत असेल तर हे लबाड लोक गाईसाठी खोटे-खोटे रडतील! यांना ना गाईची चिंता, ना शेतकऱ्यांची. इतरांना अडाणी ठेवून त्यांचे शोषण करणारे हे. त्यांच्या राजकीय स्वार्थासाठी वरील तिन्ही मुद्द्यांपैकी एकाही मुद्द्याचा विचार न करता मुसलमानांची जिरवावी. हिंदू भोळ्याभाबड्या जनतेच्या गोमातेबद्दलच्या प्रेमाला खोटे-खोटे गोंजारून आपल्या आपमतलबासाठी पुन्हा एकदा हे गाईलाच बळी द्यायला तयार झाले आहेत!

शेतकरी मात्र शहाणा असतो. तो दुभती गाय व उपयुक्त गोरा यांना कधीच

विकत नाही. मात्र खाट म्हशी, भाकड गाई आणि बडवलेले बैल यांना तो कधीच सांभाळत नाही. आईतला आणि गाईतला, बा आणि बैलातला फरक त्याला बरोबर कळतो. हा फरक ज्यांना कळत नाही त्यांनाच काढावे लागतात वृद्धाश्रम आणि पांजरपोळ. शेतकरी आपल्या बापाला सांभाळतो आणि भाकड जनावरे कसाबाला देतो. या उपरही, जनावरे पाळायची फारच खुमखुमी असेल तर यांनी राज्यातील सारी भाकड जनावरे खुशाल घ्यावीत राखणावळीला. आम्ही ती द्यायला तयार आहोत. पण यांनी शेतकऱ्यांच्या भावनांशी खेळू नये.

❖

(२६ जुलै १९९५)

ही तर 'संघाची ढोंगबाजी'च!

'**रा**जकीय क्षेत्रातील गुन्हेगारी आणि भ्रष्टाचार' हे शब्द भारतीय जनता पक्षाने अलीकडे फारच प्रसिद्ध केले आहेत; किंबहुना, त्यांनी पिढ्यान्‌पिढ्या सोवळे नेसून सतत इतरांपेक्षा आपण फार श्रेष्ठ आहोत असा अहंकार बाळगला आहे. त्यांनी ब्राह्मण कितीही झाला भ्रष्ट तरी तिन्ही लोकी श्रेष्ठ असा डंकाच पिटवलेला आहे. त्यामुळे आपण श्रेष्ठ आहोत, किंबहुना आपण जे जे करतो ते श्रेष्ठच असते अशा अहंगंडाने उच्चवर्णीय समाज बरबटला आहे. एरवी गुन्हेगारीकरण आणि भ्रष्टाचार या संबंधी ते ढोंगीपणाने उठसूट बोलले नसते. राष्ट्रीय स्वयंसेवक संघ ही यांची मातृसंस्था. संस्था स्थापन झाल्यापासून दरवर्षी दसऱ्याला, दसरा पूजनाला संघ स्वयंसेवक ध्वजनिधी अर्पण करतात. हा निधी किती असतो? कोण देतात? किती देतात? या निधींचा हिशेब ठेवला जातो का? ध्वजनिधीची पावती मिळते का? राष्ट्रीय स्वयंसेवक संघ ही संघटना विश्वस्त निधी की राजकीय पक्ष आहे? जर कोणत्याच कायद्याने हा नोंदलेला नसेल तर आपण सांस्कृतिक संघटना आहोत, आम्ही चारित्र्यसंपन्न नागरिक तयार करतो. या त्यांच्या म्हणण्यातले चारित्र्य नेमके कोणते? संघनिधी सांभाळणारे सर्वजण साव आहेत असे समजायचे काय? कोणत्या वर्षी यांनी स्वत:ची हिशेबपत्रके, कामाचे अहवाल प्रसिद्ध केले. सारेच गुप्त आणि कटकारस्थानवादी; यांनी चारित्र्याच्या गप्पा इतरांना शिकवाव्यात, याला काय

म्हणावे? गांधींचा खून करणारा गोडसे, याला कोठून पैसे मिळत होते? गोडसे गुन्हेगार होता की देशभक्त? मदनलाल पावा, ल. ग. थत्ते, करकरे, गोपाळ गोडसे हे गुन्हेगार होते की देशभक्त? यांच्या सोयीने कोणी गुन्हेगारी केली तर ती पवित्र देशभक्तीपर कशी काय ठरते? गोपीनाथ मुंडे यांच्या नावे मटका बंद करण्यासाठी तीस कोटी रुपयांचा व्यवहार झाला असा आरोप विरोधी पक्षनेते मधुकरराव पिचड यांनी महाराष्ट्राच्या विधानसभेत केला. याचा उपमुख्यमंत्र्यांनी काय खुलासा केला? 'पुरावा देऊन आरोप करा मग चौकशी करतो' तर मुंडेसाहेब संघाच्या शाखेत हेच शिकवले जाते काय? शरद पवारांचे दाऊदशी संबंध आहेत, त्यांनी 'एन्रॉन'मध्ये पैसा खाल्ला असे बेछूट आरोप आपण व आपल्या संघपरिवारातील पिलावळीने घसा फाडफाडून कोणता पुरावा दिला होता तुम्ही? पुरावा असेल तर कोर्टात खेचा असेच शरदराव सांगत होते ना!

मुंडेसाहेब, हिंमत असेल तर आता आपण सत्तेत आहात, असतील ते पुरावे जाहीर करा. आपल्या अंगावर आल्यावर पुरावे द्या असे म्हणणारा ढोंगी, आपमतलबी माणूस फक्त संघ शाखेत घडतो. कारण संघ म्हणजे साक्षात लबाडी आणि लबाडीचे दुसरे नाव म्हणजे राष्ट्रीय स्वयंसेवक संघ होय. राजकीय क्षेत्रातील गुन्हेगारी आणि भ्रष्टाचार 'पारदर्शी' पद्धतीने खणून काढण्याची मुक्ताफळे आपण रोज उधळत असता. १९९३ च्या उत्तर प्रदेश विधानसभेच्या निवडणुकीत भाजपने किती गुन्हेगारांना तिकिटे दिली होती हे जाहीर करता? आता तर संपूर्ण देशाचे राज्य करायला निघालाय! मध्य प्रदेशातल्या आपल्या पक्षाच्या माजी खजिनदाराने म्हणे चक्क दोन कोटी रुपये गुप्त निधीतून गायब केले आहेत आणि वर कोषाध्यक्षाला पाठीशी घातले जात आहे. राज्याच्या पक्षनिधीतून जर एवढा मोठा भ्रष्टाचार होऊ शकतो तर केंद्रात या पक्षाचे राज्य आल्यावर काय होईल? की त्या वेळी नोटांची बंडले सोवळ्यात घेतली होती म्हणून बाकीच्या समाजाने आपला स्पर्श होईल म्हणून अंग चोरून उभे राहावे? गुन्हेगारीसंबंधी तुम्ही बोलता मग गँगवॉरमध्ये कोणत्या पक्षाचे लोकप्रतिनिधी मारले गेले आणि का मारले गेले हे एकदा सांगता? की तुमचे चारित्र्य म्हणजे बोलाची कढी आणि बोलाचाच भात झाले आहे.

❖

(५ ऑगस्ट १९९५)

पंतांचे हातपाय गळाले!

महाराष्ट्राचे रडतराव मुख्यमंत्री सध्या पायाखालची वाळू सरकल्यामुळे महाराष्ट्रभर बेताल बडबड करत मतांच्या जोगव्यासाठी हिंडत आहेत. या हिंडण्याला त्यांनी परिवर्तन यात्रा असे म्हटले आहे. कशाचे परिवर्तन आम्हास ठाऊक नाही. मनोहरपंतांचा कोणत्याही परिवर्तनाशी काडीचा संबंध नाही. परिवर्तन कशाचे सत्तेचे की व्यवस्थेचे? सत्ता परिवर्तन असेल, स्थिती परिवर्तन असेल तर तो बदल राज्याच्या जनतेने विधानसभेसाठी केला आहे. जोशीबुवांच्या कारभाराचा काय उजेड पडलाय तो महाराष्ट्रातील जनता उघड्या डोळ्यांनी पाहत आहे. मग परिवर्तन कशाचे? व्यवस्थेचे परिवर्तन तर जोशीबुवांना व त्यांच्या ठगपेंढाऱ्यांना बिलकूल कबूल नाही. उलट, इतिहासाची चाके उलटी फिरवून स्वस्त प्रसिद्धीसाठी ते प्रतिगामी स्वरूपाचे परिवर्तन करत आहेत. शहरांच्या नावाच्या परिवर्तनाने अस्मिता जागेल पण पोटाची आग विझणार नाही, की गोरगरिबांच्या अस्तित्वाचाही प्रश्न सुटणार नाही. पंतांपुढे अस्मितेचा प्रश्न आहे. आम्हा गोरगरीब रयतेच्या पोटी अस्तित्वाचा प्रश्न आहे. आम्ही जिवंत कसे राहायचे, दोन वेळ जेवायचे कसे? चूल पेटवता पेटवता मेटाकुटीस आलेले आम्ही आज घरात चिमणी पेटवू शकत नाही. पाच लिटर रॉकेल पंधरा दिवसाला मिळते. त्यात घासलेटचा दिवासुद्धा लावता येत नाही. स्वस्त धान्य दुकानामध्ये उपलब्ध नसते. पाच

जीवनावश्यक वस्तू पाच वर्षे एकाच दराने देऊ असे सांगणारे पंत मतांपुरते बोलले आणि आता म्हणू लागलेत, उपलब्धतेनुसार माल मिळेल! म्हणजे उपलब्ध साठा खेड्यापाड्यातील रेशनिंग दुकानांमध्ये नसतोच. आणि माल असतो तेव्हा खिशात पैसा नसतो. काळ्या बाजाराने रॉकेल घ्यायचे तर १६ ते २२ रुपये दर आहे. पंत म्हणतात, की केंद्र सरकार रॉकेल देतच नाही. आमचा दावा असा आहे, की केंद्र सरकार रॉकेल देते, परंतु महाराष्ट्राच्या पुरवठा खात्याचे पोट चणाडाळ, तूरडाळ खाऊन खाऊन फुगले आहे. त्यामुळे रॉकेलच्या आणि धान्याच्या वितरणाकडे या खात्याचे लक्षच नाही.

अख्ख्या मंत्रिमंडळात एकाही मंत्र्याचे काम समाधानकारक चाललेले नाही. महाराष्ट्राच्या समाजजीवनावर बारकाईने नजर असलेला जाणकार एकही जण नाही. सारे पंढरपूरच्या बडव्यांसारखे. अन्न, वस्त्र आणि निवारा सारे देतो म्हणाले म्हणून आम्ही एकदा विधिमंडळात म्हटले होते, 'सभापती महोदय, हे सरकार मला स्वप्नातला बंगला हवेत बांधू देत नाही. ही आमची हवेतली हवेली गोरगरिबांसाठी असणार आहे.' परंतु हे प्रतिगामी सरकार आम्हाला हवेत बंगला बांधायलादेखील परवानगी देत नाही. चट्कन मंत्री म्हणाले, 'सभापती महोदय, ही गोष्ट खरी नाही. लक्ष्मण मानेचे मित्र पूर्वी सरकार चालवत होते. त्यांनीच हा बंगला बांधायला परवानगी द्यायला हवी होती. चाळीस वर्षांत या लोकांनी गोरगरिबांवर अन्याय केले. त्यांना बंगला बांधायला परवानगी दिली नाही. परंतु सभापती महोदय, हे शिवशाहीचे सरकार सन्माननीय सदस्यांना तत्काळ बंगला बांधायला परवानगी देत आहे.' हवेतला बंगला बांधायला परवानगी देणारे पंत अद्यापही जमिनीवर आलेत असे दिसत नाहीत, मुख्यमंत्र्यांच्या आणि उपमुख्यमंत्र्यांच्या परिवर्तन यात्रेचा पुरता फज्जा उडाला आहे. या फजितवड्याने मुख्यमंत्री खजील होण्याऐवजी, आत्मपरीक्षण करण्याऐवजी संयम घालवून बसले आहेत. त्यामुळे शिवराळ भाषेत विरोधकांची निंदानालस्ती करण्यात, विरोधकांना शिव्यांची लाखोली वाहण्यात दंग झाले आहेत.

आपल्या अपयशावर पांघरूण घालण्यासाठी सध्या त्यांनी नवी डरकाळी फोडली आहे. महाराष्ट्रातील शिवसेना-भाजप युतीचे सरकार बरखास्त करण्याचा कट केंद्र सरकारने केला असल्याचा कांगावखोर अपप्रचार खास संघीय पद्धतीने तुपातल्या शिऱ्याबरोबर त्यांनी पसरवला आहे. पुढे जाऊन ते असे म्हणतात, हिंमत असेल तर केंद्राने हा प्रयत्न करून बघावाच, उभा महाराष्ट्र पेटल्याशिवाय राहणार नाही. म्हणजे आम्हाला सत्तेवर ठेवा नाहीतर पेटवापेटवी करतो!

शिवसेनेच्या जन्मापासून तोडफोड, जाळपोळ आणि पेटवापेटवी यापलीकडे यांची अक्कल कधी चाललेलीच नाही. वर आणखी हे म्हणणार की आम्ही

सत्तेत आहोत. जातीय दंगली झाल्या नाहीत, जाळपोळ झाली नाही. जाळपोळ करणारे जाळपोळीला मदत करणारे किंवा त्यांचे बोलविते धनी सत्तेत असतील तर जाळपोळ होईलच कशी? आमच्याकडे खेड्यात म्हण आहे, 'देगूं दे नाहीतर शेळ्या निवड' म्हणजे अमुक गोष्ट करू दे नाहीतर शेळ्या निवड, नाहीतर तुझ्याकडे बघून घेतो. म्हणजे सत्तेवर बसले ते शहाणे की गुंड? पंत, महाराष्ट्राचे सोडा, आपले राज्य बुडाले तर गल्लीतले कुत्रेसुद्धा रडणार नाही आणि आपला हा इशारा आपल्यापुढे बसलेल्या शिवाजी पार्कच्या आठ-दहा हजारांतदेखील साधी ठिणगी पाडू शकला नाही. लाखाने जमाव जमवण्याची परंपरा असलेल्या आपल्या सरकारपुढे मैदान सुसाट मोकळे. महाराष्ट्राचा मुख्यमंत्री शे-दोनशे लोकांपुढे परिवर्तन यात्रेत भाषण करत होते हे अख्ख्या महाराष्ट्राने पाहिले आहे. 'रिमोट कंट्रोल'ने आपली ही सभा कंट्रोल केल्याचे आमच्या ऐकिवात आहे. ठाकरे आणि ठाकऱ्यांची पिल्ले फिरकलीसुद्धा नाहीत तुमच्या वर्धापनदिनाला; की तुम्ही त्यांचा कोणाचा साधा उल्लेखही केला नाही हेही पाहिले पाहिजे आहे, अपयशी कारभाराकडून तोंडावर आलेल्या लोकसभेच्या निवडणुकांच्या काळात जनतेचे लक्ष भलतीकडे वळवावे अशा हेतूने आपण पेटवापेटवीची भाषा बोलत आहात. आपल्या सरकारने अल्पसंख्याक आयोग रद्द केला. मुंबईतील जातीय दंगलीची चौकशी करणारा श्रीकृष्ण आयोगही बासनात गुंडाळून ठेवला. खरेतर, आपले राज्य बरखास्तच केले पाहिजे असे आमचे ठाम मत आहे. परंतु निवडणुका तोंडावर असताना कोणताही पंतप्रधान विरोधकांची राज्ये बरखास्त करत नसतो. अगदी आपले गळापडू मित्र, केंद्रीय गृहमंत्री पेढा तोंडात घालून आपले राज्य अबाधित राखत असताना बरखास्तीच्या शंका-कुशंकांनी आपले मन एवढे भेदरून का गेले आहे? आपले सख्खे मित्र दिल्लीत राज्य करत असताना शरद पवारांना दिल्लीत येऊ द्यायचे नाही यासाठी आपले आतलेबाहेरले सर्व मित्र मनोमन कटिबद्ध असताना बरखास्ती होईलच कशी? तेव्हा, रिकाम्या खुर्च्यांसमोर भाषण करताना आपण जी आगखाऊ भाषा केलीत ही भाषा आपल्यासारख्या सुसंस्कृत मुख्यमंत्र्याला शोभणारी नाही. आपल्या सरकारमध्ये आता जान उरलेली नाही. निवडणुकांसाठीची परिवर्तने जनता गमतीने पाहत आहेत हे लक्षात असू द्या.

❖

(१९ मार्च १९९६)

बघता बघता, निवडणुका जाहीर झाल्या आणि नेहमीप्रमाणे पोकळनामेही प्रसिद्ध होऊ लागले. पूर्वी पक्ष संघटित, सुदृढ होते. त्यांना पक्षाघात झालेला नव्हता. पक्ष त्यांच्या घट्ट विचारसरणीने बांधलेले होते. काही डावे होते, काही उजवे होते, काही उजवीकडे झुकलेले होते तर काही डावीकडे झुकलेले होते. परंतु विचारांची बैठकच नाही असले पक्ष नव्हते. पक्षांना आर्थिक कार्यक्रम होते, पक्षांकडे गरिबांसाठी स्वप्ने होती. आता, पक्ष दिवाळखोरीकडे गेले आहेत. कोणत्याच पक्षाकडे राजकीय तत्त्वज्ञान शुद्ध स्वरूपात राहिलेले नाही. त्यातल्या त्यात डाव्या पक्षांची परिस्थिती बरी आहे. त्याचे कारण, ते सत्तेत दीर्घकाळ कुठेच स्थिरावले नाहीत असे असावे. पूर्वी अख्खा जाहीरनामा सोप्या सोप्या गाण्यांच्या स्वरूपात लोकांकडे जात असे. काँग्रेसवाला म्हणे, 'या गरिबांनो या, झेंडा हाती घ्या, काँग्रेसची हाक तुम्हा हाय हो' समाजवादी पक्ष म्हणे, 'कसणाऱ्यांची आता होऊ द्या धरणी, श्रमणाऱ्यांची होऊ द्या गिरणी' आणि साम्यवादी म्हणत असत, 'जय जय गाजत आले, जय जय वाजत आले, आम्हा गरिबांच्या बोकांडी बसलं, गड्या हे स्वराज्य असलं रे कसलं?' जाहीरनाम्याचा सर्व आशय जनतेपर्यंत गाण्यांच्या रूपाने जात असे. शाहीर अमर शेख, शाहीर अण्णाभाऊ साठे, शाहीर जंगमस्वामी, शाहीर गवाणकर, शाहीर फरांदे, शाहीर साबळे असे एकाहून

'बडा घर पोकळ वासा, वारा जाई भसाभसा'

एक श्रेष्ठ कलावंत; अगदी लीलाधर हेगडे, वसंत बापट यांच्यापर्यंत हातामध्ये डफ, तुणतुणे घेऊन महाराष्ट्राचा कानाकोपरा पिंजून काढत असत.

भाजपकडे किंवा जनसंघाकडे अशा स्वरूपाचा कार्यक्रम कधीही नव्हता. भाजपच्या पूजा-अर्चा, संध्या, पंचपळी-पात्र, जानवे, मंदिर, पंचांग, सोवळेओवळे, वर्णजाती-श्रेष्ठत्व, मनात दबा धरून बसलेला मनू, इतरांबद्दल मनातून संतप्त तुच्छता आणि बाहेरून स्वच्छ कोराकरकरीत संवेदनाहीन चेहरा, पांडित्यपूर्ण कोरडे बोलणे, सातत्याने सामाजिक विद्वेष वाढवणे, मुस्लिमांचा द्वेष शिकवणे, भांडवलदारांचे तुष्टीकरण करणे किंवा आपल्या विरोधकांना नामोहरम करण्यासाठी आपल्या विरोधकांची असलेली-नसलेली कुलंगडी बाहेर काढणारे आपण तेवढे साव बाकी सगळे चोर, आपण सारे श्रेष्ठ बाकीचे सगळे भ्रष्ट, आपला तो बाब्या लोकाचे कार्टे, असलेल्या-नसलेल्या शक्तीने फुसकुल्या सोडणे, गोरगरिबांमध्ये संशयाचे भूत निर्माण करणे, स्वजातीयांचे हित मनात ठेवणे व आपल्या हितसंबंधाची लढाई तात्त्विकतेचा आव आणून सांगणे म्हणजे भाजपचा जाहीरनामा.

अगदी आताच्या लोकसभेच्या घोषणांचा आढावा घेतला तरी भाजपला कोणताच कार्यक्रम नाही असे दिसून येईल. त्यामुळे यांचे गाणे 'राय रे राय रे साखर कितनी खाय रे' या लायकीचे फिल्मी स्टाइलचे, इतरांचे चारित्र्यहनन करणारे असते. हवालाफेम अडवाणी, नरसिंहरावांनी त्यांना केव्हाच आडवे केले; नाकाने वांगी सोलत होते, त्यांनी या निवडणुकीत भ्रष्टाचाराचा मुख्य प्रश्न बनवणार अशी घोषणा केली. परंतु हवाला प्रकरण उघड झाल्याने आणि अंबानीशेठजींच्या बनावट शेअर्स प्रकरणाने गोंधळ निर्माण केला. या प्रकरणात खुद्द अडवाणी, मदनलाल खुराणा, कैलास जोशी अशा भाजपच्या डझनावारी नेत्यांविरुद्ध खटले भरले गेले. त्यामुळे भाजपने भ्रष्टाचार हा प्रचाराचा मुद्दाच सोडून दिला! मग म्हणाले, पुरुलियामधील शस्त्रसाठ्यांचा प्रश्न हा प्रचाराचा मुद्दा करू. देशाच्या सुरक्षिततेविषयी प्रचार करू. त्यातही वांधे झाले. देशाच्या सुरक्षिततेचा मुख्य प्रचाराचा विषय करायचा तर मुंबई बॉम्बस्फोट प्रकरणासंबंधी बोलावे लागते. या बॉम्बस्फोटाच्या कटामध्ये पाकिस्तानच्या आय.एस.आय. या गुप्तहेर संघटनेचा हात होता यावर टीका करावी लागते आणि भाजपचे खायचे दात वेगळे आणि दाखवायचे दात वेगळे असतात. आतल्या दातांना हे ठाऊक होते, की दाऊद इब्राहिम हा पाकचा हस्तक आहे आणि आपल्याच पक्षाचे खासदार ब्रजभूषणसिंग हे दाऊद इब्राहिमच्या टोळीतील एक आहेत. त्यांनीच लालकृष्ण अडवाणींच्या रथयात्रेचे सारथ्य केले होते. म्हणजे अडवाणी आणि अख्खा पक्ष हे दाऊदचे हस्तक ठरतात. पर्यायाने राष्ट्रद्रोही ठरतात. मग त्यांनी राष्ट्राच्या सुरक्षिततेची चर्चा करायची कशी? म्हणून तोही मुद्दा विचारात घेता येत

नाही. शिवाय, पुरुलिया येथे विमानातून शस्त्रसाठा टाकणाऱ्यांवर इंडियन पिनल कोडच्या १२० ब कलमाखाली खटला भरला आहे. या कलमाखाली देशद्रोहाचा कट केल्याचा आरोप येतो आणि त्यात दोषी ठरणाऱ्याला फाशी किंवा जन्मठेप ही शिक्षा सांगितली आहे. लालकृष्ण अडवाणी यांच्यावरही याच इंडियन पिनल कोडच्या १२० ब कलमाखाली खटला भरण्यात आला आहे. देशाच्या सुरक्षिततेचा प्रश्न जाहीरनाम्यात मुख्य केला तर खासदार ब्रजभूषणसिंग आणि १२० ब कलम पक्षाला गोत्यात आणण्यास कारणीभूत होणार होते. (दै. पुढारी ९ एप्रिल १९९६) त्यामुळे ही घोषणा भाजपला सोडून द्यावी लागली.

'बडा घर पोकळ वासा वारा जाई भसाभसा' अशी अवस्था भाजपच्या जाहीरनाम्याची झाली आहे. नाही म्हणायला या जाहीरनाम्यात स्वदेशीवर भर देणाऱ्या आर्थिक धोरणाची घोषणा आहे, पण रा. स्व. संघाच्या स्वदेशी जागरण मंचाच्या पिलांनी एन्रॉन प्रकरणात आपले पुरते नाक कापून घेतले आहे. परंतु गिरे तो भी टांग उपर; खरे कधी बोलायचेच नाही. गोरगरीब जनतेच्या डोळ्यांत धूळफेक करायची हा यांचा कावा. म्हणजे भाजपचे स्वदेशीचे आर्थिक धोरण आपमतलबी आणि फसवे असते हे एन्रॉन प्रकरणात आपण सर्वांनी पाहिलेच आहे. स्वदेशीचा मंत्र देणाऱ्या महात्मा गांधींचा खून करणाऱ्यांच्या कटात सामील असलेले हे भोज्ये म्हणे त्या स्वदेशीचा पुरस्कार करणार! हे दाखवण्याचे दात आणि खुल्या आर्थिक धोरणाची कास सोडणार नाही हे खायचे दात. खुल्या धोरणामुळे गरिबांची गरिबी वाढण्याची शक्यता आहे. श्रीमंताचा चंगळवाद बोकाळणार आहे. अगोदरच आर्थिक विषमता, टोकाची सामाजिक विषमता, जातिव्यवस्थेच्या विषारी सर्वांचे विळखे, स्त्री-पुरुष समतेच्या नावाने बोंबाबोंब, स्त्रीला पायातल्या पायताणाची वागणूक; त्यामुळे गोरगरीबवर्गांचे झाले तर हाल आणि नुकसान होणार आहे. म्हणजे गरिबांच्याच माथी काठी. म्हणजे देशावर राज्य करू इच्छिणाऱ्या पक्षाला कोणत्याही प्रकारचा कार्यक्रम नाही. म्हणून तो 'बडा घर पोकळ वासा' आहे. तो त्यांच्या हिंदुत्वाप्रमाणेच आहे. अगदी धर्माचा उपयोग राजकारणासाठी करू नका असे शंकराचार्य अडवाणींना सांगत असले तरी त्याचा काही उपयोग नाही. कारण तेच त्यांचे भांडवल आहे. धर्मश्रद्धेचे भांडवल हा भारतीय लोकशाहीला ठार मारणारा फार मोठा धोका आहे. हिंदुत्वाबाबतहा भाजपची गडबड आहे, कारण ते शंकराचार्यांचेही ऐकायला तयार नाहीत. अशा नकट्यांचा भारतीय संविधानाला अपशकुन आहे हे भारतीय रयतेने लक्षात घेणे आवश्यक आहे.

❖

(१२ एप्रिल १९९६)

पंतांच्या पायाखालची वाळू सरकली!

निवडणुकांची आगटी जसजशी तापू लागली आहे, तसतसा धुरांचा कोंडही वाढू लागला आहे. जातीयवादी राजकारणाने ९५ साली अफवांचा, फंदफितुरीचा जो आगलावेपणा केला आणि आगटी चेतवली यात भल्याभल्यांचे होत्याचे नव्हते झाले. काँग्रेसला सत्ता गमवावी लागली. इंग्रजांनीच 'फोडा आणि झोडा' नीतीचा वापर केला असे नाही. या नीतीचा उपयोग सत्ताधारी असणाऱ्यांना करावाच लागतो असा समज मनोहरपंतानी करून घेतला आहे असे दिसते. मुळात काँग्रेस फोडून बहुजनांची डोकी फोडण्याचा उद्योग जोवर सुरू होत नाही तोवर आपले राज्य येणार नाही; आपले राज्य यावे असे तर वाटते पण बहुजनांना आपला विश्वास वाटत नाही हे जोशीबुवांना पक्के ठाऊक आहे.

खरेतर, जोशीबुवांच्या पूर्वजांनी, हा समाज एकत्र राहू नये किंबहुना बाजारातल्या गर्दीसारखा गर्दीत राहावा, परंतु येथे कोणीच कोणाचे नसावे असे करून ठेवले आहे. प्रचंड गर्दी एवढेच स्वरूप या देशातल्या जनतेला प्राप्त झाले आहे. आणि त्यातही दोन माणसांत जात, पंथ, लिंग, वेश, भाषा, भूषा, भवन; अगदी अन्न, पाणी, जेवढे जमेल ते प्रत्येक साधन विभाजनासाठी वापरले आहे. असा नव्वद टक्के समाज एकमेकांच्या द्वेषावर उभा आहे. एकही जात अशी नाही की जिच्यामध्ये उपजाती नाहीत, त्या उपजातींमध्ये कुळ्या-मुळ्या आणि त्यांचे प्रचंड अहंकार नाहीत.

सहिष्णुता नावालाही कुठे सापडणार नाही एक जात दुसऱ्या जातीचा उल्लेखसुद्धा सरळ करणार नाही.

मनुवाद्यांनी असे प्रचंड विभाजनाचे काम केले आहे. तेच काम बाळासाहेब ठाकरे, मनोहर जोशी, मुंडे आणि त्यांचे सख्खे सोयरे प्रमोद महाजन ही विषमतावाद्यांची भुतावळ करत आहे. यांना उभा असलेला गाव मोडायचा आहे. गावात आलेली संपत्ती ही सर्वच गावात आली असे आम्ही म्हणत नाही, परंतु ज्या मूठभर वर्गाकडे हजारो वर्षे सत्ता, संपत्ती, प्रतिष्ठा एकवटली होती तिचा बांध फुटला. भारतीय लोकशाहीने सत्ता, संपत्ती, प्रतिष्ठेत आम जनतेला वाटेकरी करून घेतले. एरवी संपत्तीचा संचय करणे, सत्तेचा उपभोग घेणे ही जन्मसिद्ध कर्तव्ये फक्त ब्राह्मण-क्षत्रियांच्या वाटणीची होती. याउलट भारतीय राज्यघटनेने या भूमीत जन्म घेणाऱ्या प्रत्येक माणसाला माणूस म्हणून सत्तासंपत्ती-प्रतिष्ठेच्या फेरवाटपाचा कार्यक्रम जाहीर केला. म्हणून गाव मोडला पाहिजे, गावातील सहकारी विकास मोडला पाहिजे, गाव भिकेला लागला पाहिजे, हे सारे गवताची काडीही हातात न घडून आले पाहिजे आणि यासाठी जालीम उपाय, जो मनोहरपंतांच्या पूर्वजांनी वापरला तोच उपाय जोशीबुवांनीही वापरला आहे.

बहुसंख्याकांचा नेता वाटेल ते करून बुद्धिभेदाने बदनाम केला पाहिजे. बहुसंख्याकांचे पुढारी हे नीतिवान नाहीत, चारित्र्यवान नाहीत असा अफवांचा बेसुमार बोभाटा करत राहायचे. शरद पवार चोर आहे, शरद पवार खिसेकापू आहे, शरद पवार लुटारू आहे, शरद पवार भामटा आहे, शरद पवारांचे दाऊदशी संबंध आहेत, शरद पवार गावगुंड आहे इतक्या खालच्या पातळीवर येऊन महाराष्ट्राचा मुख्यमंत्री बोलतो याची आम्हाला लाज वाटते. परंतु हे त्यांचे बोलणे हे भांग पिऊन केलेले बोलणे नाही. चाणक्यनीतीचा वापर करून जोशीबुवांच्या डोक्यात कुटिल कारस्थाने करण्याचे कपट मनुवाद्यांनी ठासून भरलेले आहे. कपटनीतीचा वापर शस्त्रासारखा करून ही ब्राह्मण्यवादी मंडळी शरद पवारांना बदनाम करण्यात ९५ साली यशस्वी झाली. याचा अर्थ चाणक्यनीतीचा वापर सदासर्वकाळ करता येतो असे मात्र नाही. पंतांच्या पायाखालची वाळू सरकली म्हणून ते असे बेताल बडबडू लागले आहेत. मुख्यमंत्र्यांच्या सभेला पाच ते दहा माणसे असतात. कित्येक सभा रद्द कराव्या लागतात आणि शरद पवारांच्या सभांना हजारो लोक झुंडीच्या झुंडींनी जमतात. हे पाहून जोशीबुवांचे सशाचे काळीज भेदरून गेले आहे.

विदर्भातील शेतकरी कापसामुळे नाडला. अन्नाला मोताद झाला. पश्चिम महाराष्ट्रातील शेतकरी उभ्या ऊसाने होरपळून निघाला. चोवीस तास कारखाने चालू आहेत आणि लाखो एकर ऊस अजून शेतात उभा आहे. शेतकरी

कोट्यवधी रुपयांना बुडाला, तरीही फोडा आणि झोडा पायलीचे पावशेर पुढारी, विक्रीला निघालेले दलाल, स्वतःच्या गुर्मीत वावरणारे गावोगावचे राज्यकर्ते, आम जनतेचे मालक असल्याच्या आविर्भावात आज सत्तेच्या वारुळावर बसलेले नागोबा यांच्याशी पंतांनी कितीही चुंबाचुंबी केली तरी फुले-आंबेडकरांना मानणारी, कर्मवीर अण्णांनी शिकवलेली, राजर्षी छत्रपती शाहू महाराजांनी ताकद देऊन उभी केलेली जनता आता या साऱ्या सापनाथ-नागनाथांना ठेचून काढून बहुजनांच्या हितासाठी, भारतीय राज्यघटना, लोकशाही, आणि मूलभूत स्वातंत्र्याच्या रक्षणासाठी, देशाचे नेतृत्व करण्यासाठी कितीही कोल्ही, कुत्री ओरडली तरी मजबूत ताकद देऊन शरद पवारांना दिल्लीत धाडणार याबद्दल आम्हाला तिळमात्र शंका नाही. दलित, इतर मागासवर्गीय, भटकेविमुक्त, आदिवासी, शेतकरी, कामगार आणि स्त्रिया यांच्या मजबूत एकजुटीवर प्रहार करणारे मनोहरपंत बेताल बडबडू लागले आहेत. याचे कारण साम, दाम, दंड, भेद वापरूनही शरद पवारांना संपवता आलेले नाही. ही गोष्ट त्यांनी नीट लक्षात घ्यावी, केवळ वावदुकपणा मुख्यमंत्र्यांना शोभत नाही.

❖

(२६ एप्रिल १९९६)

जोश्यांचा उंदीर आणि कुलकलंक

लोकसभेच्या निवडणुकांचा प्रचार देशभर आता शिगेला पोचला आहे. महाराष्ट्रात काँग्रेस, सेना-भाजप युती आणि डाव्या पक्षांचा पुरोगामी लोकशाही मोर्चा ही तिसरी आघाडी अशा लढती होणार. युतीच्या नपुंसक राज्यकारभारामुळे राज्यभर त्यांची पुरती फटफजिती झाली आहे. या पक्षाकडे कोणताही आर्थिक कार्यक्रम नाही. जवळपास सत्तर टक्के लोक दारिद्र्यरेषेच्या आसपास राहतात आणि स्वत:ला राष्ट्रीय पक्ष म्हणवणाऱ्या पक्षाकडे गोरगरीब रयतेच्या कल्याणासाठी कोणताही कार्यक्रम नाही. पक्षाचा सारा जोर अजूनही गोबेल्सला लाजवील अशा पद्धतीने चालू आहे. लफडी-कुलंगडी बाहेर काढणे, आपणास सोडून इतरांच्या भ्रष्टाचारावर बोलणे, इतरांच्या संबंधी, विशेषत: शरद पवारांसंबंधी सातत्याने विषारी गरळ ओकणे एवढेच काम मनोहर जोशी, गोपीनाथ मुंडे ही विदूषकांची जोडी करत आहे. मोगलांच्या घोड्यांना जसे पाण्यातही संताजी, धनाजी दिसत असत तसे पेशव्यांच्या या वारसदारांना जळी, स्थळी, काष्ठी, पाषाणी शरद पवार आणि फक्त शरद पवार दिसत आहेत. महाराष्ट्राचा मुख्यमंत्री माजी मुख्यमंत्र्याच्या मागे इतका हात धुऊन लागतो आणि सर्व प्रशासकीय साधने असूनही, हुकूमत ताब्यात असूनही एका अक्षराचा पुरावा शरद पवारांच्या विरोधी आणू शकत नाही. रोज नुसते आरोप करत राहतो. नववे आरोप करत राहणे आणि त्याला गौप्यस्फोट म्हणणे म्हणजे

बिनडोकपणाचा कळस होय. परवा बारामतीला म्हणे गाजावाजा करून मनोहरपंत गौप्यस्फोट करणार होते. परंतु दै. सकाळ आणि दै. महाराष्ट्र टाइम्स या व्यवसायबंधूंनी या गौप्यस्फोटातील हवा दोन दिवस आधीच काढून घेतली. पंतांनी पायाखालची वाळू सरकल्यामुळे राज्याच्या सचिवांना, आयुक्तांना असे आदेश दिले, की पुणे जिल्ह्यातील इंच अन् इंच जमीन तपासा, हजारो एकर जमीन शरद पवारांच्या नावावर आहे. राजा बोले दल हले तसे झाले. मुख्य सचिवच जर पुण्यात येऊन बसले तर पुढे काय बोलावे? पुणे जिल्ह्यातील इंच अन् इंच जमीन तपासून झाली, परंतु केवळ शरद पवार नव्हे तर सर्व पवार कुटुंबीयांची जमीन पाहता, कायद्याच्या कक्षांचा कुठेही भंग झाल्याचे दिसले नाही किंवा कमाल जमीनधारणा कायद्याची पायमल्ली झाली आहे असेही कुठे दिसले नाही. आणि पंतांना तर मसाला हवा होता बॉम्बगोळा. कुठला बॉम्ब? मुख्यमंत्र्यांना केवळ बोंबाबोंब करावी लागली. आव असा आणला होता, प्रचाराचे तंत्र असे वापरले. होते, की फार मोठा घोटाळा मुख्यमंत्री उघड करणार. डोंगर खणून उंदीर मात्र बाहेर निघाला. खळबळजनक आरोप होणार म्हणून सभेला गर्दी मात्र करता आली. आम्हाला तर हे कळत नाही, की मुख्यमंत्री आहेत की, भिताड. आपण जे आरोप करतो आहोत त्याची शहानिशा तरी करून घ्यावी. जे कैदी अगोदरच तुरुंगात आहेत ते कैदी कुणी मवाली आहेत किंवा मवाल्यांचे साथीदार आहेत आणि चोक्सी नावाचे कुणी गृहस्थ दाऊद इब्राहिमशी संबंधित आहेत, त्यांना अटक करण्याची टाळाटाळ केली हा जुनाच उंदीर पंतांनी जाहीर केला. त्यावर दुसऱ्या दिवशी पवारांनी खुलासा केला. चोक्सीला माझ्याच काळात अटक झाली आहे आणि तो या तुरुंगात आहे. म्हणजे राज्य कोण करते आहे? जोशी की पवार?

यावर पुन्हा जोशी नवा आरोप करतात, त्यांना वेळीच पकडले नाही म्हणून बॉम्बस्फोट झाले. याला म्हणतात अक्कलहुशारी. एखाद्याला चोर ठरवायचे, त्याची चोरी सिद्ध होईना, की तुझ्या बापाने चोरी केली होती असे म्हणावे, तेही सिद्ध झाले नाही, की त्याच्या बापाने चोरी केली असे म्हणावे, तेही सिद्ध झाले नाही, तर तुमच्या कुळातीलच कोणी चोर होते म्हणून तुला फाशी देतो हा पेशवाई थाटातला न्याय आणि रामशास्त्री प्रभुण्यांचा आव आणून महाराष्ट्राचा हा लबाड मुख्यमंत्री गावोगावी मतांचा जोगवा मागतो आहे. कमरेचे सोडून डोक्याला गुंडाळले की हे असेच होते. कोडग्या लाज नाही, कालची अब्रू आज नाही. असा सोटा सेना-भाजप उमेदवारांच्या पाठीत येत्या ७ तारखेला रयत लगावल्याशिवाय राहणार नाही. कारण शेतकरी, शेतमजूर, कष्टकरी, अंगमेहनती कामगार, बलुतेदार, अलुतेदार, अनुसूचित जमाती, भटके विमुक्त आणि तमाम स्त्रिया

यांच्यामध्ये शरद पवार नावाची सुप्त लाट आली आहे. ही लाट युतीचे राज्य बुडवल्याशिवाय थांबणार नाही.

सारी रयत शरद पवारांच्या पाठीशी ठामपणे उभी आहे. डावे पक्ष निवडणुकीमध्ये जिंकण्याची जराही शक्यता नाही. तेव्हा डाव्या पक्षाला मत म्हणजे जातीयवादी पक्षांना मदत, परंतु काँग्रेसच्या द्वेषापोटी डाव्या पक्षातली मंडळी भारतीय जनता पक्षासारख्या जातीयवादी पक्षाला अप्रत्यक्ष मदत करत असताना दिसतात. बारामती लोकसभा मतदारसंघामध्ये काँग्रेसचे उमेदवार व माजी मुख्यमंत्री शरदराव पवार यांना पराभूत करण्यासाठी शिवसेना-भाजप पुरस्कृत अपक्ष उमेदवार शंकरराव बाजीराव पाटील यांना पाठिंबा देण्याची घोषणा प्रकाश आंबेडकर यांनी केल्यामुळे, आंबेडकर यांनी सेना-भाजपला उघडपणे मदतच केली आहे. डाव्या पक्षातल्या आमच्या मित्रांना आम्हाला एवढेच सांगायचे आहे, डॉ. बाबासाहेब आंबेडकरांच्या वंशात जन्म घेतला म्हणजे तो माणूस आंबेडकरवादीच असतो असे आम्हाला वाटत नाही. प्रकाश आंबेडकर हे डॉ. बाबासाहेब आंबेडकर यांचे नातू, म्हणून आम्हाला त्यांचे कौतुक आहे, परंतु राजकारणामध्ये प्रकाश आंबेडकरांनी मारलेल्या कोलांट्या उड्या या आर. एस. एस.-भाजपच्या मदतीलाच धावून गेल्याचे आजपर्यंत दिसले आहे. रिपब्लिकन पक्षाच्या अध्यक्षीय मंडळाचे ते प्रमुख आहेत. डॉ. बाबासाहेब आंबेडकरांनी लिहिलेली राज्यघटना, आम्ही सत्तेवर आल्यावर, फेकून देऊ असे म्हणणाऱ्या भाजपला प्रकाश आंबेडकरांनी मदत करावी याला दुर्दैव म्हणायचे, नाही तर काय? डॉ. बाबासाहेब आंबेडकरांसारख्या प्रज्ञासूर्य कुळात जन्मलेले प्रकाश आंबेडकर म्हणूनच कुलकलंक ठरतात. आजवरचे त्यांचे बोलणे-चालणे हे प्रतिगाम्यांना मदत करणारेच आहे. यासाठी केला होता का हा ऐक्याचा प्रपंच असे आम्हाला अध्यक्षीय मंडळाला विचारायचे आहे. काँग्रेसची कावीळ होणे समजू शकते, परंतु आपल्या दिग्गज पूर्वजांची प्रतिष्ठा नष्ट करणारे करंटे वारसदार आम्ही समजू शकत नाही, आणि म्हणून रिपब्लिकन जनता कोणत्याही गटातटाची गुलाम नाही. ती स्वतंत्रपणे निर्णय घेईल आणि भीमपराक्रम करून दाखवील अशी आम्हाला खात्री आहे.

रिपब्लिकन पक्षाच्या अध्यक्ष मंडळावरील एक नेते, आमचे ज्येष्ठ कविमित्र. नामदेव ढसाळ यांनी लगेच अशा घोषणेबद्दल आपली नाराजी व्यक्त केली आहे. पक्षाच्या अध्यक्ष मंडळाला विचारात न घेता प्रकाश आंबेडकरांनी अशी घोषणा केल्याबद्दल त्यांनी आश्चर्य व्यक्त केले आहे. प्रकाश आंबेडकर यांच्या मनमानी कारभाराचे हे उत्तम उदाहरण आहे. प्रकाश आंबेडकरांनी सेना-भाजप पुरस्कृत उमेदवाराला पाठिंबा दर्शवल्याने अन्य मतदारसंघातील तिसऱ्या आघाडीचे उमेदवार अडचणीत आले आहेत. पवार यांना विरोध म्हणजे काँग्रेसला विरोध

आणि त्याचा दुसरा अर्थ सेना-भाजपला पाठिंबा असे सूत्र प्रकाश आंबेडकरांनी स्वीकारले आहे. हे धोरण रिपब्लिकन पक्षाच्या आतापर्यंतच्या भूमिकेशी पूर्णपणे विसंगत व धोकादायक आहे. शिवाय, प्रकाश आंबेडकरांच्या विधानामुळे आंबेडकरी चळवळीतील जनतेपर्यंत चुकीचे संदेश जाणार आहेत आणि म्हणून आंबेडकरांची घोषणा ही प्रतिगामी पक्षाला मदत करणारी आहे. आंबेडकरी जनता संघ, भाजप, सेना यांना दूरान्वयानेही दारात उभी करणार नाही आणि खुद्द डॉ. बाबासाहेब आंबेडकर स्वतः मूर्तिभंजक होते. व्यक्ती ही कितीही मोठी असली, अगदी महात्मा असली तरी बाबासाहेबांनी त्यांची फारशी फिकीर केलेली नाही. उलट, ईश्वर जरी समोर येऊन उभा राहिला तर त्यालासुद्धा परखड जाब विचारल्याशिवाय राहणार नाही अशी त्यांची भूमिका होती. बाबासाहेबांचे सारे आयुष्य व्यक्तिवादी तत्त्वज्ञानाच्या विरोधी लढण्यात गेले. त्यांनी स्वत:चा वाढदिवस कधी साजरा केला नाही की इतरांना करू दिला नाही. माझा देव करू नका असे निक्षून सांगणाऱ्या बाबासाहेबांचा नातू हा काही देव होऊ शकत नाही. त्यालाही माणसांचे सारे नियमच लागू आहेत. भारतीय राज्यघटनेपुढे संकट आले असता प्रकाश आंबेडकर जुन्याच चालीने चालत आहेत याचा आम्हाला खेद होतो.

❖

(५ मे १९९६)

भुतामुखीचे भागवत

मराठीतील ख्यातनाम साहित्यिक पु. ल. देशपांडे यांनी 'तीन पैशांचा तमाशा' हे एका इंग्रजी नाटकाचे भाषांतर असलेले नाटक लिहिले. हे नाटक अतिशय गाजले. खरे तर, आपल्या- कडच्या राजकीय पक्षांच्या पुढाऱ्यांची भाषणे ऐकल्यावर, वाचल्यावर 'तीन पैशाचा तमाशा' हे नाटक लिहिण्याची पु. लं.सारख्या नाटकवेड्या माणसाला काही गरज होती असे वाटत नाही. एवढी अफलातून नाटके भारतीय राजकीय रंगभूमीवर गाजत आहेत! स्वत:च्या राजकीय पक्षाला नैतिक चारित्र्याचे कस्टोडियन म्हणवणाऱ्या भारतीय जनता पक्षाचे वस्त्रहरण सध्या जोरात सुरू आहे. पक्षाचे अध्यक्ष लालकृष्ण अडवाणी, दिल्ली प्रदेशचे मुख्यमंत्री मदनलाल खुराणा, दाऊद इब्राहिम याच्या सहा साथीदारांना आपल्या घरात ठेवून घेणारा भाजपचा खासदार व्रजभूषणसिंग वगैरे कितीतरी 'नैतिक दृष्ट्या श्रेष्ठ' असलेले महापुरुष भ्रष्टाचाराच्या गंगेत गटांगळ्या खात असताना भारतीय जनता पक्षाची आपण हसतंय लोकाला व शेंबूड आपल्या नाकाला' अशी अवस्था झाल्याचे दिसते. दिल्लीच्या रामलीला मैदानावरून या पक्षाचे दुतोंडी अध्यक्ष लालकृष्ण अडवाणी हे नैतिकतेचा टेंभा मिरवत 'मी न्हवं त्यातली अन् कडी लाव आतली' असा आव आणत भुतामुखीचे भागवत लोकांना ऐकवत होते. 'सर्वोच्च न्यायालयात आपण अपराधी ठरलो तर सार्वजनिक जीवनातून संन्यास घेऊ' असे

ते म्हणाले. या भागवताचा अर्थ असा, की आपण अतिशय स्वच्छ आहोत, चारित्र्यवान आहोत. आपण तेवढे साव आहोत असे जनतेच्या मनावर ठसवणे आणि दुसरे म्हणणे संन्यास घेण्याची घोषणा करून आपण नैतिक मूल्ये पाळणारे सचोटीचे आहोत असा आभास निर्माण करण्याचा खटाटोप ते करत आहेत. खरेतर, मी निरपराधी आहे हे सांगायला सभा कशाला हवी? त्यांच्यावर आरोपपत्र ठेवले आहे. त्याचा खटला न्यायालयात चालू होईल. खरे काय ते बाहेर येईल. त्यासाठी स्वत:च्या स्वच्छतेच्या प्रचाराची मोहीम अडवाणींनी चालवायची गरज काय? कपाळाला राष्ट्रवादाचे मोठे कुंकू लावले म्हणजे आपण राष्ट्रभक्त ठरत नाही. कपाळाला मोठे कुंकू लावले तरी आपण पाकिस्तानातून भारतात आलो हेही झाकता येत नाही आणि निर्वासित म्हणून आलेल्या अडवाणींचे नेतृत्व भारतीय जनता स्वीकारणार नाही हे अडवाणींचे बोलवते धनी नागपूरकर जानवेवाले हेरून आहेत. त्यामुळे या प्रकरणात अडवाणींचा बोकड झाला तर तो नागपूरकर संघिष्टांना हवा आहे आणि भाजपलाही हवा आहे. म्हणून तर त्यांनी देशाचा भावी पंतप्रधान अटलजी असल्याचे मुंबईच्या महाअधिवेशनात सांगून टाकले! बिचाऱ्या अडवाणींचा बळी गेला. पायातला खुळखुळा आणि हातातल्या काठीचा पुंगरू वाजवत, नैतिकतेचे महाढोल बडवत अडवाणींच्या यात्रांवर यात्रा चालू आहेत. आमच्याकडे बकऱ्याला बळी देण्यापूर्वी खाऊपिऊ घालतात, ताजातवाना करतात. नटवूनथटवून, वाजवत-गाजवत त्याला देवापुढे बळी देतात. तसे राष्ट्रीय स्वयंसेवक संघ नावाच्या पुजाऱ्यांनी अडवाणी नावाचे निर्वासित चुकलेले कोकरू, गेली पंधरावीस वर्षे सजवून-धजवून त्याला यात्रांवर यात्रा काढून, आता हवाला प्रकरणात अडवाणींचा बळी देऊन या मतलबी यात्रेचा संघाला समारोप करायचा आहे! आणि एखाद्या वैदिकाला चक्रवर्ती करायचे आहे. खरेतर, अडवाणी आडवे झाल्याचे कोणालाही दुःख नाही. भाजप व रा. स्व. संघ परिवाराला तर नाहीच नाही. बहुसंख्याकांच्या हितासाठी एखादा अल्पसंख्याक असा बळी दिला तर त्यांना काही वाटत नाही.

अडवाणी यांच्यावर भारतीय दंडसंहिता (इं.पि.को) १२० ब या कलमाखाली एक आरोप आहे. कट करणे, कटात सामील होणे, कटाला मदत करणे या संबंधी इं. पि. कोडचे १२० ब हे कलम आहे. या कलमाखाली एखादा आरोपी दोषी ठरला तर त्याला फाशी किंवा जन्मठेप देण्याची तरतूद या कलमात आहे. आता जर आरोप सिद्ध झाले तर अडवाणींना सार्वजनिक जीवनातून संन्यास घेण्याची वेळच कशाला येईल? तेव्हा इं. पि. कोडच्या १२० ब कलमाखाली शिक्षेच्या तरतुदींचा विचार करता अडवाणींची संन्यासाची भाषा ही बकवास आहे. एखाद्या बाबीचा कट केला, परंतु तो यशस्वी झाला नाही तर इं. पि.

कोडच्या १२० ब कलमांतर्गत जास्तीत जास्त सात वर्षे आणि कमीत कमी दोन वर्षे एवढी शिक्षा होते. म्हणजे कट करण्याचा अयशस्वी प्रयत्न केला असे जरी सिद्ध झाले तरीही सार्वजनिक जीवनातून संन्यास घेण्याची भाषा 'सौ चुहे खाके बिल्ली चली हाजको' अशाच प्रकारची नाही काय? याशिवाय लाचलुचपत प्रतिबंधक कायद्याच्या सेक्शन ७ व १३ (२) कलमान्वये अडवाणींवर आरोप ठेवला गेला आहे. या कलमाबरोबरच १३ (१) (ड) यांचाही विचार करायचा आहे. सार्वजनिक जीवनातील व्यक्तीने लाच मागणे, लाच घेणे, घेण्याचा प्रयत्न करणे या संबंधीची ही सर्व कलमे आहेत. या कलमाखाली कमीत कमी तीन वर्षे व जास्तीत जास्त दहा वर्षे एवढी शिक्षा सांगितली आहे. तेव्हा अडवाणींसारख्या समाजसेवकाने घरीच बसलेले बरे, परंतु नैतिकतेचे उसने अवसान आणलेल्या अडवाणींच्याकडून हे होईल असे आमच्याने म्हणवत नाही. सार्वजनिक सेवकाला एक रुपया किंवा एक दिवस शिक्षा झाली तरी त्याला सार्वजनिक जीवनातील सर्व व्यवहारास अपात्र ठरवले जाते. अडवाणी हे या कायद्याने दोषी ठरले तर त्यांना सार्वजनिक जीवनात राहता येणार नाही. आपोआप, सार्वजनिक जीवनातून उठण्याची वेळ न्यायालयाच्या निकालाने येते. तेव्हा, .। दोषी ठरलो तर सार्वजनिक जीवनातून संन्यास घेईन या अडवाणींच्या घोषणेत कोणता प्रामाणिकपणा, कोणती सचोटी व कोणती नीतिमत्ता शिल्लक राहते? एखाद्याला कायद्यातील तरतुदीने बाजूला केले तर त्याला संन्यास कसे म्हणता येईल? पण सचोटीचे, प्रामाणिकपणाचे, नैतिकतेचे हे अवडंबर; हे सारेच एक प्रचंड मोठे ढोंग आहे. हे प्रचंड मोठे ढोंग बाबरी मशीद उद्ध्वस्त करत असते आणि हे घडवणाऱ्या बोक्यांचे डोळे दिल्लीतल्या सत्तारूपी लोण्याच्या गोळ्याकडे लागलेले असतात. म्हणून नामदेव ढसाळ यांच्याप्रमाणे म्हणावेसे वाटते –

''तुमचा सनातन दया, फॉकलंड रोडच्या,
भडव्याहून उंच नाही, खरंच, तुम्ही आमच्यासाठी
आभाळा खाली, मांडव घातला नाही.
कशाला वाजवता, नैतिकतेचे नगारे,
तुम्ही तर सारे, बारुदाचे ढिगारे!

❖

(२६ फेब्रुवारी १९९६)

पंत, भगवा फडकला पण कुणाचा?

ब्राह्मण लोक मोठे कर्तबगार आहेत, तरीपण पारशी पंथीयांप्रमाणे स्वयं-मान्यतेच्या पायी बरेच नाडलेले आहेत. ब्राह्मणी राज्य- कारभाराच्या, हिंदुस्थानाने अनेक वेळा घेतलेल्या अनुभवांनी असे कळून आले आहे, की त्यांच्या कारभारात जरी बुद्धी आणि कावा हे गुण मुख्यत: दिसून येतात तरी, त्यांचा राज्यकारभार बहुजन समाजास सुखावह होण्याऐवजी तो दुःसह झाला. ब्राह्मणी राज्य किंवा एतद्देशीय राज्य खराब निपजल्यामुळेच ब्रिटिश राज्याचा टिकाव झाला हे विसरता कामा नये. सांप्रतकाळी या ब्राह्मण लोकांचा कावा असा दिसून येतो, की ब्रिटिशांना हिंदुस्थानावर राज्य करता यावे म्हणून त्यांनी ज्याप्रमाणे आपल्या लष्करी व दिवाणी पेशाच्या साहाय्याने ब्राह्मणेतर लोकांना कह्यात ठेवण्यासाठी त्यांच्यावर मेहेरनजर ठेवली; आणि बाकी सत्ता गाजवण्याचा हक्क ही तर आपली वाजवी देवदत्त मिरास आहे. अशी त्यांची प्रामाणिक समजूत आहे! योजना कुशल आहे खरी. पण ती अशा तऱ्हेने मांडली व घाटली जात आहे, की निदान वरपांगी तरी ती सिद्धीस जाण्याचा योग दिसत नाही. पण न जाणो, आयत्या वेळी पारडे फिरू शकते. कारण मागासलेले जनसमूह या भावी स्वराज्याचा काथ्याकूट ऐकून अस्वस्थ झाला आहे व आड असलेले ब्रिटिश सत्तेचे सुदर्शन काढून घेऊन स्वराज्य दिसल्यावर त्यांच्या पाठीस लागणाऱ्या ब्राह्मणी जुलमाच्या पिशाच्चाचे भयंकर स्वरूप त्यांना नुकतेच दृगोचर

होत चालले आहे. स्वराज्याची वरील चिकित्सा खोटी आहे असे म्हणणारा शहाणा ब्राह्मणेतरांत तरी सापडेल असे संभवत नाही. पण हा अनर्थ टाळण्यास ब्राह्मणेतरांनी काय केले आहे? (डॉ. बाबासाहेब आंबेडकर - मूकनायक २ : फेब्रु. १९२०)

डॉ. बाबासाहेब आंबेडकरांनी ज्या भूताची भीती १९२० साली दाखवली ते पिशाच्च पुन्हा दृग्गोचरित झाले आहे, १९९५ साली.

खरेतर, १९२० हे साल ब्राह्मणांना अत्यंत वाईट गेले. ब्राह्मतेज व क्षात्रतेज एकवटून स्वराज्य आपल्याच ताब्यात मिळणार असा या पुरोहितवर्गाचा होरा. पण लोकमान्य बाळ गंगाधर टिळक यांचे दुःखद निधन झाले, त्यामुळे हा समसमा योगायोग टळला तो टळलाच. टिळकांच्या निधनाने शेटजीभटजींचा पक्ष असलेली काँग्रेस म. गांधींच्या उदयाने त्या रूपात लयास जाऊ लागली. म. गांधींनी दोन प्रकारचे उपकार या देशावर केले. त्यातला पहिला उपकार हा, की काँग्रेसला त्यांनी कोट्यवधी दीनदुबळ्या लोकांपर्यंत नेले. अगदी शेवटचा माणूस हा स्वराज्याच्या चळवळीत आणला. त्याला, हे राज्य माझे आहे, स्वराज्य माझे होणार आहे, स्वराज्यातला राजा मी असणार आहे आणि मीच देशाचा स्वामी होणार आहे हा विश्वास निर्माण झाला. मूठभर माणसांसाठी मूठभर माणसांनी दहशतीने मिळवलेले हे राज्य नाही, तर सविनय कायदेभंगाची, असहकाराची चळवळ करून अवघा फाटका माणूस गांधींनी या लढ्यात आणला आणि पुरोहितशाहीचा भ्रमनिरास केला.

काही प्रामाणिक सच्चे राष्ट्रभक्त गांधींबरोबर राहिले नाहीत असे नाही. पण स्वराज्य वहिवाटीने आपल्याच हातात येईल. पार्लमेंटात शेतकरी जाऊन काय नांगर धरणार आहे? की शिंपी टाके घालणार आहे? असे दर्पोक्तीने म्हणणाऱ्या वर्गाला गांधी हा शत्रू वाटू लागला. तेव्हापासून म. गांधी हा त्यांच्या थट्टेचा, उपेक्षेचा आणि उपहासाचा विषय झाला. गांधींसंबंधी हीन पद्धतीने बोलणे, बदनामीकारक कोट्या करणे, थट्टा करणे सुरू झाले; आणि दुसऱ्या बाजूला आपले वर्णीय व वर्गीय हितसंबंध सुरक्षित ठेवण्यासाठी, पुन्हा एकदा ब्राह्मतेज व क्षात्रतेज एकवटून, आपल्या गत इतिहासातील आपला उपभोक्ता वर्ग व वंश राज्यकर्ता म्हणून उभा करायचा असेल तर लष्कराच्या धर्तीवर शिस्तीने काम करणाऱ्यांची प्रबळ सांस्कृतिक-राजकीय संघटना असली पाहिजे व तिने पुरोहितवर्गाच्या वर्चस्वासाठी काम केले पाहिजे म्हणून डॉ. हेगडेवार यांनी १९२५ साली राष्ट्रीय स्वयंसेवक संघाची स्थापना केली, हे आपण लक्षात घेतले पाहिजे.

महाराष्ट्रात जन्माला आलेले हे संघटन तेव्हापासून पाहत असलेले स्वप्न नुकतेच आपल्या सर्वांच्या स्वहस्ते आपल्या दीन पराक्रमाने सिद्ध झाले! दुदंभीतुताऱ्या

वाजवत, गुढ्या-तोरणे उभारत, ते मंत्रघोषाच्या उच्चाराने स्थापन झाले. ब्राह्मतेज व क्षात्रतेज एकत्र येऊन, पुन्हा एकदा, १८१८ साली बुडालेले राज्य स्थापित झाले. गुढ्या उभारा, पेढे वाटा, मिठ्या मारा, पार्ट्या करा, नाही जमले तर चारचौघांना निदान अर्धा अर्धा चहा तरी पाजाच. राज्य आले ही द्वाही फिरवा. मनोहरपंत जोशी राज्याचे मुख्यमंत्री झाले. राज्यात भगवा फडकला. 'बरे झाले, परंतु आपण आलात. भगवा फडकला पण पंत, हा भगवा कुणाचा?' छत्रपती शिवरायांचा, की पेशव्यांचा? एवढा एक बारीकसा खुलासा कराच. पाडव्याच्या मुहूर्तावर एकवीरा देवीची शपथ घेऊन सांगा, 'पंत, भगवा कुणाचा?'

❖

(१२ एप्रिल १९९५)

राष्ट्रीय स्वयंसेवक संघाचे कपटकारस्थान की गुत्त्यांच्या युत्यांचे राजकारण?

'**स**टवाईला नव्हता नवरा अन् म्हसोबाला नव्हती बायको' अशी अवस्था सध्या उत्तर प्रदेशाच्या राजकारण्यांची झाली आहे. नि:संगाशी संग मायावती, कांशीराम, अडवाणी, काय गंमत आहे... नाही?

लोक मूर्ख असतात, त्यांची स्मृती अल्पजीवी असते; किंबहुना आपण कसेही वागलो, कसाही नंगा नाच केला, कोलांट्या उड्या मारल्या, होत्याचे नव्हते केले, गाढवाला घोडा म्हणालो तरी लोक विसरून जातात अशी कांशीराम, मायावती, अडवाणी यांची समजूत असावी. उत्तर प्रदेशात मायावती नावाच्या बोलभांड बाईला मुख्यमंत्रिपदावर बसवून लबाड लांडग्यांनी पक्षीय राजकारणात अत्यंत संधिसाधू, हिणकस युती केली आहे. ज्यांनी एकमेकांच्या टांगा कालपर्यंत ओढल्या, आई-माई उद्धारली तेच गळाकापू, गळाभेट घेतानाही आपण पाहत आहोत.

ज्यांनी एकमेकांवर, आता प्रचंड शाब्दिक हल्ले केले तेच लोक आज एका ताटात जेवू म्हणतायत, सत्तेसाठी कंबरेचे नेसू सोडून डोक्याला गुंडाळण्याची तयारी राजकारणातले लोक किती सराईतपणे करू शकतात याचे उत्तम उदाहरण म्हणजे भा.ज.पा., ब.स.पा. युती होय. हेच टिकोजीराव कांशीराम कालपर्यंत परिवर्तनाच्या चळवळीचे कस्टोडियन होते. यांच्या जिभेवर फुले, आंबेडकर, शाहू नाचत होते. महाराष्ट्रातल्या आंबेडकरवाद्यांना दूषणे

देण्याचे काम हेच कांशीराम नावाचे ब.स.पा.चे 'सरसंघचालक' गावगन्ना हिंडून करत होते. महाराष्ट्रातील आंबेडकरवाद्यांनी आंबेडकर बुडवला असे म्हणत शेखी मिरवणारे कांशीराम, राष्ट्रपिता महात्मा गांधींना शिवी देण्याची एकही संधी न सोडणारे कांशीराम, डी. एस. फोर. म्हणजे दलित, शोषित समता संघर्ष समिती, बामसेफ, ब.स.पा. या राष्ट्रीय स्वयंसेवक संघाच्या चालीवर चालणाऱ्या एकचालकानुवर्तित्व असलेल्या संघटनेचे हुकूमशाही प्रवृत्तीचे, सरसंघचालक होत. दलित ब्राह्मणांच्या मध्यमवर्गीय गाबडल्या क्रांतीचे अपत्य पोटात वाढवणाऱ्या बोगस समतावादी संघटनाचे राष्ट्रीय स्वयंसेवक संघाची नक्कल करणाऱ्या, फुले-आंबेडकर-शाहू यांची नावे घेत संघासारखी संघटना चालवणाऱ्या घटनाद्रोही, लोकशाहीद्रोही, उपेक्षित तळागाळातील, अस्पृश्य, आदिवासी, भटके विमुक्त स्त्रिया, ओ.बी.सी. यांच्या पाठीत खंजीर खुपसून सत्तेचा मलिदा खाण्यासाठी कांशीरामने आपले मायावी रूप जाहीर केले आहे. कांशीरामांनी पहिल्यापासून स्वतःच्या सर्व संघटना, एकचालकानुवर्तित्व प्रस्थापित करून अत्यंत हुकूमशाही पद्धतीने चालवल्या आहेत आणि दुसरे म्हणजे राष्ट्रपिता महात्मा गांधी यांचा राष्ट्रीय स्वयंसेवक संघाइतकाच द्वेष केला आहे. कदाचित कांशीराम नावाचे पिल्लू राष्ट्रीय स्वयंसेवक संघानेच सोडून दिले असावे असा या विळ्या-भोपळ्यांच्या युतीचा अर्थ आहे.

फुले, आंबेडकर, शाहू यांना मानणारी जनता या असल्या धूळफेकीला बिलकूल भीक घालणार नाही. दलित संघटना व दलितांचे पुढारी हे नेहमी विक्रीला निघालेले असतात असे संघ सांगत असतो. याउलट सामान्य दलित आंबेडकरवादी माणूस अशा कोणत्याही भूलथापांना बधत नाही. असे कित्येक राम त्यांनी काशीला घालवले आहेत आणि त्यांच्या गल्लीबोळात अशा अनेक मायावती नाचताना त्यांनी पाहिल्या आहेत. आपण कोणाच्या बरोबर जात आहोत, आपले मित्र कोण व शत्रू कोण हे ज्या पुढाऱ्यांना समजत नाही अशा पुढाऱ्यांना आता जनतेनेच त्यांची जागा हाती पायताण घेऊन दाखवली पाहिजे. त्याशिवाय हे तमाशे थांबणार नाहीत आणि हे गुत्यांच्या गुत्यांचे राजकारणही संपणार नाही.

❖

(१९ जून १९९५)

जरी बामण झाला भ्रष्ट, तरी तिन्ही लोकी श्रेष्ठ!

'**आ**पुन हसतंय लोकाला. अन् शेंबूड आपल्या नाकाला!' अशी आमच्या खेड्यात एक म्हण आहे. तशी गत झालीया जोशीकाकांच्या मनुहाराची. म्या न्हवं त्यातली, म्हणत म्हणत मनुहारपंतांनी सोगा धरला हातात, डोसक्याच्या पागोट्याला अणकुची काडीत धावले ते थेट इवानानं. आता ते इवानात, लय रग्गड येळा बसले असत्यान, पर आपल्या मराठी मुलकाचं मुख्यमंत्री म्हणून, गडी पहिल्यानंच बसला आसंल न्हवे, इवानात? तर हे जोशी, आता आपल्या वाडवडलावानी राजं हायती. मराठी मुलकाचं, शिवबाचं नाव घिवू घिवूनशानी घईवर घातला ना त्या ठाकऱ्यांच्या बाळाने, आन् त्यांच्या चाटुदारांनी. आता म्हाराजांचे नाव घेत्यात, म्हण आपली अडाणी टकुरी पळाली भगव्याकडे. भगवा म्हंजी आपला, कुलस्वामीचा झेंडा आन् त्यो, त्योच धोशा घेऊनशानी जोश्यांनी उचललं, म्हणतान, भादराला केला ना ठाकऱ्यानं, मुख्यमंत्री.

लय ते भ्रष्टाचार म्हण म्हणत व्होते. आता आमाला आपलं ठाव व्हतं, 'जरी झाला बामन भ्रष्ट, तरी तिन्ही लोकी श्रेष्ठ,' तवा लॉकं म्हणाली यांच्यावरच दिवून टाकू भार डोईवरला. लय इमानदारीचं राखनदार हाईत; निदान त्वांडदेखले रोज भ्रष्टाचाराची जप जपत्याती. तवा आपले कोटकल्याण करत्याली. व इकास, इकास, इकास,

या काँग्रेसने दमविलेत. नुसता इकास आणि योजना व आता कशाचा इकास आन कशाची योजना म्हण आमी वैतागलू व्हतू. आमचे बारामतीकर पवार सारखे म्हणत व्होते, परकीय भांडवल, गुंतवणूक, उद्योग, इमानतळ, एनरान... आता खरे म्हंजी यातले काय, बोडके समजतेय आमास्नी? सारी बात पैकंवाल्यांची, उद्योग, गुंतवणूक, भांडवल यातला एक सबुद आमास्नी समजत न्हाय आणि काकानी तर सपाटा लावलाय, शरद पवार हरामी हाये, शरद पवारांनी दंगली केल्या, लय माया केली. टाटा, बिरलावाणी बोलतुया. गुंतवा म्हणतुया, पर लेका म्हनावं, पोरा, लेकराचं बोलशील का, नुसते तालीवाराचेच बोलतुयास? उलीकसे आमास्नी समजंल असे बोल, भ्रष्टाचार काय नि दाऊद काय, नि टाडा काय, नि ठाकूर काय, नि कलानी काय, आमास्नी उमगत न्हवतं. पर पेपरवालं, टी.व्ही.वालं, समद जोशाचं पावनं! रावळजी काय म्हणत होतं, ते अदमासांनी सांगायचं तर, शरद पवारानं कायतरी लडतर केलीया, आण म्हणताना ही बामणाचं कावळं काव, काव करायला लागल्याती. कसलं काय ती एनरान का फिनरान, हाय बगा. कुणा गाडवीचं नाव हाय का ठाऊक? पर म्हत्यात परमुलखाच्या माणसांनी कोकणात उदीग आणलाया त्याला म्हण टेंडर घेतलं न्हाय. वट्या या खालच्या बोलीवाणी काय झालंया! आता ही भानगड शरद पवारांनी केली का काय देवाला ठाव! पर या जोश्याच्या मनूनंबी तसलीच भानगड केली म्हण. पेपरवालं दातखीळ बसल्यावानी गप हायती. कुणी कुणी बोलले, पर बेतानं, आव राव, शरद पवारांनी मुंबईत दिल्लीच्या साक्षीने तरी ठराव केला. तेजा ठावठिकाणा समद आता उघडं केल्या न्हवे तुमच्या जातवाल्यांनी. पर मनुहार, आरं लेका, तिकडं सायबाच्या मुलकातवं कंच टेंडर निघालं? इवानांच्या तळाला तकड साता समुद्रापल्याड किती खपला केला? सारं महाराजांच्या नावानं. गुळच्याट सोदे म्हणत्यांत व्हाला. तकडं तुम्ही सह्या केल्या तर पाक, आन् शरद पवारानं मंबईत केल्या तर पाप? लेका, तुमी जातीवरच गेलासाकी आकिरिला, 'जरी बामण झाला भ्रष्ट तरी तिन्ही लोकी तुमी श्रेष्ठ.' तुमी म्हणाल तेच व्होनार.. अशा लय डुयांन डुया झाल्या. आता तरी शानं बना. आता लोकशाई आलीया. रुमन्याच्या ठोक्यानं औत हाकावी तरं ती आमास्नी पाठ झालीया. आपला तो बाब्या आन् लोकाचं कारटं, वामनाच्या पायानं येशीला आनं बळीला पाताळात घालशीला हे चालायचं न्हाय. आम्ही फाटक्या अंगाची माणसं. भल्या भल्यास्नी आभाळ दावतुया. तुमी गमजा करा, काय काय करा, एका दणक्यात व्हत्याचं न्हवतं करायची ताकत आमच्या मनगटात हाय. लेकहो, बघू म्हणलं, तुमचा ताफा कसा तमाशा करतुया. तुमचा सोंगाड्या बाकी कलगी

तुऱ्यातच हाय अजून, आरं, त्याला म्हणावं, आता तरी राजावानी वाग. नुसती कनात वर गेली तर हे हाल, 'आरं म्होरं कसं व्हनार, राज बामनाचं येणार' असा वग लावा मग आमी म्हणू, 'चांगभलं!'

❖

(२६ जून १९९५)

युतीच्या बुवांची बुवाबाजी

संमोहनशास्त्र आणि मोहिनी विद्येचे नाना प्रकार करून जादूगार हजारो लोकांच्या समोर हातचलाखीने जादूचे प्रयोग करत असतो आणि सारे लोक अचंबित होऊन, नजरा विस्फारून गारुड्याचा हा जादूचा खेळ पाहत असतात. प्रेक्षकांमध्ये आपापल्या बौद्धिक मगदुराप्रमाणे लोक संमोहित झालेले असतात. एखादा जादूगार समूहांचे संमोहन दिवसाढवळ्या करतो; हजारो लोक देहभान विसरून टाळ्या पिटत असतात. आपापले खिसे रिकामे करतात. जादूगार शांतपणे निघून जातो. मग रस्त्यावरचा हा समूह जागा होतो. या गारुड्यासारखे युतीचे सरकार सध्या हातचलाखीचे खेळ खेळते आहे. मध्यमवर्गीय भाबडेपणा आणि काहींचा बेरकीपणा या मानवी स्वभावातील दुबळ्या गोष्टी अशा जादूगारांचे भाटगिरी वाढण्यास कारणीभूत बनतात आणि मग अशा जादूगारांचे रूपांतर हळूहळू बुवाबाजीत होते आणि रुद्राक्षाच्या माळा अंगावर घातलेले हे बुवा अंगावरच्या कफनीकडे कडकडीत वैराग्याचे प्रतीक म्हणून पाहायला शिकवतात. 'बुवा तेथे बाया' हा आचार्य अत्र्यांचा फार्स लोकांना ठाऊकच आहे. असे, बुवा-भोंदू यांचे राजकारण सध्या बोकाळले आहे. हे युगच चमत्काराचे. चुटकी वाजवल्याबरोबर हवेतून सोन्याचे दागिने काढणारे, उदी काढणारे आणि त्याही माजी पंतप्रधान नरसिंहराव, माजी गृहमंत्री शंकरराव चव्हाण यांच्यासारख्या राजकारणातल्या अत्युच्च व्यक्तीला देऊन

त्यांना भुलवणाऱ्यांचे. देशाचा सुविद्य, शिकला-सवरलेला पंतप्रधानच अशा गोसावड्यांच्या मागे फिरत असेल तर सामान्य लोक, नेभळट मध्यमवर्ग आणि आम अडाणी जनता अशा राजकीय बुवांच्या नादाला लागली नाही तरच नवल. मग ते कुणी स्वामी असोत - चंद्रास्वामी असोत की मराठी भाषेच्या नावाने गळा काढणारे कोणी असोत, बुवाबाजी ही बुवाबाजीच असते आणि बुवाबाजीचे अधिष्ठान चमत्कृतीप्रमाणे वागणे, बोलणे, चारचौघांसारखे शुद्धीवर नसणे, वक्रोक्ती वापरणे, टोमणे मारणे, काल्पनिक शत्रू निर्माण करणे आणि त्या शत्रूवर तुटून पडणे... मध्यमवर्गाला नेहमीच असा एक अमिताभ बच्चन हवा असतो, जो अमिताभ आपल्या स्वप्नातल्या शत्रूवर कठोर हल्ला करतो, आमसमाजासाठी हालअपेष्टा सोसतो. गुंडांच्या बरोबर संघर्ष करतो, दे दणादण दे मारामाऱ्या करतो, त्यासाठी कोणत्याही मार्गाचा विधिनिषेध बाळगत नाही. तो लोकांसाठी अत्यंत कठोर यातना सहन करत असतो. असा एक काल्पनिक सुपरमॅन जो प्रस्थापितावर विजेसारखा कोसळून पडेल, अन्याय-अत्याचार नष्ट करील. टोळीयुद्ध-खंडण्या या प्रकारची गुन्हेगारी कृत्ये करणारे स्मगलर, माफिया गुंड आणि बेकायदा व्यवहारामध्ये गुंतलेले त्यांचे भूमिगत जग चित्रपटाच्या पडद्यावर कोसळून पडत असते, पब्लिक बिचारे टाळ्या वाजवत राहते. असा अमिताभ दर एका क्षेत्रात मिळाला तर आशाळभूत भाबड्या लोकांना, स्वप्नाळू लोकांना भविष्य आणि कुंडल्यांवर, शकुन आणि संकेतांवर ज्यांचा पिंड पोसलेला आहे, ज्यांना बुद्धिवादाचे वावडे आहे, जे तर्कशास्त्राच्या वाऱ्यालाही उभे राहत नाहीत, ज्यांचे जगणे जीवनाचा निवृत्ती-प्रवृत्तीचा प्रभाव, नकारात्मक भाव हेच असते, ज्यांचा विवेक त्यांना कधीच टोचत नाही विवेकाची जागा विखाराने घेतली जाते, त्यांना आपल्या वर्गीय आणि जातीय हितसंबंधासाठी दर एका काळामध्ये असा एक सुपरमॅन असावाच लागतो. मग ते आपल्या निष्ठा, सर्वस्व त्यांच्या चरणी वाहत असतात. त्याच्यावर एवढ्या निष्ठा जडतात की हा सर्वसामान्य माणूस एका विशाल भ्रमात आपल्या सुपरमॅन हिरोची प्रतिमा पाहत असतो. त्याला या हिरोसंबंधी ब्र काढलेलाही त्यांना चालत नाही. असा जो कोणी ब्र काढील तो त्यांना नंबर एकचा शत्रू वाटतो. इतका हा सामान्य माणूस या सुपरमॅनच्या बुवाबाजीला बळी पडलेला असतो. त्याचे सारे दैवी होते. उलट, सुपरमॅनचे चालणे दैवी, बोलणे दैवी, तो जे जे बोलतो ते सत्यच असते. सत्याशिवाय काही नसते. तो जे जे करतो ते अलौकिक असते, अज्ञजनांसाठी असते. भोळ्याभाबड्या जनतेसाठी असते. मग हे भोळे भक्त त्याला हजारो चमत्कारांच्या कथा चिकटवतात आणि मग अशा अलौकिक, ज्ञानी महापुरुषाची आध्यात्मिक उंची, मध्यमवर्गीय गल्लाभरू प्रसारमाध्यमे आपल्या नफ्यावर डोळा

ठेवून प्रसारमाध्यमांची घोडी हाकणारे उद्योगपती सर्व समाजाला पागल बनवण्याचे काम करत असतात. हळूहळू सारा समाज संमोहित होतो. विवेकभ्रष्ट त्याला सत्या-सत्याची चाड उरत नाही आणि मग तो म्हणतो, 'जगी वंद्य ते सर्व भावे करावे, जगी निंद्य ते सर्व सोडुनी द्यावे.' असा बगळ्यासारखा ध्यान लावून तो आपल्या सुपरमॅनची आळवणी करत असतो. त्याने नव्या वाटेने जाण्याची हिंमत केव्हाच गमावलेली असते. बुवाबाजीचे ढोंग हा तर आपल्या समाजाचा आत्मा आहे. हजारो वर्षे दर एका काळात गल्लीबोळात असे बुवा झाले आणि बुवा कोणत्याच काळात नैतिक आचरण करणारे नसतात. त्यांच्या नैतिकतेचे अवडंबर हा त्यांचा दांभिकपणा असतो. गोरगरिबांची चाललेली फसवणूक त्या त्या काळातील सर्व राज्यकर्ते डोळे उघडे ठेवून पाहत आलेले आहेत. अशी बुवाबाजी बंद करण्याऐवजी राज्यकर्त्यांचा गणपतीच दूध पिऊ लागतो!

लोकशाहीत सारे कायद्यापुढे समान, असे कायदा कितीही बोंब मारून सांगत असला तरी काही महनीय लोक कायद्यापुढे विशेष समान ठरतात. मग मुख्यमंत्र्यांना म्हणावे लागते, कोणीही कितीही मोठा असला तरी मुलाहिजा ठेवणार नाही. कोणी हरणे मारो किंवा काळविटे, कोणी खंडणी घेवो, भूखंडाचे श्रीखंड खावो; जे हा भूखंड खात आहेत त्यांनीच हा शब्दप्रयोग प्रसिद्ध केला आहे. त्या वेळी त्यांना बरे वाटत होते, परंतु आता हरणाच्या तुकड्याबरोबर भूखंडाचे श्रीखंडही खावे लागले तरी कोणीही चिंता करू नये. सरकार जागे आहे, परंतु तक्रारच कोणी करत नाही. याचा अर्थ राजकीय बुवाबाजीचा फार्स आता रंगात येऊ लागला आहे. सत्ता ही माणसाला भ्रष्ट करते आणि निरंकुश सत्ता माणसाला अतिभ्रष्ट करते. परंतु गणपतीला दूध पाजणारे राज्यकर्ते स्वत:च्या नाकाचा शेंबूड पुसत नसतात, ते इतरांना हसत असतात. त्यांचा सुपरमॅन अमिताभ बच्चन तोच दुधापाण्याची सोय करतो. कारण तो अलौकिक असतो. अलौकिक राजयोगी महापुरुषांच्या पारदर्शी राज्यातच तर आपण नंदनवन कल्पून राहायचे आहे. जगदंबा त्यांना उदंड आयुष्य देवो! अशा जय देव, जय देव म्हणण्यापलीकडे, आरती आळवत बसण्यापलीकडे आता पामरांच्या हातात उरले तरी काय आहे? सारे अगम्य, अतर्क्य आहे आणि म्हणून ते सारे चमत्कारिक आहे. कोणी पाकड्याने तर नाही ना केला हा कावेबाजपणा, अरे कोण आहे रे तिकडे, लांड्यांच्या फंदफितुरींना कोणी बळी तर पडत नाही ना? पाहा बरे, की कोण लालभाई आला आहे? सारी मेंढरे जपून वाडग्यात ठेवा. पाकड्यांचा काही नेम नाही. पंत, तुतारी वाजवा; नाही म्हणता? शंख तरी वाजवा, चक्रवर्ती व्हाल!

❖

(५ जुलै १९९६)

युतीची दिवाळी शेतकऱ्यांच्या संसाराची होळी

'**शे**तकऱ्याच्या उसाला औंदा कोल्हं लागलंय, आणि कापसाला टोळधाड' त्यामुळे शेतकऱ्यांना ऐन दिवाळीत शिमगा करायची पाळी आली. ज्या कारखान्यांची आर्थिक स्थिती बरी होती त्या कारखान्यांनी शेतकऱ्याला काही उचल दिली. ज्यांची ऐपत नव्हती त्यांनी शेतकऱ्याला एकही पैसा दिलेला नाही. शेती हा उद्योग आहे. तो किफायतशीर व्हायचा तर निसर्गाची जशी मेहेरनजर लागते, तशी ती सरकारचीही लागते. परंतु पावसाने जसे मधल्या काळात डोळे वटारले होते; तसेच, शेतीचा काडीचाही संबंध नसलेल्या भडभुंज्यांचे दळभद्री राज्य आल्याने शासनानेही डोळे वटारले होते.

विदर्भ, मराठवाडा आणि खानदेश हा बहुसंख्येने कापूस उत्पादक शेतीचा प्रदेश. सुदैवाने यंदा या सर्व प्रदेशामध्ये कापसाचे पीक उत्तम आहे. शेतकऱ्याच्या मालाला योग्य भाव मिळावा, व्यापाऱ्याकडून-दलालाकडून त्यांची पिळवणूक होऊ नये म्हणून कापूस एकाधिकार ही खरेदी योजना महाराष्ट्र शासनाने गेली वीस-पंचवीस वर्षे राबवली आहे. यापूर्वीच्या काँग्रेस शासनाने चारशे, आठशे, बाराशे, सोळाशे आणि गेल्या वर्षी एकवीसशे रुपये प्रति क्विंटलला दर दिला आहे. गेल्या वर्षी शेजारच्या राज्यामध्ये सुरुवातीला दर जास्त होते. त्यामुळे नांदेड-यवतमाळच्या शेतकऱ्यांनी कापूस आंध्र प्रदेशात नेऊन विकला. निवडणुकीच्या निकालाने राज्याचे सरकार बदलले आणि व्यापारी, दलाल यांच्या

सोईचे सरकार आले. गेली वीस-पंचवीस वर्षे, राज्यातील कापसाची खरेदी जानेवारी- अखेरपर्यंत पणन महासंघाकडे चालते. शेतकऱ्याकडील कापूस हा साधारणपणे जानेवारीपर्यंत संपतो.

गेल्या वर्षी मात्र चमत्कार झाला. शेजारच्या राज्यांमध्ये कापसाचे भाव पडले होते आणि राज्य शासनाने एकवीसशे रुपये दर दिला होता. याचा परिणाम असा झाला, की फेब्रुवारी, मार्च, एप्रिल, मे आणि जूनपर्यंत कापूस पणन महासंघाकडे आला आणि व्यापारी व दलाल यांच्या खिशात लक्षावधी रुपये गेले. एरवी हा कापूस कोठून आला; कोणत्या व्यापाऱ्यांचे संबंध कोणत्या मंत्र्याशी होते, ज्यामुळे पणन महासंघाला कोट्यवधींचा भुर्दंड बसला. आज पणन महासंघाकडे दोनशे कोटी रुपये किमतीच्या कापसाच्या गाठी आहेत. अशा गाठींची संख्या चार ते पाच लाख आहे. अतिरिक्त कापूस विकला न गेल्याने तो महासंघाच्या खरेदी केंद्रावर पडून आहे. त्यामुळे या कापसाच्या रूपाने पैसा अडकून पडला आहे. त्याशिवाय महाराष्ट्र राज्य को-ऑपरेटिव्ह बँकेने महासंघाची मर्यादाही मंजूर केलेली नाही. राज्य सरकारने अद्यापि महासंघाला एक पैसा दिलेला नाही. अशा परिस्थितीत शेतामध्ये उत्तम पिकलेला कापूस खरेदी कसा होणार आहे? यातून मार्ग काढण्यासाठी पणन महासंघाच्या वरिष्ठ अधिकाऱ्यांशी वेळ काढून बोलायला मंत्र्यांना पूजाअर्चातून वेळच मिळत नाही. अर्थमंत्र्यांनी परस्पर साडेसोळाशे रुपये प्रति क्विंटलचा दर जाहीर केला. त्यामुळे शेतकऱ्यांच्यात प्रचंड असंतोष पसरला. शेतकऱ्यांचे हित लक्षात घेऊन काँग्रेस सरकारने एकवीसशे रुपये दर दिला होता. यंदा किमान अडीच हजार रुपये दर मिळायला हवा होता. याउलट, शेतकरीद्रोही शासनाने साडेसोळाशे रुपयांचा दर दिला व आपण कोणाच्या बाजूने आहोत हे दाखवून दिले.

शेतकऱ्यांमध्ये पसरलेला असंतोष लक्षात घेऊन उपमुख्यमंत्री गोपीनाथ मुंडे यांच्या आग्रहामुळे व शिवसेनाप्रमुख बाळासाहेब ठाकरे यांच्या सूचनेनुसार मुख्यमंत्री मनोहर जोशी यांनी एकवीसशे रुपये हमी भाव देण्याचे जाहीर केले. परंतु अद्याप कसलेही आदेश संघाकडे आलेले नाहीत. पणन महासंघाकडे खरेदीसाठी पुरेसा निधी उपलब्ध नाही. त्यामुळे नियोजित वेळापत्रकानुसार म्हणजे १० नोव्हेंबरपासून कापूस खरेदी केंद्रे सुरू होण्याची अजिबात शक्यता नाही. खरेदी केंद्रे प्रत्यक्ष सुरू करण्यापूर्वी किमान तीन महिने आधी कापूस खरेदी केंद्रे सुरू करण्याची तयारी करावी लागते, हे महाराष्ट्रातील कोणत्याही मंत्र्याला ठाऊक नाही. आता, घाईघाईने घोषणा होऊ शकते; मात्र केंद्रे सुरू होतील असे नाही. यासाठी राज्य शासनाने पणन महासंघाला आतापावेतो शंभर कोटी रुपये द्यायला पाहिजे होते. तेही दिलेले नाहीत. परिणामी, कापसाची

खरेदी कशाच्या भरवशावर करायची हा प्रश्न पणन महासंघाला पडला आहे. अशा स्थितीत, शेतकऱ्यांच्या कापसाचे काय होणार हा प्रश्न निर्माण झाला आहे. युती सरकारच्या धरसोडीच्या धोरणांचा फायदा व्यापारी उठवल्याशिवाय राहणार नाहीत या धरसोडीमुळे सरकारला फार मोठा आर्थिक बोजा सहन करावा लागेल. शेजारच्या राज्यांत अठराशे-एकोणीसशेच्या वर भाव नाही. उत्पादकांना तो एकवीसशे-बावीसशे रुपये देण्यात येत असल्याचा आभास असून अदिलाबाद (आंध्र), पांडुरंगा (मध्य प्रदेश) येथे कापसाची खरेदी सर्रासपणे अठराशे रुपयाने सुरू आहे. महाराष्ट्र सरकारने एकवीसशे रुपयांचा भाव दिल्याने बाहेरील राज्यांचा कापूसही मोठ्या प्रमाणात महाराष्ट्रात विक्रीस येण्याची शक्यता आहे. मुळात राज्याची क्षमता पंधरा ते वीस लाख गाठींची आहे. त्यात गेल्या सीझनमध्ये चोरट्या मार्गाने आलेला चार ते पाच लाख गाठी कापूस संघाकडे शिल्लक आहे. १९९४-९५ साली महासंघाला तीस लाख गाठी बांधाव्या लागल्या होत्या. तशीच परिस्थिती निर्माण झाली तर राज्य सरकारला यंदाच्या वर्षी चारशे ते पाचशे कोटींचा अतिरिक्त बोजा सहन करावा लागेल.

विदर्भ, मराठवाडा, खानदेशातील शेतकरी रात्रंदिवस राबून आपल्या शेतात कापूस पिकवतो. तो कापूस कवडीमोलाने व्यापारी विकत घेतील आणि हे दळभद्री सरकार व्यापारीधार्जिणे असल्याने शेतकऱ्यांच्या संसाराची राखरांगोळी होईल. याची तमा या दळभद्र्यांना नाही. कापूस कोठे पिकतो हेच माहीत नाही तर प्रतवारी काय माहीत असणार? या क्षेत्रात काम करणाऱ्या अधिकाऱ्यांशी बोलायला या प्रश्नाचा आवाका असावा लागतो. तळागाळातील जनतेचे प्रश्न ठाऊक असावे लागतात. पंचतारांकित संस्कृतीवाल्यांना हा अल्पभूधारक शेतकरी व त्याने उत्पन्न केलेला कापूस या कापसातल्या उभ्या-आडव्या धाग्यांनी दारिद्र्याचे वस्त्र विणलेले आहे. हे तरी यांना कोठून ठाऊक असणार?

बळिराजाला पाताळात घालवणाऱ्यांना सत्ता मिळाल्यावर आजचा बळिराजा कोठे जाईल, याचा विचार ज्यांनी भांडणे केली व हातातील सत्ता घालवली, उपेक्षित बहुजन समाजाचे वाटोळे केले त्या राजकीय पुढाऱ्यांनीच करायला हवा. आपल्या मूर्खपणामुळे शिक्षा मात्र गोरगरीब कास्तकऱ्याला होत आहे याचे भान आले तरी खूप झाले.

❖

(१२ नोव्हेंबर १९९५)

या कसल्या यात्रा, या तर बहुजनसंस्कृतीच्या अंत्ययात्रा!

भोचकपणा म्हणजे काय हे खेड्यातील पोरापोरांनादेखील समजते. कपाळावर कुंकवाचा टिळा लावून आपण कशा सती सावित्री आहोत हे दाखवण्यासाठी भोचक भवान्या दारोदार हिंडतात आणि आपला आब किती मोठा आहे हे आपल्या कपाळाच्या कुंकवाच्या साईजवर बेतू लागतात. ते त्यांचे बेतणे एवढा ढोल बडवून चालते! याचे कारण त्यांना स्वत:ला ठाऊक असते आणि गावालाही ठाऊक असते की ही, काय कुलशीलाची आहे! जिच्या एकनिष्ठे-बद्दल शंका असते, तीच असा चारित्र्याचा डिंडिभ वाजवत असते! गरतीची निष्ठा पोरा-लेकरांत काबाडकष्ट उपसताना दारिद्र्याच्या भट्टीतच तावूनसुलाखून निघत असते. त्यामुळे तिला आपल्या निष्ठा रोज कानीकपाळी ढोल बडवून जाहीर कराव्या लागत नाहीत पण लबाडांना त्या जाहीर कराव्या लागतात. लबाडी जाहीर करण्याचा कार्यक्रम विश्व हिंदू परिषद नावाच्या वैदिक संघटनेने जाहीर केला आहे. गोमाता की जय, गंगा माता की जय, भारत माता की जय, सनातन वैदिक हिंदू धर्म की जय, अशा घोषणा करत खैबरखिंडीतून ज्यांचे पूर्वज आले ते सध्या आम्हां भूमिपुत्रांना राष्ट्रनिष्ठा, गंगामातेची- भारतमातेची निष्ठा शिकवत आहेत! ज्यांच्या पूर्वजानी हजारो वर्षे इथल्या बहुजन समाजाला अडाणी ठेवून त्यांच्या श्रमशक्तीवर आपली बांडगुळे जगवली, ज्यांचे रक्त शोषण करून ज्यानी मळे फुलवले, सारा देश

उकिरड्यासारखा खत म्हणून वापरला, ज्यांनी बहुजनांची संस्कृती ठार मारली, ज्यांनी समाजाची विचारशक्ती नष्ट केली, ज्यांनी देशाचा अडाणीपणा पशुपातळीवर नेऊन अस्पृश्यतेसारख्या हिडीस, नीच संकल्पना व चातुर्वर्ण्य व्यवस्था निर्माण केली, माणसाच्या सावलीचा स्पर्शसुद्धा ज्यांनी विटाळ ठरवला, मानवता आणि माणुसकीसुद्धा ज्यांनी गाडून टाकली, आपल्या स्वार्थासाठी ज्यांनी सारा शेतकरी, कष्टकरी समाजहीन पातळीवर पोचवला, त्यांना एकात्मतेचे पान्हे फुटले आहेत. त्यांचे भारतमातेचे प्रेम उतू चालले आहे. ज्यांच्या डोक्यात आजही वर्णीय अहंकाराची दारू ठासून भरलेली आहे, ज्यांना एकात्मता कशाशी खातात हे ठाऊक नाही, जो धर्म माणसामाणसामध्ये भेदाभेदाच्या अभेद्य भिंती उभ्या करतो त्यांनी एकात्मतेची गोष्ट करणे म्हणजे सिंहाच्या घरी शेळी पाहणी जाणे असे आहे. ज्यांच्या कार्यक्रमात नावापुरती एकी, मतलबी हुलकावणी देणारी नीती, त्यांनी किती कावेबाजपणे भोळ्याभाबड्या जनतेच्या अंधश्रद्धांचा फायदा घ्यावा याला माप नाही. जग एकविसाव्या शतकाकडे निघाले आणि हे धर्मजागरण करत आहेत! यांचा गणपती माणसांच्या पातळीवर येऊन आपले देवपण सोडून माणसासारखा दूध पिऊ लागला आहे. ईश्वरालाही वेठीस धरणारी ही कलमकसायांची जमात आपण ईश्वराचा अधिक्षेप करत आहोत हे लक्षात घेत नाही. धर्माधर्मांत, जातीजातींत तेढ निर्माण करणे, अराजकासारखी परिस्थिती निर्माण करणे, माणसामाणसांतला संवाद बंद पाडणे, अविश्वासाच्या वातावरणात बेदिली माजवून कूटकपटनीतीचा अवलंब करून लोकशाहीचा गाडा बंद पाडणे हा या यात्रांचा उद्देश आहे.

म्हारापोरांनी लिहिलेली घटना ही काय घटना असते? कोणीही लंगोटीवाला उठतो आणि देशाच्या तिजोरीचा मालक होतो, ही काय राज्यपद्धती आहे? ज्याला स्वत:च्या बायकोची अब्रू राखायला बोटभर चिंधी घ्यायची ऐपत नसते, त्यालाही एकमत आणि ईश्वराने निर्माण केलेल्या त्याच्या आवडत्या भटाभिक्षुकांना आणि शेटजींनाही प्रत्येकी एकमत! केवढे हे घोर पातक! या असल्या राजवटीत सनातनी वैदिक हिंदू धर्माची पुनर्स्थापना होणार कशी? ती व्हायची असेल तर अनागोंदी माजवा, अराजक पेटवा; वाटेल ते करा. कपटकारस्थाने ही तर त्यांच्या पूर्वजांची हत्यारे वापरा. वाटेल ते करा पण लोकशाही मोडा. लोकांचा लोकशाहीवरचा विश्वास नष्ट करा. गेल्या दोन वर्षांत 'नाझी भस्मासुराचा उदयास्त' ह्या ग्रंथाच्या हजारो प्रती खपल्या. हिटलरच्या रस्त्याने जाण्याकरता धार्मिक भावनांचा उद्रेक आणि त्यासाठी यात्रा हा कार्यक्रम! यावेळच्या यात्रा वैशिष्ट्यपूर्ण आहेत. यामध्ये आघाडीवर वैदिक ब्राह्मण हेतुत: नाहीत. ज्या बसवेश्वरांने हिंदू धर्माला लाथ मारून स्वतंत्र धर्माची स्थापना केली, वर्णव्यवस्था व कर्मविपाक

नाकारला, त्या लिंगायतपंथीय बांधवांना यात्रा काढायला लावल्या. ज्या शीख पंथाने सनातन वैदिक धर्माला लाथ घालून स्वतंत्र पंथ स्थापला, त्या शीख बांधवांना अमृतसरहून यात्रा काढायला लावली. ज्या महावीर जैनांनी हिंदू धर्म व कर्मविपाक नाकारला; वर्णव्यवस्था नाकारली व बंधमुक्त माणसाचे स्वप्न पाहिले, त्या महापुरुषाच्या नावाने जैन बांधवांना यात्रा काढायला लावली. तंत्रमंत्र, जादुटोणा करून समाजाच्या तळात पडलेले शिवपंथीय, ज्यांना वैदिकांनी कधीच हिंदू मानले नाही तेही यात्रेत आहेत. म्हणजे शैव पंथीय असोत, जे ब्राह्मणी वर्चस्व मानत नाहीत पण ग्रामदेवतांचे पुजारी असतात किंवा व्यापक हित पाहून समाजात वावरणारी भली माणसे असतात त्यांना हे चोर गंडवतात.

आमच्या माहितीनुसार, शेकडो धर्मभोळे सज्जन लोक अब्राह्मणी समाजातील जनमानसात प्रतिमा असलेले लोक या निमित्ताने धर्मप्रचारक म्हणून अमेरिकेला पाठवले गेले आहेत. ते तेथे कोणत्या धर्मप्रसाराचे काम करणार हे त्यांनाच ठाऊक. जगभरच्या विद्वान वैदिकांनी डॉलरमध्ये मोठमोठ्या घसघशीत रकमा यांना दिल्या आहेत. पूर्वीच्या यात्रेत विटा विकल्या, प्लॅस्टिकच्या डब्यात गंगेचे पाणी विकले, आता सुधारून तांब्याच्या भांड्यात गंगेचे पाणी (?) विकले जात आहे. एवढेच नाही तर हरिद्वार, काशी, मथुरा, अयोध्या येथील पवित्र (?) माती तीस रुपयांत विकली जात आहे. एखाद्या गावातून मंदिरामार्फत, मंडळामार्फत वर्गणी काढून सार्वजनिक स्वरूपाची देणगी (२५० रुपये) देणाऱ्या गावासाठी, मंडळासाठी मोठ्या आकाराचा ग्रामकलश प्रसाद म्हणून मिळणार आहे. लोकसभेच्या निवडणुका डोळ्यांपुढे आहेत. त्यासाठीचा हा धार्मिक उन्माद आहे आणि हाच खरा धोका आहे. काहीही करून एकदा दिल्लीची सत्ता मिळवायची आणि ती मिळाल्यावर पहिल्यांदा भारतीय राज्यघटना, लोकशाही, सामान्य गोरगरिबांचे राज्य बुडवायचे. जगभरच्या हुकूमशहांच्या आणि मूलतत्त्ववाद्यांच्या सत्तेचा उगम गरिबांच्या उद्धाराची भाषा करत लोकशाहीच्या मार्गानेच प्रस्थापित होत असतो असे मानवी समाजाचा इतिहास सांगतो. म्हणून ही यात्रा शुभयात्रा नसून ही बहुजनांच्या संस्कृतीची अंत्ययात्रा आहे!

❖

(१२ ऑक्टोबर १९९५)

उपरा

लक्ष्मण माने

'जे जगलो, जे भोगलं.
अनुभवलं, पाहिलं,
ते तसंच लिहीत गेलो.
पुन्हा एकदा तेच जगणं
जगत गेलो.

'पिढ्यान्‌पिढ्या
बिऱ्हाडं पाठीवर घेऊन
गाढवाचं जिणं
जगणाऱ्या मंडळींच्या वेदना,
हे पुस्तक वाचून,
समाज समजावून
घेऊ शकला तरी
खूप झालं.'